Thùy

THÙY
Chu Minh Hạnh & Lâm Hoàng Mạnh

Bìa: Uyên Nguyên Trần Triết
Dàn trang: Đỗ Huỳnh Đăng Ngọc
Nhân Ảnh xuất bản 2025
ISBN: 9798349319648

CHU MINH HẠNH
& LÂM HOÀNG MẠNH

Thùy

Nhân Ảnh
2025

Kính tặng chính phủ và nhân dân Vương quốc Anh

với tấm lòng biết ơn sâu sắc.

CMH – LHM

LỜI NÓI ĐẦU

Chiến tranh! Chiến tranh! Điều tất cả người dân trên toàn thế giới đều không mong muốn, nhưng khi đã xảy ra với bất cứ lý do gì, chúng ta không thể lãng quên.

Hàng năm, cứ đến ngày 17-2 báo chí và hệ thống truyền thông trong nước cũng như hải ngoại đều nhắc đến, một thảm kịch đối với người Việt gốc Hoa không chỉ trong lịch sử Việt Nam còn trong lịch sử nhân loại. Nhưng người ta quên hay cố tình quên hàng ngàn phụ nữ Việt lấy chồng người Hoa, họ còn khốn khổ trăm bề hơn cả chính người Hoa, nhưng không được nhắc đến, - Thùy - một trong số người đó.

Cuộc đời Thùy như một bức tranh thu nhỏ số phận những người con gái mới lớn, ngây thơ, trong trắng lấy chồng người Hoa. Sinh ra và lớn lên trong thời kỳ tranh tối tranh sáng của xã hội Việt Nam giữa thế kỷ XX. Tuy chế độ phong kiến lụi tàn nhưng quan niệm, phong tục tập quán trọng nam khinh nữ vẫn hằn sâu trong nếp nghĩ của người Việt. Người phụ nữ phải chịu áp lực từ gia đình đến xã hội, chịu thiệt thòi về mọi mặt, nhưng họ cam chịu, phải thích nghi với cuộc sống để tồn tại.

Thùy trải qua biết bao thăng trầm theo biến cố của xã hội, của lịch sử, như hàng ngàn phụ nữ Việt khác có chồng người Hoa, khi chiến tranh Trung -Việt xảy ra, trở thành nạn nhân ngay trong chính gia đình nhà chồng. Vì ích kỷ hay vì tập tục người Hoa cho rằng mối quan hệ 'vợ chồng chỉ là manh áo tấm quần,' theo chủ thuyết 'Sơ nhưng mà thân; Thân nhưng mà sơ', chiến tranh xảy ra, Thùy bị gia đình nhà chồng bỏ rơi khi đang mang thai gần ngày sinh cùng với đứa con gái ba tuổi thơ dại. Trong khi đó chính sách bài xích, xua đuổi người Hoa và những người có mối quan hệ thân thiết với người Hoa của chính quyền Việt Nam rất quyết liệt, coi họ là mối đe dọa an ninh cho xã hội. Là vợ người Hoa, Thùy bị cơ quan, đoàn thể, chính quyền sở tại gây áp lực cả tinh thần lẫn vật chất, buộc phải thôi việc nếu không ly dị và trả con cho chồng, một yêu cầu vô nhân đạo không thể tin được ở thế kỷ XX. Thùy trở thành nạn nhân giữa hai làn đạn cuộc chiến: gia đình chồng và nhà cầm quyền Việt Nam.

Người ta thường nói 'phụ nữ thuộc phái yếu' nhưng khi đã làm vợ, làm mẹ, với bản chất nhân hậu vốn có của phụ nữ, cộng với tình yêu vô bờ bến, quyết bảo vệ con và gia đình, người phụ nữ trở thành người mạnh mẽ nhất. Biết không thể sống yên ổn trên mảnh đất sinh ra và lớn lên, bất chấp mọi nguy hiểm Thùy quyết tâm ra đi, rời bỏ quê hương để bảo vệ đàn con, đành cam chịu số phận người tỵ nạn.

Hành trình vượt biển trong mùa giông bão từ bến Máy Chai, Hải Phòng ngày 30-4-1979, trên con thuyền gỗ thanh lý của Hợp tác xã ngư nghiệp Quảng Ninh, đến Hương Cảng ngày 01-7-1979 không hề dễ dàng. Với tình trạng sức khỏe vốn không tốt, cộng thêm đang cuối kỳ thai nghén, Thùy càng gặp khó khăn, gian nan nhiều hơn trong chặng đường đầy trắc trở, với bát cháo cầm hơi chủ thuyền cung cấp trong những ngày lênh đênh trên biển cả, mẹ đói con khát sữa, cái chết rình rập từng ngày.

Được chính phủ Vương quốc Anh giang tay cứu giúp, chấp nhận nhập cư hợp pháp. Đến đất nước hoàn toàn xa lạ, ngôn ngữ bất đồng, nhưng đầy lòng nhân ái, tận tình giúp đỡ không vụ lợi. Sau hơn bốn mươi lăm năm định cư, từ hai bàn tay trắng, không nghề nghiệp, một xu không dính túi, Thùy đã làm tròn trách nhiệm người mẹ, người cha nuôi dạy đàn con trưởng thành, khôn lớn, tốt nghiệp đại học, có việc làm ổn định, có gia đình riêng hạnh phúc.

'Đất lành chim đậu,' Anh Quốc trở thành quê hương thứ hai của Thùy và con cháu, cuộc sống bình dị, tràn đầy tiếng cười. Nay sang tuổi xế chiều, hạnh phúc bên con cháu, Thùy tham gia sinh hoạt câu lạc bộ người cao tuổi, tập dưỡng sinh, yoga, thỉnh thoảng cùng bạn bè du lịch trong và ngoài nước. Nhưng Thùy không bao giờ quên kỷ niệm đã qua, nhớ về cội nguồn, nơi chôn nhau cắt rốn, nhắc nhở các con về đất nước và người dân bản xứ đã hết lòng giúp đỡ.

Luôn biết ơn
nơi đã cưu mang
nuôi dưỡng mẹ con mình
Sống cho nên Người
tròn bổn phận người dân.

Qua Thùy, giúp chúng ta nhớ những gì đã xảy ra trong một thời kỳ đen tối lịch sử Việt Nam, đồng thời thức tỉnh lòng yêu chuộng hòa bình trong mỗi con người, mong muốn thế giới hòa bình, hạnh phúc bên nhau, chỉ có tình yêu và nụ cười thế giới mới tồn tại vĩnh cửu. Cuộc sống này tươi đẹp và đáng trân trọng biết bao, sao chúng ta không gìn giữ?

Đến khi nào chiến tranh mới ngừng đây?
Cuộc sống thanh bình thực sự có trong tay!

*

Nếu thế giới này không có tình yêu?
Cuộc đời sẽ vô vị biết bao nhiêu!

Kinh thành Luân Đôn
Xuân Ất Tỵ 2025

Chu Minh Hạnh

Thùy | 13

CHƯƠNG 1
VÀO ĐỜI

- Mẹ ơi! Mẹ ơi! Cứu con với! Con không đi đâu, không đi đâu .... âu...

Ngồi phía sau chiếc xe đạp Thống Nhất cũ kỹ Thùy quay đầu lại gào khóc kêu cứu. Bố mẹ và các em đứng trước cửa nhà giơ tay vẫy vẫy, thỉnh thoảng người mẹ lấy cánh tay áo lau nước mắt, nhưng hình như không một ai để ý đến lời kêu khóc thảm thiết của cô. Ánh nắng bắt đầu chói chang của buổi sáng cuối hè miền trung du, Thùy một tay bám chặt yên xe đạp, một tay quệt nước mắt, miệng mếu máo, chú Sinh nói vọng lại:

- Nín đi cháu, ngồi yên, đường mấp mô dễ đổ xe lắm.

Thùy có nghe thấy gì đâu, vừa khóc vừa lấy tay chùi nước mắt, cố quay đầu nhìn về phía sau. Đi được một đoạn khá xa, người đàn ông tay lái loạng choạng trên con đường đất gồ ghề, đột nhiên chiếc xe đổ xuống vệ đường.

Giật mình, Thùy tỉnh hẳn, thấy mình rơi xuống đất từ trên chiếc giường đơn làm bằng hai tấm gỗ xẻ kê trên đôi niễng trong phòng rất hẹp của dãy nhà tập thể nữ. Hóa ra sáng nay chú Sinh lai Thùy, ngồi phía sau giãy giụa xe bị đổ đã trở thành cơn ác mộng.

Lồm cồm đứng dậy, Thùy nằm xuống tấm gỗ, kéo chiếc chăn chiên cũ đắp lên người cho đỡ lạnh, nước mắt đầm đìa, khóc không ra tiếng, đôi vai gày rung lên theo tiếng nấc. Trời tối đen như mực, thỉnh thoảng tiếng chim 'Bắt Cô Trói Cột' từ cánh rừng vọng lại làm Thùy càng thêm sợ. Mấy hôm trước thôi, Thùy còn là cô bé hồn nhiên vui vẻ, chạy nhảy, cười đùa với lũ bạn cùng phố, với Hồng đứa em gái đáng yêu là như vậy, đột nhiên đêm nay Thùy nằm một mình, co quắp trên tấm ván cứng, lạnh ngắt như nền xi măng, không cha mẹ, không người thân, buồng bên toàn những người xa lạ lớn tuổi. Chao ôi! Thùy không biết phải làm gì những ngày sắp tới. Mẹ ơi! Mẹ ơi. Thùy chìm trong giấc ngủ cùng với tiếng nấc, tiếng van xin cầu cứu vô vọng.

*

* *

Tốt nghiệp lớp 10 phổ thông, Thùy nộp đơn xin thi vào trường Đại học Tổng hợp Hà nội, nhưng không nhận được giấy báo tuyển sinh, trong khi lũ bạn cùng lớp đã có, Thùy đến Ủy Ban Hành Chính thị xã, nơi Thùy nộp đơn, hỏi lý do. Bước vào văn phòng thấy người đàn ông lớn tuổi trong bộ quần áo bộ đội bạc màu, Thùy chào lễ phép:

- Chào chú, cho cháu hỏi ai là người thường trực văn phòng ạ?

- Chú đây, cháu có việc gì?

- Thưa chú, cháu nộp đơn xin thi đại học nhưng không nhận được giấy báo tuyển sinh, bạn cháu ai cũng có.

Người đàn ông chỉ chiếc ghế đối diện, nói:

- Cháu ngồi xuống, nói họ tên và địa chỉ để chú kiểm tra hồ sơ.

- Dạ, cháu Lê thị Thùy....

Người đàn ông mở tủ hồ sơ lấy ra một chiếc cặp đặt lên bàn, kiểm tra chồng hồ sơ, lúc sau, ông cầm một hồ sơ xem xét rất kỹ, nói:

- Cháu là Lê thị Thùy con ông Lê văn Lân phải không?

- Dạ phải, thưa chú.

Nhìn Thùy rất kỹ, với giọng nói khá buồn, ông bảo:

- Rất tiếc thành phần gia đình cháu là tư sản dân tộc nên cháu không đủ tiêu chuẩn xét duyệt dự thi đại học.

- Dạ thưa chú, bố cháu là thợ may của công ty liên doanh thị xã, sao lại là tư sản được?

- Theo hồ sơ, trước khi sát nhập, gia đình cháu có ba máy khâu và hai người làm thuê, vì thế khi thị xã phát động phong trào cải tạo tư bản tư doanh, gia đình cháu thuộc thành phần tư sản dân tộc.

- Thưa chú, chuyện ấy cháu có liên quan gì đâu, chuyện của bố cháu. Cháu từ nhỏ chỉ biết đi học sao thành phần của cháu lại là tư sản?

- Văn bản giấy tờ rõ ràng nên ban tuyển sinh thị xã không xét duyệt cháu. Cháu thông cảm, chú chỉ là nhân viên thường trực văn phòng ủy ban thôi.

Nghe người đàn ông giải thích, Thùy bàng hoàng không tin vào tai mình nữa, có nghĩa là con đường học vấn chấm dứt từ hôm nay. Đứng lên không vững, Thùy phải chống tay xuống mặt bàn, lê từng bước ra khỏi cửa ủy ban, đầu óc quay cuồng. Thùy gần như khuỵu xuống, choáng váng, mắt hoa, tự nhiên nước mắt lăn xuống hai gò má. Thùy bám vội cánh cửa, loạng choạng bước ra khỏi văn phòng UBHC thị xã. Trời ơi, bố Thùy chỉ là người thợ may có ba chiếc máy khâu và hai người em họ từ quê ra giúp việc mà trở thành Tư Sản Dân Tộc!!! Thành phần bất hảo của chính quyền chuyên chính vô sản cần phải loại bỏ. Cánh cửa vào đời của Thùy đã đóng sập ở tuổi trăng tròn, sắp bước sang mười sáu!

Năm 1958, Thùy mới tám tuổi, đi học về, trông thấy mấy chiếc xe ba gác và hơn chục người ồn ào trước cửa nhà, người ta khênh ba máy khâu của bố để lên ba chiếc xe, mọi người xúm vào đẩy đi, Thùy lạ lắm, tự hỏi "Bố bán máy khâu?" nhưng không dám nói. Bữa cơm trưa hôm ấy thật buồn, bố bảo, ba chiếc máy khâu nhà ta bị xung công đưa vào Công ty liên doanh may mặc của thị xã, từ nay phải đến công ty làm việc.

Năm ấy toàn tỉnh và thị xã rầm rộ chương trình cải tạo công thương nghiệp tư bản tư doanh, xóa bỏ tất cả phương thức làm ăn cá thể, tất cả các ngành nghề thủ công trong thị xã phải sát nhập thành công ty hay xí nghiệp liên doanh hoặc hợp tác xã, bố Thùy trở thành công nhân công ty liên doanh may mặc thị xã từ năm 1958, nhưng thành phần tư sản dân tộc họ quy kết gia đình từ sau ngày miền Bắc giải phóng 1954 vẫn chưa xóa. Hôm nay, tháng 6 năm 1966, trong lý lịch của Thùy vẫn còn nguyên thành phần tư sản dân tộc, chính Thùy cũng không hiểu tư sản dân tộc là gì một cách rõ ràng. Bố ngày ngày đến công ty liên doanh làm, mẹ ở nhà chăm sóc chị em Thùy, đi chợ, nấu cơm, trồng rau, nuôi gà lợn có bóc lột ai đâu. Môn chính trị lớp 10, thầy Hoàng giảng sự khác nhau giữa chủ nghĩa cộng sản và chủ nghĩa tư bản ở những điểm cơ bản Thùy học:

1- Chủ nghĩa cộng sản không có người bóc lột người, không có chủ và tớ, mọi người lao động đều bình đẳng.

2- Tất cả tư liệu sản xuất là của công, của tập thể, của nhà nước, không thuộc bất cứ cá nhân nào.

Thầy Hoàng giảng nhiều lắm, nhưng Thùy chỉ hiểu lờ mờ ba chiếc máy khâu của gia đình mua dần từ nhiều năm, từ thời Pháp thuộc, trước khi Thùy ra đời, từ nay không còn của gia đình nữa mà của tập thể, của công ty liên doanh do ông Mai từ UBHC thị xã cử xuống làm chủ nhiệm, nhưng không phải là người làm nghề may mặc. Trong bản lý lịch, tất cả học sinh cấp III đều phải ghi thành phần 'Tiểu tư sản học sinh', Thùy đã từng thắc mắc với thầy Hoàng, thầy giải thích, các em là tiểu tư sản vì có kiến thức, khác với công nhân và nông dân, họ mới là người vô sản chân chính, không có bất cứ thứ gì trong tay kể cả kiến thức. Thùy không hiểu tại sao lại thế, vô lý, nhưng sự thật vẫn là sự thật.

Bước chậm chạp trên con đường về, hai hàng nước mắt sầu tủi theo nhau chảy xuống, đầu óc Thùy quay cuồng, không biết sẽ nói thế nào với bố mẹ đây. Nói sự thật có làm bố mẹ đau lòng, các em có thể phải thôi học, vì nếu tiếp tục đi học cũng chẳng có tương lai. Nghe Thùy kể lại sự việc buổi sáng ở UBHC thị xã, bố Thùy thở dài, trầm ngâm một lúc, chậm rãi, ông nói:

- Bố bất lực không giúp gì được các con. Thôi, đừng buồn nữa, mọi việc để bố mẹ lo.

Nói xong, kéo Thùy vào sát người, lấy tay ôm đầu Thùy áp vào ngực an ủi.

Thùy lại vui chơi với bạn cùng phố những trò chơi ô quan, đánh chắt, đánh chuyền, nhảy dây, hồn nhiên của cô bé ngây thơ miền trung du sắp bước sang tuổi mười sáu. Mấy hôm trước, bố mẹ gọi Thùy vào buồng riêng, nói:

- Con à, chú Sinh có quen một bác làm việc ở trường đại học tỉnh nhà, xin cho con vào làm phòng thư viện của nhà trường, công việc không vất vả, không cần bằng cấp, nhà mình đông người, việc làm của bố ngày một ít, kinh tế nhà ta khó khăn lắm. Vậy con đi làm đỡ đần gia đình, giúp bố mẹ nuôi các em được không?

Ngạc nhiên, nhưng Thùy không biết trả lời bố mẹ như thế nào, đành vâng lời cho phải đạo làm con. Đi làm kiếm tiền giúp đỡ gia đình nghĩa là thế nào? Ngày ngày Thùy cũng sẽ như bố, đến một nơi nào đó làm, trưa về ăn cơm, nghỉ trưa rồi lại đi, đến chiều lại về. Ngày mai lại tiếp tục như ngày hôm trước và cuối tháng Thùy sẽ nhận được tiền công đưa cho bố. Nghĩ thế, Thùy thấy cũng hay hay, hai bố con cùng đi làm, cuối tháng đều có tiền. Nhưng Thùy biết làm gì đâu ngoài việc cắp sách đến trường, chơi với bạn bè, trông em, vậy công việc ấy có dễ, có vất vả, nặng nhọc không?

Trưa hôm qua chú Sinh đưa Thùy đến văn phòng của trường Đại học Sư phạm Việt Bắc, đạp xe xa lắm, qua biết bao con đường đất gồ ghề, qua nhiều đồi đầy cây cọ, đến một dãy nhà vách đất thô sơ lợp mái cọ. Dựng xe bên cạnh cánh cửa liếp, hai chú cháu bước vào. Sau khi chào hỏi mọi người, chú nói với người phụ nữ những gì Thùy không rõ. Chú Sinh dặn dò trước khi ra về:

- Cháu ở lại đây chăm chỉ làm việc, nghe lời các bác, các cô các chú, đến ngày sinh nhật cháu, chú sẽ đón cháu về thăm nhà.

Nói xong, chú vỗ vỗ vào vai Thùy, chào mọi người, lấy xe đạp đi về. Thùy chẳng mong gì hơn ngoài việc được về thăm bố mẹ, các em, sống trong căn nhà vách đất ba gian hai trái, lợp lá gồi bên đường quốc lộ, với hàng cây bàng xum xuê tỏa bóng mát những trưa hè, đùa vui với lũ bạn, với Hồng đứa em gái kém ba tuổi chơi chắt, chơi chuyền, ú tim, bịt mắt bắt dê. Hôm nay Thùy phải xa tất cả, đến một nơi xa lạ, sống với những người lớn tuổi không quen biết. Thùy hoang mang, lo lắng không biết sẽ ra sao. Một người phụ nữ khoảng ngoài ba mươi tuổi cười rất tươi, đến gần vui vẻ bắt tay Thùy đưa vào trong, chỉ chiếc ghế đối diện trước bàn làm việc bảo ngồi xuống, mở tủ hồ sơ lấy cặp tài liệu để trước mặt. Nét mặt vui, giọng nhẹ nhàng ấm áp làm Thùy cảm thấy yên tâm, đỡ lo lắng:

- Nào ta làm quen nhau nhé, cô là Mai, trưởng phòng tổ chức và hành chính. Cháu tên gì, bao nhiêu tuổi nói cho cô biết.

Thùy ngập ngừng, từ từ trả lời từng câu hỏi, vừa nói vừa quan sát, nhìn vẻ mặt dịu hiền, Thùy dần dần bớt căng thẳng, thoải mái hơn. Vẫn nét mặt vui vẻ, Mai nói:

- Bắt đầu từ hôm nay, cháu là nhân viên hợp đồng tạm tuyển của nhà trường, làm tạp vụ phòng thư viện, công việc sẽ do các anh chị đồng nghiệp chỉ dẫn. Lương khởi điểm 28 đồng một tháng, tiền ăn hàng tháng 15 đồng, ngoài ra không phải đóng bất cứ loại tiền gì nữa. Vì nhà trường đang trong thời kỳ xây dựng lán trại còn bề bộn lắm, nơi ăn chốn ở gặp nhiều khó khăn, cháu thông cảm. Sau sáu tháng, nếu làm tốt, đủ tiêu chuẩn cháu sẽ được biên chế chính thức, lương sẽ tăng là 36 đồng một tháng, khó khăn gì cứ tìm cô. Cháu có gì cần hỏi thêm không?

- Dạ, không cô.

Theo Mai, Thùy đến một khu nhà vách đất lợp lá gồi còn thơm mùi lá, móc túi lấy chìa mở khóa một buồng nhỏ, chừng hơn mười mét vuông, phía trong trống trơn, ngoài hai tấm phản bằng gỗ mới xẻ kê trên hai chiếc niễng làm bằng bốn cọc tre và chiếc hòm gỗ đặt trên giá cũng làm bằng bốn cọc tre sát ngay hai tấm gỗ làm giường. Thùy bước vào buồng, Mai tự tay trải chiếc chiếu một còn mới lên hai tấm gỗ, mỉm cười, nói nhỏ:

- Đây là buồng riêng của cháu, đi khóa về mở, khu tập thể phụ nữ của nhà trường, cần gì cứ tìm cô, cháu yên tâm chứ.

Mai nói xong giao chìa khóa, bước ra khỏi căn phòng, Thùy đặt túi đồ quần áo xuống tấm gỗ, nhìn xung quanh hoang mang. Trời ơi, mình đang ở đâu đây? Đây là đâu? Buồng ở như thế này, gắn bó suốt đời với mình ư? Thùy không biết tâm trạng ra sao nữa, hai hàng nước mắt tự nhiên ứa ra. Ngẩn ngơ như người mất hồn, ngồi trong phòng khá lâu, suy nghĩ miên man, Thùy đứng lên sắp xếp quần áo cho vào hòm gỗ, bước ra cửa phòng, nhìn xung quanh. Phía trước là đồi cọ, phía sau cũng đồi cọ, xung quanh chỉ thấy cây cọ và đồi cọ, dọc theo thung lũng mấy dãy nhà vách đất lợp lá cọ cách nhau mươi mét. Một con đường mòn xung quanh nối khu nhà này sang khu nhà khác, nhiều bụi cây ven đường có hoa rừng sặc sỡ nhưng Thùy không biết hoa gì.

Lững thững đi dọc con đường mòn xem xét xung

quanh. Thùy nhớ lời Mai, nhà trường mới thành lập, nhưng phải đi sơ tán gấp, chia làm nhiều cơ sở, mọi việc mới mẻ và bề bộn, các khoa phòng chưa làm xong lán trại, cán bộ nhân viên hầu hết đều ở nhờ nhà người dân địa phương. Sinh viên thành lập từng tổ nhóm san nền, vào rừng kiếm bương tre, lá gồi làm lán trại và phòng học. Đột nhiên một người phụ nữ từ phía dãy nhà bên đi ra nhìn thấy Thùy cười, hỏi:

- Em mới về công tác à?

Thùy nhìn chị, mỉm cười:

- Vâng, em là nhân viên mới chị ạ.

Người phụ nữ đến gần, hỏi:

- Em ở bộ phận nào?

- Em bên thư viện.

- Ôi, cùng bộ phận với chị rồi. Em ở dãy nhà kia phải không?

- Vâng.

- Em tên gì? Chị là Nga.

- Em tên Thùy.

- Sắp đến giờ cơm trưa rồi. Em biết nhà ăn ở đâu không?

- Dạ, không.

- Đi với chị.

Thùy đi theo Nga về nhà. Vừa đi Nga vừa hỏi:

- Em có bát đũa chưa?

Thùy cười gượng:

- Chưa, chị ạ.

- May quá chị có bát đũa không dùng đến, em cầm lấy sử dụng.

- Em mượn chị, mấy hôm nữa đi chợ em mua.

Cười hiền lành, Nga nói:

- Chợ xa lắm em ơi, năm ngày mới có một phiên. Coi như là quà tặng em buổi đầu ta làm quen với nhau.

Nét mặt Thùy rạng rỡ:

- Vâng, em cám ơn chị.

- Khách sáo thế em.

Nhà ăn tập thể đơn sơ, rộng chừng 20 mét vuông, bốn bức vách làm bằng nứa đan cao hơn một mét, lợp lá gồi, có vài dãy bàn ghế. Mặt bàn bằng mảnh ván xẻ bào sơ qua, ghế ngồi là những chiếc ghế dài cũng bằng ván xẻ. Đây là bữa cơm tập thể đầu tiên đời công nhân viên chức Thùy không bao giờ quên.

Một chiếc bát nhỏ đựng cơm kèm theo chiếc bánh bao bột mỳ luộc, bát đựng canh đu đủ xanh nấu muối và một đĩa nhỏ có vài thìa tép khô rang, lọ muối màu vàng vàng do pha i-ốt phòng chống bướu cổ để trên bàn ăn. Thùy rất ngạc nhiên lần đầu tiên nhìn thấy bánh bao bột mỳ luộc mà không hấp như mẹ vẫn làm và các cửa hàng ăn mậu dịch bán, nhưng khi người ta đói, ăn gì cũng thấy ngon, bữa cơm đạm bạc nhưng Thùy cảm thấy ngon miệng vì đói và bên cạnh có Nga, người phụ nữ mới quen nhưng dịu dàng, ân cần, thấy đỡ cô đơn, buồn tủi. Vừa ăn, Nga vừa nói chuyện về công việc, sinh hoạt của tổ. Nga bảo:

- Tổ chị em mình cả em nữa là ba người, anh Minh tổ trưởng. Nhà trường mới thành lập, lại trong thời kỳ phải đi sơ tán gấp. Công việc bề bộn lắm, sách báo chất thành đống cao ngất. Chị em mình phải tập trung giải quyết đống sách này theo sự phân công của anh Minh.

Ăn xong, Nga đưa Thùy về kho sách. Nhìn từng đống sách chồng chất cao như núi, Thùy hoang mang lo lắng, không biết mình sẽ làm thế nào, làm gì với những chồng sách khổng lồ này và có làm được không? Nào là sách chuyên môn của các khoa ngành, sách tham khảo, tài liệu, báo, tạp chí tiếng Việt, tiếng nước ngoài (phần lớn tiếng Nga, tiếng Trung). Mọi người phải sắp xếp theo chuyên đề: sách khoa học tự nhiên, khoa học xã hội, chính trị, triết học, tâm lý học v…v... vào sổ ghi danh mã số, từ đó tùy theo số lượng chia ra đưa về thư viện các khoa trong trường. Vì sơ tán thành nhiều cơ sở, các khoa phải trú ở nhiều nơi khác nhau, gần nhất cũng gần chục cây số. Gồm khoa Toán, Lý, Hóa, Sinh, Văn, Sử, Địa … đây chính là cái nôi đào tạo giáo viên cấp III tương lai của Khu tự trị Việt Bắc.

Ngoài công việc làm trong phòng thư viện Trung tâm của trường, hàng tháng phải lên huyện mua, nhận sách, tạp chí đem về thư viện Trung tâm, sau đó mới phân chia đưa về cơ sở các khoa. Nhìn đống sách cao ngất, Thùy lo lắng, "không biết khi nào mới làm xong?" Nhưng Minh tổ trưởng, chừng ba mươi tuổi, người Hà nội, dịu dàng, tận tình chỉ dẫn, Minh còn trong ban chấp hành đoàn của nhà trường, mặc dù những ngày đầu Thùy chưa quen, không những thế, tâm trạng lo lắng nên làm chưa tốt. Trước kia sống với gia đình, Thùy thường giúp bố đơm cúc, thùa khuy, vắt gấu áo quần, trông em, giúp mẹ nấu cơm, nhưng vẫn có thời gian chơi với bạn bè, các em, không phải lo nghĩ, nay đã là nhân viên của cơ quan nhà nước, người lớn còn gì nữa, làm gì có chuyện nhảy dây, chơi ú tim! Nghĩ miên man, Thùy cảm thấy vui vui, cố gắng không muốn làm phiền lòng Minh và Nga. Rất may tiếp thu nhanh, chăm chỉ, sau vài tuần dưới sự hướng dẫn nhiệt tình Thùy đã quen dần với công việc, nỗi nhớ nhà cũng vơi dần không như những ngày đầu mới đến.

*

* *

Hôm nay Nga và Thùy ra bưu điện huyện nhận sách, hai người đi từ sáng sớm, lấy sách xong, rẽ qua chợ tìm cửa hàng ăn trước khi về. Phố huyện vắng vẻ, các gia đình đi sơ tán, nhà nhà cửa đóng then cài, cửa hàng thực phẩm, hàng ăn mậu dịch đóng cửa, đi loanh quanh chợ, may quá Nga thấy một quán bán nước ở góc cuối chợ.

Gọi là quán cho lịch sự, chứ nó giống như túp lều chăn vịt ngoài đồng Thùy đã nhìn thấy gần nhà. Bốn cái cọc, vài lá gồi làm mái che mưa nắng, dốc về phía sau tựa vào gốc cây bàng, xung quanh không có vách, rộng chừng dăm mét vuông, bên trong quán, một cái chõng bằng tre bày dăm chiếc bát sành úp, vài lọ kẹo lạc, kẹo bột, kẹo kéo, ít khoai lang, dăm củ sắn luộc cùng chiếc dành tích đựng nước chè tươi ủ nóng. Phía sau một bà quần đen, áo nâu sồng, răng đen, bỏm bẻm nhai trầu, trên năm mươi tuổi, ngồi trên chiếc ghế con bán hàng. Phía trước chõng, một cái ghế dài bằng mảnh ván xẻ bào sơ qua. Trông thấy, người đàn bà niềm nở mời khách:

- Mời hai cô vào xơi nước, ăn quà. Nước chè tươi mới hãm, thơm ngon lắm.

Không cần mời đến câu thứ hai, hai người ngồi xuống ghế, lấy nón quạt cho ráo mồ hôi, chọn dăm củ khoai, vài miếng sắn luộc. Ăn xong, uống bát nước chè tươi nóng, Thùy thấy đỡ mệt, phải chăng từ sáng sớm đi hơn chục cây số đường mòn không một hạt cơm, hụm nước nên bây giờ sau khi ăn thấy tỉnh táo hơn.

Bà hàng nước gợi chuyện:

- Các cô từ đâu đến, không phải người vùng này?

Nga cười:

- Bác tinh thế, chúng cháu trong khu sơ tán, hôm nay lần đầu ra huyện ta lĩnh sổ sách.

Uống ngụm nước chè tươi, Nga hỏi thêm:

- Bà con phố huyện ta đi sơ tán hết hả bác?

- Dạo này máy bay Mỹ qua đây thường xuyên, lãnh đạo huyện thông báo bà con sơ tán hết rồi.

- Sao bác không đi sơ tán?

- Tôi già rồi, sơ tán lấy gì mà sống? Quán nước xì xằng tạm nuôi cái thân già này.

- Các anh, các chị nhà ta đâu?

- Tôi có hai thằng đều nhập ngũ cả rồi. Con gái út mới gả chồng huyện bên. Nhà còn một mình, đành bám trụ vậy. Ai nuôi mình mà sơ với cả tán, tôi nói thế có phải không hai cô?

Nga nhìn Thùy, rồi mỉm cười nói:

- Bác nói chí phải, ở đâu cũng cần ăn. Thôi, chúng cháu xin phép bác, đường còn xa lắm.

Nga và Thùy trả tiền xong, xóc lại quang gánh, đồ đạc lên đường. Nắng bắt đầu gay gắt, đi được hơn cây số, Thùy hạ đôi quanh gánh xuống vệ đường, thở hổn hển, mồ hôi chảy dòng dòng xuống má, chị Nga cười:

- Con gái mười bẩy bẻ gẫy sừng trâu, xem ra em chị bẻ cọng rơm không xong.

Vuốt mồ hôi trên mặt, Thùy cười bẽn lẽn:

- Em mới mười sáu thôi, chị ơi!

Nga cười:

- Ừ, thể nào người mảnh khảnh như cây sậy, may có mái tóc dài bù lại, chốc nữa qua cầu, không khéo gió thổi em gái chị bay xuống suối ấy chứ.

Hai người vừa đi vừa nói chuyện quên quãng đường dài, gần đến cầu treo, Nga nói:

- Cẩn thận Thùy, cầu treo lắc lư lắm đấy.

- Vâng, em biết rồi.

Chiếc cầu bắc qua con suối dài chừng hơn năm mươi mét, thành cầu hai bên bằng sợi cáp đôi, buộc chằng xuống nhiều sợi cáp dưới sàn cầu rỉ sét. Mặt cầu bằng những thanh gỗ cũng buộc bằng nhiều sợi cáp, nhiều thanh đã mọt, rộng chừng ba mét, chỉ đủ cho bốn người đi lại. Mỗi lần bước chân đặt xuống, cầu lắc lư, tròng trành thử sự gan dạ và dũng cảm người bộ hành. Lần đầu tiên trong đời Thùy gánh nặng trên vai đi lên chiếc cầu treo bắc qua con suối, nhìn xuống, con suối dưới cầu sâu chừng mươi mét, nước chảy xiết đã thấy sờ sợ, nổi gai ốc, thầm nghĩ, nhỡ bước phải thanh gỗ mọt nó gãy, rơi tòm xuống thì... Thùy không dám nghĩ thêm nữa. Liếc nhìn Nga bình thản dẫm lên từng thanh gỗ kêu cót két, hai tay cầm chiếc ghi đông đẩy xe đạp có hai bao tải sách to tướng, Thùy cảm thấy xấu hổ, cố gắng lấy hết can đảm và nghị lực bước từng bước chậm chạp lên mặt cầu. Chiếc đòn gánh bằng đoạn hóp trên vai phải như muốn ấn xuống, toàn thân Thùy nghêng ngả theo nhịp bước. Không những thế, đôi quang gánh có bao tải đựng sách đầy ắp, dài lê thê gần sát mặt đất, lệt xệt, lắc lư trông vừa buồn cười, vừa tội nghiệp. Nga quay lại nhìn, nói:

- Thôi, để chị gánh cho, em thồ chiếc xe đạp này, chứ đường xa gần chục cây số, tối cũng không về đến nhà.

Nghe Nga nói, Thùy không biết nên như thế nào, thấy ngượng, nhưng đi còn run sợ huống chi trên vai hai bao tải sách nặng trĩu. Khó nghĩ quá! Nga biết ý, đứng lại đợi, khi Thùy đi đến gần, bảo:

- Em đặt quang gánh xuống, hai tay cầm ghi đông dắt xe qua cầu, chị gánh cho. Cái vai học trò này chưa quen, phải tập dần, sau này mới đủ sức gánh vác công việc cơ quan và chồng con chứ.

Bẽn lẽn, mặt đỏ lên không biết vì mệt hay xấu hổ khi Nga gọi là cô bé còm nhom và chuyện chồng con, Thùy đặt quang gánh xuống, lấy vạt áo lau mồ hôi, nhìn Nga với ánh mắt cảm ơn, hai tay cầm chiếc ghi đông xe đạp buộc hai bao tải sách nặng đẩy đi. Hai người vừa đi vừa nói chuyện, khi đi qua hết cầu một đoạn, đột nhiên tiếng máy bay phản lực Mỹ gầm lên vụt qua, sát khe núi, tránh tầm súng cao xạ, lướt qua đầu, xé toạc khoảng trời yên tĩnh. Nga bỏ quang gánh chạy xuống nấp vào bụi cây bên đường, Thùy vẫn cố gắng dắt chiếc xe đạp thồ sách, Nga gọi to:

- Bỏ xe chạy nhanh xuống đây, Thùy ơi!

- Không, em sợ hỏng và mất sách.

- Sách với vở gì, mạng mình là chính. Vứt xe xuống, máy bay nó quay lại bắn tên lửa chết cả lũ bây giờ.

Bấy giờ Thùy mới bỏ chiếc xe đạp thồ sách xuống vệ đường, vội chạy theo Nga, cả hai ngồi im, lát sau lại nghe tiếng ầm ầm như tiếng sấm, ngửng đầu nhìn thấy ba chiếc máy bay phản lực in cờ Hoa Kỳ vút qua, hướng về phía Hà Nội. Đây là tỉnh trung du tiếp giáp Hà nội, không phải khu công nghiệp hay khu đầu não của chính phủ, vì thế máy bay thường xuyên bay qua, rất ít khi bị oanh tạc. Chờ một lúc khá lâu, Nga bảo:

- Lần sau khi thấy máy bay em bỏ hết tìm chỗ ẩn nấp trước, nhớ chưa? Thôi, chắc nó không quay lại nữa, ta đi thôi.

Nga xếp lại quang gánh, Thùy không dựng được xe đạp thồ đầy sách vì quá nặng, phải nhờ Nga giúp mới dựng được xe. Cuối cùng hai người cũng về cơ sở, đặt gánh sách xuống, Nga lấy nón vừa quạt, vừa nói:

- Ấy thế mà mệt ra phết, thở không ra hơi nữa. Hôm nay chị em mình hoàn thành nhiệm vụ, nghỉ ngơi tắm rửa, ngày mai ta mới soạn số sách này em nhé.

- Vâng.

*

* *

Sáng nay Thùy thức giấc sớm hơn mọi ngày. Chú gà trống của chị hàng xóm cất tiếng gáy to, đánh thức làm tan biến giấc mơ đẹp của Thùy đang vui chơi cùng các em. Thùy chợt nhớ đến công việc ngày hôm nay phải làm. Hôm qua Minh nói với Nga và Thùy:

- Ngày mai ba chị em mình phải xử lý núi sách chiếm chỗ trong kho lâu quá rồi.

Thùy đến phòng thư viện trước giờ mươi phút, Nga và Minh đã có mặt, vì buồng Minh ở gần thư viện. Ba người bắt tay vào công việc, không ai muốn nhìn thấy nó nằm chềnh ềnh ở trong kho mãi. Trước tiên sách, tài liệu tạp chí, báo ... xếp để riêng. Sách chia theo bộ môn: khoa học tự nhiên, khoa học xã hội, chính trị triết học, đường lối chính sách của Đảng, nhà nước, sách văn học nghệ thuật, sách thiếu nhi để riêng. Nhưng Thùy thấy sách thiếu nhi rất ít, có lẽ không phù hợp với nhà trường toàn sinh viên lớn tuổi. Mấy ngày liên tục phân chia tổng quát, ba người cũng thấy nhẹ nhõm phần nào. Từng chồng sách được phân chia chất cao lên theo từng bộ môn, Thùy phải kiểm tra ghi số lượng, tên sách giống nhau chia ra đưa về thư viện các khoa trong trường. Khoa nào cũng tương đối đầy đủ các thể loại phục vụ cho học tập, giảng dạy, nghiên cứu, tham khảo, tạp chí, sách văn học nghệ thuật. Những sách, tài liệu có số lượng ít lưu giữ lại trong Thư viện Trung tâm nhà trường.

Thùy ít tuổi, lại nhỏ bé nên được Minh và Nga ưu tiên không phải bê vác, vận chuyển những chồng sách to, dầy, bìa cứng rất nặng, phải gắng sức mới bê được hai, ba cuốn đặt nơi quy định. Thùy được bố trí công việc nhẹ nhàng ghi nhận tạp chí, báo hàng ngày, hàng tuần giao cho các phòng ban, bộ phận khu vực Trung tâm. Minh và Nga chịu trách nhiệm sách tiếng nước ngoài, chủ yếu tiếng Nga và tiếng Trung. Sau một thời gian đống sách cao như núi đã được xếp gọn gàng theo đúng quy định. Thùy chịu trách nhiệm phần tiếng Việt, ghi vào sổ lưu trữ trong thư viện Trung tâm.

Từ đó, công việc chính của Thùy ghi chép, không phải đi xuống các phòng ban. Nguyên tắc ghi vào sổ: tên sách, tác giả, năm xuất bản, giá tiền, ngày nhập, số lượng… Thùy ghi chép cẩn thận không để nhầm lẫn, sai sót. Minh nhắc Thùy, "Đây là công việc nhẹ và sạch sẽ, cố làm cho tốt." Thùy không muốn làm anh chị không vui vì được tin tưởng. Chú Sinh và bố đã căn dặn, đi làm phải cố gắng làm tốt công việc được giao, mới được nhận vào biên chế, thành nhân viên chính thức, có tiền lương lâu dài giúp bố mẹ và các em. Minh nói "từ danh sách số lượng đã có, mới đề xuất kế hoạch mua, nhập sách phù hợp với điều kiện nhà trường."

Sách để trong kho lâu ngày bám đầy bụi do chuyển nhượng từ thư viện Hà Nội, hoặc từ nơi khác, ngoài ra phòng kho nhỏ, cộng thêm khí hậu địa phương vùng núi dễ bị ẩm, mốc, mối mọt, chuột gặm nên nhiều sách bị rách, mất góc, mất trang, có lỗ thủng phải vứt bỏ. Găng tay không có, khẩu trang cũng không, phải dùng khăn quàng cổ che miệng tránh hít phải bụi bẩn, hơi mốc. Sau một ngày làm việc, người và tay ngứa ngáy khó chịu, không khí ngột ngạt, ai cũng hắt hơi liên tục, mới đầu xấu hổ, sau quen, nhìn nhau cười. Giải quyết xong núi sách trong kho, Thùy bắt đầu vào công việc chính. Tuy đã hủy bỏ số sách hỏng, nhưng khi vào sổ vẫn còn sót lại nhiều cuốn không được tốt, Thùy xin ý kiến Minh xử lý.

Nga thường xuyên động viên, cả hai coi Thùy như đứa em, khiến Thùy nghĩ đến gia đình.

Thùy có người anh hơn ba tuổi, nhưng được mẹ thương, chiều chuộng nhất. Là em, nhưng Thùy phải làm nhiều việc nhất, còn anh suốt ngày lêu lổng với bạn. Thỉnh thoảng Thùy cũng theo anh đi chơi. Một lần anh dắt đi, mải chơi quên về nấu cơm, anh không bị mắng, lại còn được mẹ cho phép đánh Thùy vì tội không nấu cơm. Lần ấy, Thùy bị anh kéo cánh tay qua hàng rào nứa chảy máu, đau lắm, nhưng không dám khóc, không dám mách bố, sợ bị anh trả thù khi bố không có nhà. Im lặng, nhưng luôn tự hỏi, tại sao anh lại được mẹ yêu quý bênh vực, còn mình phải chịu oan ức? Bố đi làm từ sáng sớm, tối mới về, hàng ngày Thùy mang cơm trưa cho bố mà không dám kể tội anh đánh. Sau này Thùy mới hiểu, phong tục tập quán phong kiến của người Việt thời bấy giờ trọng nam khinh nữ. Con gái thường ví 'vịt giời', lớn lên lấy chồng, bay đi, không giúp đỡ cha mẹ. Con trai đầu lòng sau này thờ cúng tổ tiên, chỗ dựa của cha mẹ, nên được cưng chiều. Đầu óc Thùy miên man nhớ lại những kỷ niệm vui buồn tuổi ấu thơ, có lúc ngẩn người, Nga nhìn thấy, nghĩ, chắc Thùy nhớ nhà. Minh hứa làm tốt công việc, khi nào có xe ô tô về thị xã lấy sách sẽ cho Thùy đi cùng, ghé thăm gia đình. Thùy yên tâm, vui vẻ làm việc, được khen chữ viết đẹp, ghi chép cẩn thận rõ ràng. Đôi khi Nga cho Thùy củ sắn, khoai lang luộc. Buổi sáng thường không có gì ăn nên với Thùy sắn, ngô, khoai ngon lắm, ngon hơn cả bánh xôi khúc hồi ở nhà bố mua. Thùy ước gì Nga là chị gái, thay thế ông anh lười biếng được mẹ nuông chiều, hay bắt nạt và đánh Thùy. Nghĩ vậy Thùy tự cười: "Ngớ ngẩn thật!"

Ngồi viết liên tục, các ngón tay tê mỏi, nhất là mùa đông, gió lạnh, giá rét, mặc dù mặc áo len, kèm theo áo trấn thủ bố may cho, Thùy vẫn rét run, tay cóng khó viết đẹp, được giải lao bằng cách làm việc cùng Minh chia sách về các khoa. Nhà trường sơ tán ra nhiều khu vực, các khoa cách nhau có nơi hơn mười cây số, khi Thư viện trung tâm chia xong sách, thông báo, họ cho người đến lấy về.

Số sách, tạp chí hỏng, mối mọt, rách, Minh xin ý kiến lãnh đạo tiêu hủy, đem ra sân đốt. Những ngọn lửa hồng nổ tí tách làm dịu đi không khí lạnh nơi rừng núi, hơ hai bàn tay trên ngọn lửa bập bùng cảm thấy dễ chịu những ngày đông giá lạnh. Công việc hàng ngày trôi qua đều đều như vậy với Thùy.

Tuần làm việc sáu ngày, sáng đi tối về căn phòng bé nhỏ, Thùy thích nghi dần với nếp sống mới. Những buổi tối họp công đoàn, thanh niên, mỗi khi phát động phong trào thi đua ai cũng hăng hái tham gia. Ngày đầu đi họp, Thùy chưa hiểu ngượng ngùng, bỡ ngỡ, ngồi im lắng nghe mọi người phát biểu, thảo luận. Pao người Tày, bí thư chi đoàn, giới thiệu với mọi người, "đồng chí Thùy nhân viên mới, hôm nay tham gia sinh hoạt đoàn thanh niên chúng ta". Thùy xấu hổ, e thẹn, cúi đầu không dám nhìn. Sau buổi họp, Pao gặp Thùy nói chuyện với tư cách bí thư , giải thích về quyền lợi và nghĩa vụ của thanh niên đối với Đoàn thanh niên Lao động.

- Em tuổi trẻ, nhân viên mới, nên tham gia mọi tổ chức của nhà trường như công đoàn, thanh niên, phụ nữ.

Nét mặt nghiêm nghị, Pao nói với giọng quan trọng:

- Em mười sáu tuổi chưa là đối tượng cảm tình Đoàn, phải cố gắng phấn đấu nhiều hơn, vì anh biết gia đình em có vấn đề, không thuộc thành phần cơ bản.

Lại thành phần gia đình! Nghe Pao nói mấy từ này, Thùy cảm thấy buồn, ớn lạnh, chả nhẽ thành phần tư sản dân tộc sẽ theo mãi suốt đời sao? Pao nói nhiều, nhưng Thùy không nghe được gì nữa, chỉ thấy hoang mang chán nản, miệng luôn luôn "vâng, vâng" cho lễ phép. Cuối cùng Pao bảo:

- Thùy yên tâm, tất cả đoàn viên trong chi đoàn luôn luôn bên cạnh và giúp đỡ, có thắc mắc gì cứ mạnh dạn hỏi anh.

Nghe Pao nói vậy, từ đó Thùy suy nghĩ nhiều về tổ chức đoàn thanh niên, nhưng vẫn băn khoăn về thành phần gia đình, bản thân. Các bạn cùng lớp phổ thông đều được kết nạp đoàn, (hồi ấy Thùy nghĩ do ít tuổi), có phải vì không là đoàn viên nên đơn xin thi đại học không đủ tiêu chuẩn? Thùy cảm thấy lẻ loi cô độc, cánh cửa vào đời khép kín chăng?

Nga nhận thấy Thùy gần đây ít nói cười, nên bảo Thùy Chủ nhật đến chơi ăn cơm với gia đình, muốn nhận lời nhưng e ngại. Nga vui vẻ nói:

- Em đến chơi với bé Lan, chắc con bé vui lắm đấy. Khoảng 10 hay 11 giờ Chủ nhật này, em nhớ đến nhé.

Nhìn thấy Thùy, bé Lan cười lộ mấy cái răng sún, khoanh tay:

- Em chào cô Thùy... chào chị Thùy ạ!

Thùy ngạc nhiên:

- Chào bé Lan! Sao em biết tên chị? Cứ gọi là chị cho thân nhé, em út của chị cũng năm, sáu tuổi bằng tuổi em thôi.

Lan cười, nhay nháy mắt.

- Mẹ nói, em ngoan nên hôm nay có chị Thùy đến chơi.

Thùy vui khi thấy bé Lan luôn mồm gọi:

- Chị Thùy ơi ra đây. Chị Thùy ơi nhanh lên...

Lâu lắm Thùy mới được vui đùa với trẻ em như những ngày ở nhà, nhưng lại muốn giúp việc trong bếp, Nga cười:

- Thôi chơi với bé Lan cũng là giúp chị rồi.

Nga khoe:

- Hôm qua anh Quang câu được con cá chép to,

để dành đãi khách đấy.

Thùy cười:

- Em được anh chị chiêu đãi thế còn gì bằng.

Thấy Nga nấu món riêu cá, Thùy chợt nhớ đến những ngày ở nhà. Sáng sớm hay theo mẹ đi chợ thị xã, thời kỳ chiến tranh chợ họp rất sớm, từ ba bốn giờ sáng, những chiếc đèn bão, đèn dầu trong chợ trông từ xa thật vui mắt như những ngôi sao lấp lánh giữa đêm khuya. Người từ khắp nơi đổ về đông dần, người mua kẻ bán ồn ào chen chúc nhau phiên chợ của miền trung du. Các bà bán thịt thường đến sớm, tiếng dao phay chặt thịt, chặt xương bôm bốp, chan chát xuống cái thớt to, Thùy đi qua nghe rờn rợn, sởn da gà. Hầu hết người bán rau, gà, vịt, cá là nông dân quanh vùng, chăn nuôi trồng trọt tự sản tự tiêu, vì cần tiền mua đồ dùng cần thiết như quần áo, cuốc xẻng nên đem ra chợ bán những thứ nuôi trồng. Thùy thích nhất quầy hàng tạp hóa có những chiếc lược ngà, lược sừng, cặp tóc hình con bướm thật xinh. Lướt qua khu bán hoa tươi đủ màu sắc thật đẹp mắt. Thùy và mẹ thường đi sớm mua tôm cá vì bố thích ăn hải sản. Ngoài cá rán, cá kho với riềng thơm nức mũi, nhưng riêu cá nấu với quả me thêm ít rau thì là, rau sà-lát, rau mùi, món ăn khoái khẩu nhất của bố. Có lần bố nói đùa:

- Có cá đổ vạ cho cơm, hôm nay nếu có thủng nồi trôi rế không phải tại tôi đâu đấy nhé.

Nghĩ đến đây, tự nhiên Thùy thương bố nhiều lắm, nhớ nhà, nhớ bố da diết.

Mấy tháng Thùy ăn cơm tập thể đã quen, nhưng vẫn nhớ bữa cơm gia đình. Hôm nay ăn cơm cùng Quang, Nga và bé Lan, Thùy cảm thấy ấm cúng nên ăn ngon miệng, chuyện trò vui vẻ cộng với tiếng cười, tiếng nói líu lo của Lan, Thùy như được sống lại cảnh sinh hoạt cùng cha mẹ và các em.

Thùy chợt nghĩ đến cuộc sống hiện tại. Họp chi đoàn sao không có mặt Nga nhỉ? Thùy tò mò hỏi:

- Chị ơi, anh Minh là cán bộ đoàn thanh niên phải không?

Nga bình thản trả lời:

- Tất nhiên rồi, còn sinh hoạt trong tổ đối tượng đảng nữa. Vì vậy mới được làm tổ trưởng. Người lãnh đạo phải là đảng viên hoặc ít nhất cũng ban chấp hành đoàn. Anh chị đây vô đảng, vô đoàn dù có thâm niên gì chăng nữa vẫn chỉ là nhân viên quèn đi làm kiếm sống.

Nga nhìn Thùy âu yếm:

- Em còn trẻ, chưa lập gia đình, nên tham gia mọi tổ chức đoàn thể, cố gắng phấn đấu mới có triển vọng sau này. Em vẫn đi họp thanh niên đấy chứ?

Nét mặt buồn, Thùy khẽ nói:

- Vâng, chị. Anh Pao, bí thư chi đoàn bảo, em khó được kết nạp đoàn vì gia đình có vấn đề, không phải là thành phần cơ bản.

Nga nhìn sang chồng, Quang vô tư nói:

- Không có vấn đề gì quan trọng đâu, em cứ làm tốt công việc, tham gia đầy đủ các hoạt động của nhà trường, vui vẻ hòa đồng với mọi người. Em không phải lo nghĩ cho mệt, trong cơ quan ta rất nhiều người không phải đảng viên, đoàn viên vẫn sống vui vẻ hạnh phúc, mai kia em sẽ hiểu. Thôi ta ăn kẹo nguội, mất ngon.

Nghe Quang nói vậy, Thùy cũng yên tâm hơn, không nghĩ nhiều nữa, nhưng cảm thấy những người lớn tuổi trong các phòng ban ở khu trung tâm có gì đó nên họ ít nói, kín đáo, thật khó hiểu, quá phức tạp. Thùy tự nhủ phải cẩn thận giữ gìn, khéo léo cư xử với mọi người.

*

* *

Hàng tuần chỉ ngày Chủ nhật được nghỉ, vì vậy không có nhiều thời gian, công việc bề bộn, vệ sinh cá nhân, giặt quần áo, ngoài ra thỉnh thoảng Thùy cùng mấy chị trong khu tập thể đi chợ huyện cách năm sáu cây số, năm ngày mới có một phiên, nhiều người tranh thủ mua gạo nếp, nấm hương, mộc nhĩ, đồ dùng của phụ nữ. Không những thế, Chủ nhật phải đi lấy củi nộp nhà bếp theo quy định 30 kg một tháng, không đủ sẽ bị cắt cơm. Động chạm vào dạ dày, ai cũng phải cố nộp đủ tiêu chuẩn. Củi không dễ kiếm, đi xa, vào rừng, nhiều khi phải chặt cây khô bằng rìu, đối với người gầy, bé nhỏ như Thùy càng khó khăn hơn. Nhiều chị rất cố gắng, nhưng vẫn không đủ nộp, các chị bàn nhau rủ thanh niên trong trường đi lấy cùng để họ giúp, có nam giới khỏe mạnh, nhanh nhẹn dễ kiếm được đủ tiêu chuẩn.

Có chị xúi Thùy hỏi các anh ở bộ phận khác, Thùy nhỏ bé, ít tuổi chắc họ dễ nhận lời giúp đỡ hơn.

Từ tuổi thiếu niên, Thùy bước sang tuổi thanh niên quá vội vàng do hoàn cảnh bắt buộc. Một cô bé gầy nhom tuổi mười lăm, sinh ra trong gia đình không giàu cũng không nghèo, hàng ngày sau buổi học nhà trường, Thùy giúp bố thùa khuy, đơm cúc, vắt gấu áo quần, trông em, vui chơi với bạn bè, vô tư, đột nhiên phải xa gia đình, xa tất cả người thân đi làm kiếm sống, tự lập, không nơi nương tựa, non nớt trong suy nghĩ, phải cố gắng thích nghi với cuộc sống mới, hoàn cảnh mới. Những người trong nhà trường đều lớn tuổi, bậc cha chú, cô dì, trong đó nhiều người có vợ con sống trong trường hay ở quê làm ruộng. Hè và những ngày lễ, tết Nguyên đán được nghỉ, họ về quê thăm gia đình ở Hà Giang, Cao Bằng, Lạng Sơn, Yên Bái, Tuyên Quang... thuộc khu tự trị Việt Bắc, một số ít quê Hà Nam, Thái Bình, Nam Định. Thị xã nơi gia đình Thùy sống, đi chợ mới nhìn thấy người Tày, Nùng, nhưng ở trường Sư phạm Việt Bắc có rất nhiều người dân tộc thiểu số khác nhau từ các tỉnh miền núi về đây làm việc và học tập. Những ngày lễ hội, tết hay liên hoan văn nghệ, họ mặc trang phục truyền thống sắc màu dân tộc, hoa văn trên vạt áo, tay áo, quàng khăn thổ cẩm, những chiếc vòng bạc đeo ở cổ tay, vòng cổ, xà tích bạc và chiếc khăn Piêu của chị em dân tộc Thái đen trông thật đẹp, duyên dáng cùng với chiếc đàn then của người Tày, Nùng vang lên giai điệu trầm bổng đều đều như tiếng thì thầm của đôi trai gái giữa đêm khuya dưới gốc cọ, đồi chè của núi đồi miền trung du trùng

trùng điệp điệp và tiếng khèn í lên ộ xuống như những con đường mòn vắt qua dốc núi cao, lởm chởm mỏm đá tai mèo, quê hương của các chàng trai dân tộc H'Mông vùng biên, vừa thổi vừa nhảy theo nhịp điệu khèn ngày lễ hội.

Ngoài hoạt động các đoàn thể công đoàn, thanh niên, phụ nữ, Thùy còn phải tham gia tập dân quân tự vệ như những người lính trên chiến trường. Cũng lăn, lê, bò toài, tập bắn súng, tập đi đều, đằng sau quay, nghiêm, nghỉ... theo điều lệnh của chỉ huy. Khoác khẩu súng trường trên vai, báng súng gần như chạm đất, nặng quá sức trong buổi tập quân sự theo tiếng hô của chỉ huy mà Thùy không dám kêu ca. Sau mỗi buổi tập, quần áo lấm lem, ướt đẫm mồ hôi Thùy nằm lăn ngay trên giường vì quá mệt, nhưng cũng thấy vui vui, nhớ đến những ngày xưa theo anh và lũ bạn chơi trò đánh trận giả. Súng là những cành cây khô, cái gậy, ấy thế cũng chạy, cũng bò, cũng hò hét xung phong và bắn 'pằng pằng' bằng mồm. Giờ đây, hàng tuần tập quân sự của đội dân quân tự vệ cơ quan, sẽ được bắn súng thật, đạn thật, Thùy đã thành dân quân tự vệ của nhà trường.

Đi lấy củi nộp nhà bếp, Thùy đúng là cô gái thị thành, cầm dao quắm, cái rìu không xong, lóng ngóng, khi chặt cành cây không chính xác, nham nhở như cóc gặm. Tân, Thái hai chàng trai người dân tộc, quen làm nương rẫy nên công việc chặt cây, bổ củi, vác gỗ đối với các anh thật nhẹ nhàng, nhanh gọn. Thùy chỉ nhặt cành cây khô xếp thành đống. Những cây khô to, Tân, Thái mang rìu chặt thành từng khúc, vác về. Có sự hỗ trợ của hai anh nên đám phụ nữ hàng tháng đạt chỉ tiêu nộp nhà bếp, bù lại công các anh, nhóm phụ nữ chịu trách nhiệm cơm nắm muối vừng và nước vối đem theo phục vụ cả tổ. Anh Tân, dân tộc Mèo, Tuyên Quang, nhân viên hành chính, có chiếc mũi hếch to tướng, hay pha trò, khi cười chiếc mũi đã hếch lại càng hếch lên, rất ngộ nghĩnh, không ai nhịn được cười.

Ngày ở nhà, bố giao cho ba anh em chiếc xe bò mượn hàng xóm đi vào rừng, xa gần mười cây số kiếm củi, từ hồi anh Chính mười sáu, Thùy mười ba và Hồng mười tuổi, cơm nắm muối vừng, ấm nước vối đem theo. Đi từ sáng đến tối mịt mới về, ba anh em cũng kiếm được gần xe bò, đủ cho mẹ đun một tháng. Tuy mệt rã rời, quá vất vả nhưng được bố mẹ khen cũng vui vui.

Sau một thời gian, Đoàn thanh niên giao cho Thùy phụ trách đội thiếu nhi, con cán bộ nhân viên nhà trường, lứa tuổi từ sáu đến mười hai. Thùy thích lắm, vui chơi với trẻ thoải mái coi như em, chúng vô tư, không khó hiểu như người lớn. Thùy lập bảng kế hoạch sinh hoạt vui chơi giải trí, dạy hát, dạy múa, họp nhóm, họp tổ, đôi khi còn giúp những em học chưa tốt làm bài tập của nhà trường. Các em quý và nghe lời Thùy, coi như chị cả. Từ khi thành lập, cha mẹ các em yên tâm làm việc, thành tích ấy chi đoàn đánh giá tốt, Thùy được nêu gương. Chính vì thế, tháng sau xe đi thị xã lấy sách, Thùy được về thăm gia đình. Không niềm vui gì bằng khi nghe tin ấy, Thùy chuẩn bị đi chợ huyện mua vài thứ về làm quà cho bố mẹ và các em. Nghĩ đến ngày được gặp bố mẹ, các em, Thùy tưởng tượng mọi người ngắm nghía Thùy, xem lớn chừng nào, chắc bố sẽ hỏi nhiều lắm, sống ra sao, công việc có phù hợp với sức khỏe không... Thùy sẽ khoe với bố, tham gia dân quân tự vệ, vào công đoàn, sắp được kết nạp đoàn viên thanh niên, được tin tưởng giao phụ trách thiếu nhi của trường. Bố vui vì Thùy mua được phong thuốc lào thơm ngon nhất, đưa tiền lương dành dụm tuy ít ỏi, chút trầu cau tươi biếu mẹ và túi kẹo bánh cho các em. Thùy tự hào lắm vì bây giờ đã đi làm, có lương, giúp phần nào cho gia đình, chắc chúng vui vì có chị đi làm, về chơi mua quà cho chúng.

Trong khi xử lý đống sách tồn trong kho, hàng tháng ba người vẫn phải luân phiên ra huyện mua và lấy thêm sách mới. Có tháng Thùy đi cùng Nga, có tháng không phải đi, làm việc trong thư viện. Minh nói phải kết hợp mọi việc tốt, thư viện mới sớm đi vào hoạt động. Số sách đã nhập vào sổ rõ ràng, phân chia theo bộ môn, nội dung sách. Thư viện Trung tâm bắt đầu chính thức hoạt động, quy định giờ mở cửa các ngày trong tuần, nội quy mượn và trả sách phục vụ cho sinh viên, cán bộ, nhân viên làm việc trong khu trung tâm. Cán bộ, giảng viên và sinh viên các khoa nơi khác đến chỉ được mượn sách, tạp chí hai ngày, thứ Tư và thứ Sáu trong tuần.

Sơ tán trong rừng, không có điều kiện đóng giá sách bằng gỗ như quy định. Lãnh đạo đồng ý cho sử dụng bương, tre, giang, nứa, những vật liệu trong rừng tạo thành những giá sách. Phòng mượn sách diện tích nhỏ hẹp, chứa khoảng sáu, bẩy giá sách. Tuy giá sách bằng bương, tre, giang, nứa, thật đơn sơ, giản dị, mộc mạc, thơm mùi tre nứa man mát dễ chịu, trông cũng thật đẹp. Công việc của Thùy, thủ thư cho mượn sách, theo đúng quy định thủ tục mượn và thu hồi sách. Giảng viên, sinh viên, cán bộ các khoa phòng mượn sách phải có giấy giới thiệu và chứng minh thư. Thời gian mượn hai tuần, hết hạn phải trả hoặc đến gia hạn, nếu mất, hỏng phải bồi thường theo từng mức độ. Thủ thư phải chấp hành nghiêm túc thủ tục quy định. Nghe cũng thấy kỳ kỳ, có người nghĩ đơn giản, một cuốn sách to tát gì mà quan trọng hóa đến thế. Trong hoàn cảnh hiện tại của nhà trường, mọi người phải có ý thức xây dựng, bảo vệ, vì vậy trong các cuộc họp công đoàn, thanh niên, nhà trường thường xuyên nhắc nhở ý thức bảo vệ tài sản của công.

Thùy nhỏ bé, ít tuổi đôi khi bị giáo viên, sinh viên trêu chọc, coi thường. Thùy biết vị trí, thân phận cố gắng cư xử với thái độ ôn hòa, thân thiện. Thùy nhớ mãi một chuyện xảy ra, hôm ấy đang sắp xếp số sách độc giả mới trả lên giá sách trong kho, một tiếng động mạnh từ bên ngoài khiến Thùy giật mình. Minh đi công tác, bé Lan ốm, Nga không đi làm, thư viện chỉ có một mình, Thùy cảm thấy lo lo, kém tự tin, hơn nữa xung quanh thư viện vắng vẻ, những cây cọ già cao to, cành lá xum xuê, mỗi khi có cơn gió thổi mạnh, cành lá cọ đập vào nhau tạo nên âm thanh rào rào, ầm ầm như tiếng thác nước từ trên cao đổ xuống, Thùy cảm tưởng như nước sắp tràn vào kho, làm ướt sách. Có lúc gió thổi nhè nhẹ, vi vu như ru người ta vào giấc ngủ, không có tiếng người, tạo nên khung cảnh thật yên tĩnh kỳ lạ giữa ban ngày nơi đồi núi.

Đột nhiên có tiếng 'bốp, bốp' đập mạnh xuống bàn bên ngoài phòng, Thùy giật mình, vội bước nhanh ra xem. Một người đàn ông khoảng ba mươi tuổi, đứng sừng sững trước bàn viết của Thùy, tay lật giở từng trang trong quyển danh mục sách cho mượn. Nét mặt lạnh lùng, ông ta ngẩng lên nhìn Thùy, nhìn xung quanh không thấy ai, nói to, giọng trầm trầm:

- Cô là người làm việc ở đây à?

Thùy cố lấy bình tĩnh, trả lời:

- Thưa chú! Vâng. Chú mượn sách hay cần gặp ai?

- Tôi muốn mượn ít tài liệu.

- Dạ, chú làm ơn cho cháu xem giấy giới thiệu?

Mặt ông ta cau có:

- Phải có giấy giới thiệu mới được mượn? Tôi là cán bộ giảng dạy ở khoa Toán.

Thùy bình tĩnh:

- Chú làm ơn đọc kỹ tờ giấy dán bên kia về quy định thủ tục mượn sách, ngày giờ mở cửa. Chú là cán bộ phải có giấy giới thiệu chứng thực người của khoa.

- Vậy cậu Minh, cô Nga đâu?

- Dạ, anh Minh và chị Nga có việc ra ngoài rồi.

Ông ta đập mạnh quyển danh mục xuống bàn với vẻ mặt khó chịu.

- Vậy hôm khác tôi đến, chào cô.

- Dạ, chào chú.

Ông ta bước nhanh ra cửa, miệng lẩm bẩm, Thùy hú vía, như trút được gánh nặng. Mấy hôm sau, Thùy kể lại cho Nga, chị không nói gì, chỉ cười, cười như nắc nẻ, Thùy không hiểu sao lại cười. Sau này mới biết, ông ta lấy cớ mượn sách đến tán gẫu vì thích Nga. Trong khu trung tâm, rất ít cán bộ nhân viên các phòng ban mượn sách, Thùy nghĩ, tại sao nhỉ? Hình như họ không có thời gian đọc sách, tài liệu, vì cuộc sống quá khó khăn, thiếu thốn nơi sơ tán, hết giờ làm việc, vội vàng lo lắng việc riêng của gia đình. Những người có vợ con sống trong khu tập thể, gian nhà quá chật hẹp, nhất là gia đình đông con càng khó khăn hơn. Nếu chỉ một người đi làm, gánh nặng đè lên vai, họ cố gắng làm tròn trách nhiệm công việc được giao, sau đó lo chuyện gia đình. Những người có vợ con sống ở quê rảnh rỗi hơn, thỉnh thoảng đến thư viện mượn sách báo đọc giải khuây. Đa số người đến thư viện là sinh viên và giảng viên các khoa, nét mặt họ thường lạnh lùng, khinh khỉnh, tiết kiệm cả nụ cười. Thùy nghĩ, do hoàn cảnh chiến tranh, sách, tài liệu nghiên cứu thiếu thốn, không như những ngày hòa bình, họ sống học tập, làm việc tại Hà Nội nên thế chăng? Thùy không quan tâm thái độ của họ, mỗi người có nhiệm vụ riêng, miễn sao làm tốt công việc được giao. Tuy nhiên, trước ánh mắt khinh bạc, chạm vào lòng tự trọng, Thùy quyết tâm phấn đấu để một ngày nào đó được ngồi trên chiếc ghế giảng đường đại học, trở thành người trí thức như họ.

Tiếp xúc với sinh viên mượn sách, hoặc người đến giúp các thủ thư viện dưới khoa lên lấy sách về cơ sở, thường thường họ nhiều hơn Thùy vài tuổi, ai cũng vui tươi, ánh mắt tràn đầy niềm tin và ước mơ. Sau bốn năm đèn sách, họ sẽ là thày cô giáo của các trường phổ thông trung học trong khu tự trị Việt Bắc. Nghĩ đến, Thùy buồn lắm, chỉ vì thành phần gia đình Thùy buộc phải đánh mất ước mơ, chắc gì sức học của họ đã hơn. Thùy muốn biết cuộc sống của người sinh viên, học tập vất vả ra sao, niềm tin và hy vọng của họ là gì sau khi tốt nghiệp. Sinh viên thường mượn sách chuyên môn, số ít mượn sách văn học nghệ thuật. Sau một thời gian, quan hệ giữa Thùy và các sinh viên đồng cảm, thân mật hơn, đa số xuất thân tầng lớp lao động, dân nghèo, con em cán bộ đảng viên dân tộc ít người các ty ngành -thành phần cơ bản như theo cách gọi của chính quyền vô sản-, của các tỉnh trong khu tự trị, một số rất ít người Kinh, nhưng sinh sống lâu đời trong các thị xã, thị trấn của khu, đôi khi họ là học sinh kém ở các tỉnh Hải Dương, Hưng Yên, Hà Nội.... không đủ điểm vào các trường đại học ở Hà Nội. Trước mặt Thùy, họ kiêu hãnh, dù sao cũng khoác chiếc áo sinh viên đại học, còn Thùy chỉ là nhân viên thư viện, thái độ ấy càng thúc đẩy quyết tâm một ngày nào đó Thùy cũng được khoác chiếc áo sinh viên như họ.

Chiều qua lúc ăn cơm, Lý và Hợi nói với Thùy:

- Ngày mai ba chị em mình đi kiếm thêm củi để đun nấu và sưởi, mùa đông sắp đến rồi em à.

- Vâng, hai chị bảo sao em nghe vậy.

Thùy chưa biết lo xa như các chị. Trên đường về, Minh đi theo mấy chị em, nói với Lý:

- Ngày mai mấy giờ đi kiếm củi, cho tôi đi cùng cho vui.

Hợi nhìn Minh cười, nói chen vào:

- Kiếm củi có gì vui đâu.

Pao, Thái cũng lên tiếng:

- Mấy giờ ngày mai xuất phát? Chúng tôi đi cùng nhé.

Về đến phòng ngủ, không biết Lý nói gì với Hợi, hai người khúc khích cười mãi.

Thời tiết hôm nay như chiều lòng người. Sáng sớm lớp sương trắng mỏng tan nhanh, dự báo một ngày nắng đẹp, không u ám như hôm qua. Ba chị em quần áo gọn gàng, đeo túi dệt thổ cẩm mua ở chợ huyện, trong túi có lương thực đcm đi ăn trưa, tay cầm dao, mấy anh thanh niên đã đứng chờ ở dưới chân đồi từ khi nào. Minh, trai Hà Nội, mệnh danh thư sinh Thủ đô, vậy mà hôm nay cũng có mặt sớm. Mọi người gật đầu chào nhau rồi rảo bước đi về phía rừng. Mấy chị bàn nhau, không cần tìm cây gỗ to nữa, tháng này đã nộp đủ cho nhà bếp, chỉ kiếm cành củi khô nhỏ không phải bổ, chặt vất vả, lại dễ đun nấu, vì không có Tân bầu không khí có phần trầm lắng, thiếu người pha trò như mấy lần trước.

Hợi cất tiếng hát khe khẽ. Chị quê Nam Định, y tá của trạm xá trung tâm, làm việc trước Thùy hai tháng, hơn Thùy vài tuổi, nước da nâu nâu, không biết có phải vì nắng gió đồng bằng sông Hồng nên chị có nước da ấy mà nhiều người nói thế, rất ít khi thấy chị cười, ít nói, nhưng hiền lành. Hợi hát chèo hay lắm, nhất là Chầu văn, bảo, ở quê tham gia đội văn nghệ xã. Vậy sao trước đông người, Hợi hay đỏ mặt xấu hổ không chịu hát? Ai cũng khen chị hát hay, nhưng không thấy anh nào để ý, gần gũi nói chuyện, Thùy thích đi cùng Hợi hơn. Lý hơn Thùy mười tuổi, Thùy cảm thấy chị hơi khó tính, không cởi mở, khó gần, hay vì là y sỹ trạm xá trưởng?

Không hiểu sao, Thùy đi hướng nào, Minh cũng đi theo, sao không đi cùng Pao, Lý? Thùy muốn nói chuyện riêng với Hợi nhưng Minh cứ bám theo sau. Thùy không thích, nhưng có phải chỉ vì Hợi vui và hát khe khẽ suốt buổi nên anh ta đi theo? Gần trưa, mỗi người cũng kiếm được một bó to kềnh. Thùy và Hợi đang loay hoay tìm dây rừng buộc thành hai gánh củi cho dễ đem về, Pao trông thấy chạy đến giúp, Minh gạt tay, nói:

- Cậu yên tâm, để tôi buộc giúp hai cô này. Cậu đến

đằng kia giúp bà Lý.

Pao cười:

- Đúng rồi, mọi người nhanh tay về nghỉ sớm. Tối nay còn sinh hoạt chi đoàn.

Nghĩ đến tối nay phải họp thanh niên, Thùy thấy sao sao ấy, nhưng phải đi. Lại phải ngồi lắng nghe bí thư chi đoàn nói dài dằng dặc về chủ trương, chính sách, đường lối kế hoạch lặp đi lặp lại, nghe phát chán, nhìn sang bên cạnh, mấy anh chị đoàn viên đều ngủ gật. Thùy đang miên man nghĩ lung tung thì có người cầm bàn tay Thùy. Giật mình, Thùy rút nhanh tay, ngửng nhìn, hóa ra Minh, Thùy không hiểu. Minh làm như vô tình, không biết gì, nhưng mặt anh đỏ ửng. Ông này điên hay dở hơi mà cầm tay người ta giữa ban ngày ban mặt? Mai kia mình lại bị ghép cho cái tội thiếu đứng đắn, quan hệ với người đàn ông có vợ, rồi lại nhắc đến thành phần gia đình, Thùy không thích, không vui.

Từ sau ngày đi lấy củi, Thùy bắt đầu cảm giác là lạ, không được tự nhiên như mọi khi đến làm việc, nhất là phải đối diện với tổ trưởng Minh. Phải chú ý tránh xa, nhưng thật khó khăn khi phải làm việc dưới quyền anh ta. Vừa tập trung làm việc, vừa cố gắng sao không bị chê trách. Tâm trí căng thẳng, không biết tâm sự cùng ai. Thùy tìm niềm vui để quên đi khi sinh hoạt cùng các em thiếu niên, dạy các em hát, múa. Những lúc bên các em, Thùy mới được cười vui vẻ, thoải mái, không nghĩ gì đến thư viện nữa. Có lúc Thùy muốn nói chuyện với Hợi mong góp ý. Nhưng từ sau ngày đi lấy củi, Hợi hay nhắc đến Minh, khen tốt bụng, ga lăng. Thùy nghĩ, im lặng là tốt nhất, giữ kín trong lòng không tâm sự với ai về việc Minh đã cầm tay. Thùy càng bức xúc, khó chịu, căng thẳng, tìm cách tránh mặt, Minh lại luôn tìm cách đến gần.

- Cô Thùy kiểm tra lại tài liệu này xem có nhầm lẫn gì không?

Minh nói với giọng khó chịu. Thùy đang chăm chú tìm xem sai sót, cảm thấy sau lưng mình nong nóng, quay lại, Minh đứng sát ngay sau lưng, Thùy từ từ kéo ghế ra xa. Mặt nóng bừng, run run, không biết nên làm thế nào bây giờ, nghĩ thầm: "Chị Nga ơi, cứu em..." Minh vẫn đứng đó, cúi người xuống sát đầu, nhanh trí Thùy nói:

- Em xin lỗi, cho phép em đi vệ sinh.

Minh lùi lại, rồi đi vào phía bên trong kho sách. Hôm nay, Thùy mong sao cho nhanh hết giờ làm việc.

Ngày hôm sau, vừa bước chân vào cửa, chưa kịp treo túi, Minh nói:

- Cô Thùy, hôm nay cô có nhiệm vụ sắp xếp lại số sách trên giá cho đúng vị trí.

- Vâng, em làm ngay bây giờ.

Tổ trưởng Minh tìm mọi cách tiếp cận, không cho Thùy ngồi yên. Khi bảo kiểm tra số sách, đi mua, đi nhận sách mới, hình như anh ta cố tình bới việc, xoay Thùy như chong chóng, nhưng không hề động đến Nga. Nga nghĩ đơn giản, cho đó là cách hướng dẫn, tập cho Thùy quen công việc. Nhưng thực ra chỉ có hai người biết và tự hiểu. Mấy ngày trước, Minh đưa cuốn truyện mới, nói Thùy phải đọc trước để giới thiệu với độc giả. Tối về phòng, trước khi ngủ, Thùy tranh thủ nhìn lướt qua. Một tờ giấy từ trong sách rơi ra. "Em Thùy…" lá thư ghi tên mình. Hai trang giấy viết tương đối dài, nhìn nhanh cuối thư ký tên "Anh Minh, mong chờ tin của em..."

Nhìn vội ra ngoài cửa như sợ có ai ngó vào, Thùy từ từ đọc xem thư viết những gì? Đây là lần thứ hai nhận được thư nam giới. Lần trước, cậu bạn học cùng lớp viết thư ngỏ ý có cảm tình đặc biệt, bố bắt được mắng, cấm không cho đi học cùng nhau nữa. Bố nói "Đang tuổi đi học, phải tập trung học cho giỏi, không được quan hệ vớ vẩn." Lần này ở đây, đã đi làm, được tự do, sao lại thấy run sợ, Thùy ước gì có bố ở bên. Đêm ấy Thùy nghĩ lung tung, ngày mai sẽ thế nào khi giáp mặt với Minh? Nhưng bắt buộc vẫn phải đến thư viện làm việc, Thùy ngủ thiếp đi trong lo lắng, sợ hãi.

Không biết Minh nghĩ gì, sáng khi gặp, anh gật đầu chào như không có chuyện gì xảy ra, nói với Thùy:

- Cô Thùy chuẩn bị ngày mai cùng tôi theo xe ô tô của trường về thị xã mua sách. Sau đó cô được ghé thăm nhà hai tiếng, chiều tối ta trở về trường.

Tin vui này thật bất ngờ khiến Thùy quên chuyện lá thư. Mấy tuần trước Thùy đã mua chuẩn bị quà cho gia đình. Nga vui lắm khi thấy Thùy sung sướng.

Hơn nửa năm Thùy chưa được gặp cha mẹ và các em, bị cuốn hút vào công việc, cùng bao nhiêu thay đổi, Thùy quen dần với cuộc sống mới. Nỗi nhớ được giấu kín, không còn vẻ mặt ướt át trẻ con như những ngày mới vào làm.

Chiếc xe tải Giải Phóng cũ kỹ của trường hôm nay chú Phước lái, anh Tuyên phụ xe, Thùy được ưu tiên ngồi trên ca-bin cạnh tài xế. Phước người miền Nam, khoảng gần bốn mươi tuổi, mười lăm năm trong nghề, tính tình vui vẻ, hay nói, kể chuyện vui suốt dọc đường. Quãng đường 50 km không thấy dài như ngày chú Sinh đạp xe đèo Thùy đưa lên trường nhận việc. Đường nhiều ổ gà, mấp mô, xe xóc, người ngồi trong nghiêng ngả theo xe, có lúc chồm lên, giật xuống như bị tra tấn. Minh ngồi thùng xe phía sau chắc bị tung lên tung xuống vì nghe tiếng kêu oai oái. Xe đi qua hai con suối, nước không sâu lắm, nhưng toàn sỏi, đá gập ghềnh, Thùy nghĩ thầm "xuống đi bộ lội qua suối thoải mái hơn ngồi trên xe."

Con đường đất hẹp xuyên qua nhiều cánh rừng, tiếng cành cây xòe ra hai bên đường quẹt mạnh vào thùng xe nghe rờn rợn. Đêm qua mưa to, đường đất nhiều đoạn lún sụt thành hố sâu, lầy lội, đất sét bám đầy lốp xe, gặp ổ trâu, một bánh xe trước tụt xuống, nhiều lần Phước rú ga, bánh xe quay tít không qua được hố sâu. Xe bị chết máy, tất cả phải xuống đẩy xe, Tuyên dùng tay quay ma-ni-ven (manivene) quay nhiều lần mới nổ máy. Mỗi lần Phước rú ga, mọi người đồng thanh kêu to: "Cố lên, cố lên nào..." Sau nhiều lần cố sức, chiếc xe tải cũng vượt qua được hố bùn. Ai cũng thở phào, chân tay lấm lem, nhưng mừng ra mặt, lên xe. Phước cười nói:

- Mong sao hôm nay trời nắng đẹp cả ngày, đường sẽ khô nhanh, tối về sẽ không bị khổ như thế này nữa. Từ bây giờ, sắp rẽ vào đường quốc lộ, bằng phẳng hơn, mọi người yên tâm.

Thùy lên tiếng:

- Chú ơi, mình cố gắng về sớm. Cháu sợ đi đêm như thế này nguy hiểm lắm.

- Yên tâm đi, nhóc con.

Thùy không vui khi Phước gọi nhóc con, từ đó im lặng không nói gì nữa.

Đã hết đọan đường rừng, xe chạy sang đường quốc lộ rải nhựa, hai bên những cánh đồng lúa xanh ngát bắt đầu trổ bông. Xa xa thấp thoáng những đồi chè trải dài trông mướt mắt. Mặt trời bắt đầu lên cao, báo hiệu một ngày nắng đẹp, Thùy ngắm nhìn ruộng lúa nhấp nhô, bồng bềnh lên xuống như những đợt sóng uốn mình theo chiều gió. Không khí thật dễ chịu, thoáng mát hơn ở thị xã. Chắc giờ này bố đi làm, các em đi học, mẹ đang làm gì nhỉ? Nghĩ đến chiều nay được ghé thăm nhà, cảm giác lâng lâng khó tả ập đến, Thùy sung sướng. Em Hồng viết thư kể cho Thùy mấy tháng trước, cả nhà cũng đi sơ tán. Bà con trong phố phải thực hiện lệnh của UBHC, nhưng không thể kéo dài được. Sơ tán ở nhờ nhà họ hàng hay người quen thân gặp rất nhiều khó khăn cảnh ăn nhờ ở đậu, sinh hoạt thiếu thốn, đi chưa được hai tuần mọi người lũ lượt trở về. Lần này, UBHC yêu cầu các gia đình phải đào hầm trú ẩn theo quy định, người dân tiếp tục sống và làm việc, nhưng trong tư thế sẵn sàng khi có còi báo động của ban phòng không tỉnh và thị xã. Mọi người đã thích nghi với hoàn cảnh thời chiến, công ty của bố không đi sơ tán. Thùy tự hỏi, các bạn cùng phố có đứa nào đỗ đại học, trung cấp hay chuyển đi đâu không? Nhớ các bạn, nhưng giờ đã đi làm, thành người lớn rồi, Thùy nghĩ lan man tự nhiên tủm tỉm cười một mình.

Xe vào thị xã, qua phố Đầu Cầu, bon bon qua ngã tư, lướt qua dẫy cây bàng quen thuộc trước cửa nhà Thùy, nhưng xe vẫn chạy đến cửa hàng sách trung tâm. Thị xã giờ đây vắng vẻ, yên tĩnh, ít người đi lại, hai bên đường rất nhiều hầm trú ẩn cá nhân và tập thể ngụy trang rất khéo, cảnh tượng của chiến tranh hiện rõ trước mắt Thùy. Cửa hàng sách gần chợ, xe đến nơi mới gần 10 giờ sáng, phiên chợ vắng vẻ, vài gánh rau tươi, dăm bà bán tôm cá, quầy thịt chỉ còn hai. Một cảm giác buồn ập đến, khi Thùy nghĩ đến những phiên chợ đông vui tấp nập, ồn ào ngày xưa.

Minh và Thùy xuống xe vào cửa hàng sách đúng giờ hẹn. Phước và Tuyên lái xe đi lấy hàng nơi khác, hẹn chiều quay lại đón. Minh trao đổi với cửa hàng trưởng, Thùy đi từ từ ngắm hiệu sách, khoảng mười lăm phút sau Minh gọi vào trong kho. Ở nhà, Thùy đã lên danh sách, số lượng cần bổ xung. Hai người cùng kiểm tra chéo, tránh không để sai sót dù nhỏ. Vì mỗi đợt đi thị xã rất khó khăn, phải viết giấy báo cáo, trình bầy lý do thật cần thiết. Ban lãnh đạo nhà trường xét duyệt, đồng thời chờ kết hợp lấy một số hàng khác. Điều động một chuyến xe chờ đợi rất lâu mới được giải quyết, vì thế trước khi đi Minh nhắc Thùy phải thật cẩn thận.

Khoảng 2 giờ chiều, công việc mua, giao, ký nhận sách xong, Minh đồng ý cho về thăm nhà hai tiếng, Thùy háo hức kiểm tra túi quà đem về cho gia đình. Từ cửa hàng sách cách nhà khoảng một cây số, quá phấn khởi và hồi hộp, Thùy đi thật nhanh gần như chạy cho kịp thời gian. Đầu tiên ghé vào công ty của bố, từ bên ngoài Thùy đã nhận ra bố đang đo áo cho khách. Bố Thùy là thợ cả, giàu kinh nghiệm, có thâm niêm tay nghề lâu năm, công việc chính tiếp khách hàng, đo cắt quần áo sau đó giao cho thợ may. Ngoài nhận may đo, công ty còn trưng bày các loại vải, giá tiền đồng thời giới thiệu, gợi ý khách hàng mua và may loại hàng như thế nào phù hợp sở thích. Phía bên trong xưởng có hơn chục thợ may đang bận làm việc, Thùy bước nhanh, rồi đứng sừng sững trước cửa, mọi người ngạc nhiên ngẩng đầu lên nhìn. Thùy nhớ mãi lúc bố trông thấy, ông ngừng tay, mắt mở to chăm chăm nhìn rồi nói:

- Ôi, con gái tôi…vào... vào đây con …

Mọi người đang làm đều đứng lên chạy ùa đến vây quanh, tranh nhau hỏi, ai cũng vui mừng khen, chững chạc hơn khi còn ở nhà. Trong hoàn cảnh chiến tranh đánh phá ác liệt, chuyện hợp tan, còn mất, vui buồn có thể xảy ra với các gia đình bất cứ lúc nào. Gặp nhau, dịp may hiếm có, ông cảm động quá không nói được gì, chỉ ngắm nhìn con gái đang được mọi người tíu tít hỏi không kịp trả lời. Lúc sau, mọi người trở vào tiếp tục làm việc, Thùy đến trước mặt đưa gói quà một lạng thuốc lào Tiên Lãng sợi vàng óng, cảm động ông cầm tay Thùy, giọng run run:

- Con sống ở trên đó có ổn không? Ăn không được hay sao mà gầy thế. Lần sau về không phải tiết kiệm tiền mua quà cho bố nữa. Không có bố mẹ, con phải nhớ chú ý giữ gìn sức khỏe…

Thấy mắt bố ươn ướt, Thùy không biết đáp lời thế nào, gật đầu, khẽ thưa:

- Vâng, bố.

Tiếng đồng hồ quả lắc của cửa hàng đánh chuông vang to "Boong... boong...", ngước lên nhìn kim đồng hồ chỉ 2.30 phút. Thời gian không còn nhiều, sao nhanh thế vậy nhỉ? Thùy xin phép bố và chào các cô chú về thăm mẹ và các em. Thùy bước nhanh ra cửa, cảm giác vừa vui vừa buồn lẫn lộn ập đến, qua phố Trưng Vương, giờ không còn nhiều quầy bán hàng bầy trước cửa, chỉ còn lác đác vài quầy dọc phố, đi dưới hàng cây nhãn trước kia Thùy và các bạn thường chơi đùa, trèo hái trộm khi mùa nhãn chín rộ. Kia rồi, cuối dẫy bàng cành lá xum xuê, xòe to phủ bóng mát dọc phố là mái nhà thân thương của gia đình, còn mươi bước nữa, Thùy đi như chạy. Cánh cửa vẫn mở như ngày xưa, nhìn vào mẹ và các em đang ngồi quanh mâm cơm. Thùy kêu to:

- Mẹ ơi, các em ơi !...

Hai đứa em nhỏ nhìn thấy chạy nhanh ra ôm lấy Thùy. Mẹ Thùy cười, vui lắm, mắng yêu hai em rồi giục Thùy đi rửa tay ngồi xuống ăn cơm. Bây giờ Thùy mới thấy đói, từ 6 giờ sáng chưa có tí gì vào bụng. Lâu lắm, nay mới được ngồi bên mâm cơm cùng mẹ và các em. Trên mâm một đĩa rau khoai lang luộc chấm tương, bát nước rau lang đánh dấm cà chua, đĩa cà chua xào trứng (món sang trọng nhất trên mâm), một đĩa to đựng bánh bao bột mỳ không có nhân. Từ khi có chiến tranh, lương thực rất thiếu, vì thế tiêu chuẩn gạo phân phối không đủ, nhà nước bán bột mỳ hay ngô thay gạo là tình hình chung của cả nước. Để bữa ăn đỡ ngán, thị xã có cơ sở chế biến bột mỳ thành mỳ sợi, hoặc bánh mỳ bán cho nhân dân. Mẹ Thùy khéo tay làm bánh bao, nhìn vừa đẹp và dễ ăn hơn hẳn nắm mỳ luộc ở bếp nhà trường. Mấy cô cấp dưỡng của trường không chịu cải tiến, thay đổi cách nấu, thiếu tận tình làm việc, cốt làm cho xong, mong hết giờ. Bánh bao mẹ làm không nhân thịt, không trộn đường hay mật nhưng ăn rất ngon. Cuộc sống khó khăn, gian khổ đã rèn cho con người có sức chịu đựng như vậy. Mâm cơm thời chiến đơn giản nếu không muốn nói quá nghèo khổ, tuy vậy gia đình Thùy còn khá hơn nhiều gia đình khác, bánh bao không nhân cũng không đủ. Vừa ăn, vừa nhìn các em thấy chúng lớn hơn, khác nhiều, Thùy cảm thấy nghèn nghẹn trong cổ họng, thương các em, chúng không kêu ca, đòi hỏi gì. Thùy bảo các em:

- Các em ngoan, ăn xong chị có quà thưởng.

Quay sang mẹ, Thùy nói với vẻ tự hào:

- Con được lĩnh lương rồi mẹ ạ, từ nay con sẽ giúp đỡ bố mẹ nuôi các em. Nhìn các em vậy con thương bố mẹ và các em nhiều lắm.

Mẹ nhìn Thùy với ánh mắt âu yếm hiếm khi thấy. Ăn xong, Thùy gọi các em đến bên mẹ, đưa gói kẹo vừng cho mẹ chia đều cho các em, hai ki lô gạo nếp mua ở chợ huyện, loại nếp nương ngon ngày nay người ta gọi đặc sản, cùng mấy chục đồng tiền lương để dành đem về. Mấy đứa em tranh nhau hỏi:

- Chỗ chị làm có nhiều người không? Rừng có thú dữ không? Chị ngủ một mình có sợ ma không? Thư viện chị làm có nhiều sách cho trẻ con không? Họ có bắt nạt chị không?

Đang vui thì đứt dây đàn, chợt có tiếng còi xe ô tô bên ngoài tuýt...tuýt… xe nhà trường đến đón, đã hết giờ thăm rồi. Thùy không muốn xa mẹ và các em, nhưng bắt buộc phải trở về, bịn rịn chia tay nhau. Tiếng Minh từ bên ngoài gọi vọng vào:

- Nhanh lên cô Thùy ơi ...

Cậu em út khóc đòi đi theo, mẹ vừa lau nước mắt vừa giục Thùy nhanh chân ra xe đừng để mọi người phải đợi. Vậy là hết hai tiếng được ghé thăm bố mẹ và các em. Tất cả trôi quá nhanh như một giấc mơ đẹp, nhưng ngắn ngủi. Suốt dọc đường về, Thùy trầm ngâm không nói, chìm trong suy nghĩ, đến nỗi Phước hỏi chuyện thăm nhà cũng không nghe thấy.

Từ sau ngày về ghé thăm gia đình, Thùy ít nói, ít cười hơn, Nga nhận thấy có gì khiến Thùy thay đổi. Minh nói với Nga:

- Cô Thùy nhớ nhà nên vậy thôi.

Thời gian thăm nhà quá ít, nhưng đã lưu lại trong Thùy bao điều suy nghĩ. Hình ảnh các em trong bữa ăn trưa đạm bạc, càng nghĩ càng thương nhớ các em, ám ảnh tâm trí. Thùy đã quên chuyện lá thư, thầm cảm ơn Minh đã cho ghé thăm nhà, nhưng khiến Thùy bất an, lo lắng. Hàng ngày giáp mặt, làm việc cùng phòng, tuy hết sức cố gắng không làm phật ý, nhưng Minh bắt đầu sai bảo Thùy những việc linh tinh, giọng nói thường gắt gỏng, không vui vẻ, hay vặn vẹo: "Sao cô làm thế này? Sao cô không tập trung làm? Buồn ngủ hay sao?" thái độ Minh đã đưa Thùy trở về nỗi ám ảnh ngày nhận được thư.

Hôm nay, thứ hai ngày đầu tuần, hết giờ làm, trên

đường đến nhà ăn tập thể như thường lệ, Thùy gặp Nhiên, cô bạn gái lớn hơn Thùy một tuổi, văn thư trong khoa Sử. Biết nhau mấy tháng nay, Nhiên quê Yên Bái, gia đình nghèo không thể tiếp tục đi học, có người quen giới thiệu đến trường xin việc làm phụ giúp cha mẹ và em trai mười tuổi đang đi học. Được nhận vào làm việc ở đây không dễ chút nào, nhưng Nhiên người Tày, được nhận ngay, do chính sách ưu tiên con em người dân tộc, tính tình vui vẻ, thân thiện dễ gần. Ngay từ ngày đầu tiếp xúc Thùy và Nhiên trở nên đôi bạn thân thiết, mến nhau. Gặp Nhiên, Thùy vui lắm, rủ đi cùng ăn trưa, vừa đi vừa chuyện trò tíu tít như đôi chim.

Bước chân vào trong nhà ăn, mọi người gật đầu chào nhau, mấy thanh niên tò mò nhìn theo bước đi cô bạn mới, có nước da trắng hồng của người vùng cao, rất ưa nhìn. Thấy Thùy và cô bạn mới, cô Nhàn cấp dưỡng cười trêu:

- A, cháu gái tôi có khách, lần sau nhớ báo cơm trước nhé. Hôm nay ưu tiên cho hai cháu đấy.

Thùy và Nhiên nhanh nhảu đáp:

- Dạ, chúng cháu cảm ơn cô nhiều, nếu không đủ cơm chia cho mọi người, chúng cháu ăn chung một xuất cũng được.

Tiếng ai đó nói chen vào:

- Chị Nhàn ơi, lấy xuất cơm của tôi chia cho hai bạn kia nhé.

Mọi người cười ồ, không khí trong phòng ăn nhộn nhịp hẳn lên. Minh ngồi ở góc cuối bàn, nhưng không cười, không nói, im lặng.

Ăn xong đi về thư viện, hôm nay Nhiên đến nhận tài liệu và sách đem về thư viện khoa Sử. Minh không có mặt, hai đứa nói chuyện thoải mái. Chị Nga giao tài liệu và sách cho Nhiên ký nhận, Nhiên vào trong kho giúp Thùy xếp lại sách, hai đứa thì thầm to nhỏ với nhau.

Thùy kể cho bạn nghe lá thư của Minh, chuyện cầm tay hôm đi lấy củi, Nhiên cười khúc khích, Thùy không hiểu sao bạn cười.

- Cậu ngạc nhiên và thấy lạ phải không?

- Tớ cũng nhận được thư của Minh gửi tháng trước.

Thùy tròn mắt nhìn, Nhiên bình thản nói tiếp:

- Cũng kẹp trong một cuốn sách đưa riêng cho tớ, buồn cười vì những lời trong thư gửi hai đứa mình giống hệt nhau. Lần sau mình ra trung tâm, đem cho cậu xem chắc sẽ cười vỡ bụng. À, cậu có nhớ Trâm không? Chị nhân viên đánh máy khoa Văn người thâm thấp ấy?

- Có, Trâm hai má lúm đồng tiền chứ gì?

- Ừ, Trâm cũng nhận được thư lão Minh gửi, cũng viết "anh viết thư cho em trong khi những hạt mưa đang rơi lộp bộp trên những tàu lá sắn", thư của tớ lão ta viết mưa rơi lộp bộp trên tàu lá chuối, còn của cậu mưa rơi lộp bộp trên tàu lá cọ..."

Thùy bật cười:

- Tay này hâm hâm chắc?

- Chập dây thì chắc rồi.

Thùy thắc mắc hỏi ngay:

- Vậy sau khi nhận thư, Nhiên thấy thế nào? Có trả lời không? Có sợ không?

- Không sợ, trả lời hay không là quyền tớ, nhưng với Thùy khác đấy, làm việc cùng bộ phận, lại dưới quyền, hàng ngày giáp mặt nhau, kể cũng khó.

Đứng lặng yên giữa dòng suối trong vắt, mát rượi, tay cầm mấy con trai vừa nhặt lên, Thùy chăm chú nhìn chiếc lá đang từ từ trôi theo dòng nước lặng lẽ, lấp lánh dưới ánh nắng trưa cuối hè. Xa xa, những cây cọ bình thản đứng vững vàng qua bao mùa mưa nắng. Hình như chúng đang cười với Thùy? Tàu lá xòe rộng, sáng bóng dưới ánh mặt trời, rung rinh theo gió như vẫy gọi, gợi nhớ tới mấy câu của Minh viết trong thư gửi cho Thùy: "Đêm nay ngoài trời mưa rơi lộp bộp trên tàu lá cọ...". Lúc này đây không mưa, nhưng có nắng, không có chút cảm tình với Minh nên không biết viết trả lời thế nào, Thùy đã im lặng, lảng tránh, trong cùng thư viện ngày ngày chạm mặt thật bực bội, khó xử vô cùng, nhất là từ khi Minh bắt gặp Thùy và Nhiên đang thì thầm chợt im bặt khi nhìn thấy Minh bước vào, cộng với thái độ của Thùy thời gian qua khiến Minh thêm nghi ngờ.

Nhớ lại cách đây hai tháng, như bao nhiêu ngày,

Thùy đang nói chuyện với cô Nhàn cấp dưỡng, sau bữa cơm trưa. Hai cô cháu vui vẻ cười nói như mọi khi, Minh đi ngang qua không chào cô Nhàn, nhìn Thùy nét mặt hầm hầm nói:

- Cô Thùy, tôi có chuyện muốn gặp cô ngay bây giờ.

Nói rồi Minh bước đi thẳng. Vội chào Nhàn, Thùy rảo bước theo sau Minh, đi được mươi mét, đến đoạn đường rẽ về thư viện, Minh đứng lại đối mặt Thùy, nói nhanh:

- Phòng tổ chức quyết định điều chuyển cô vào làm việc trong khoa Văn.

Không tin ở tai mình, Thùy ngạc nhiên hỏi lại:

- Sao gấp thế anh Minh? Lý do vì sao em có thể biết được không? Đã có giấy quyết định chưa?

- Nếu cô không tin lên phòng tổ chức sẽ biết.

Minh biến sắc mặt không trả lời. Thùy sững người, trống ngực đập thình thình, muốn hỏi thêm, nhưng Minh đã vội vàng đi nhanh về phía thư viện. Thùy chạy nhanh lên quả đồi phía bên trái, hướng phòng tổ chức. Trong đầu ngổn ngang bao câu hỏi, thắc mắc, vậy mà khi gặp ở nhà ăn mấy ông còn nói cười vui vẻ, không nói gì với Thùy.

Cho đến hôm nay, Thùy đã sống và làm việc trong khoa Văn được hai tháng. Đột ngột di chuyển vào khoa

Văn làm việc, Thùy không kịp chuẩn bị. Mấy chị em trong khu tập thể ai cũng thấy bất ngờ. Lý buồn nhưng im lặng, Hợi tối hôm đó sang ngủ với Thùy. Suốt đêm không ai ngủ, thì thầm tâm sự, thỉnh thoảng nghe tiếng nấc, tiếng sụt sịt. Thùy xoay người bên phải, bên trái, mắt nhìn lên trần nhà, thấy rõ con thạch thùng tắc lưỡi 'tiếc quá, tiếc quá'. Thời gian qua, có các chị quý mến, giúp đỡ, nay phải xa đến một nơi khác lạ, Thùy sẽ nhớ các chị nhiều lắm.

Nghe tin Thùy chuyển vào khoa Văn, Nga sững sờ nhìn Thùy ái ngại:

- Có điều gì đó tôi thấy nghi nghi, không hiểu ...

Thùy nghe Nga nói nhưng không để tâm. Tin việc chuyển vào khoa Văn có lý do chính đáng, Thùy vui vẻ ra đi không mảy may nghi ngờ. Cơ sở mới chưa có phòng riêng cho nhân viên nữ, lãnh đạo khoa cũng bất ngờ, chưa chuẩn bị kịp. Tuy nhiên họ rất vui vẻ đón nhận cô nhân viên mới từ trung tâm chuyển vào, sắp xếp cho Thùy đến ở nhờ gia đình người địa phương gần khoa Văn.

Chị Khương góa chồng bẩy năm nay, mẹ chồng gần sáu mươi và con gái tên Tý, khoảng tám hay chín tuổi. Ba người phụ nữ, ba thế hệ sống nương tựa bên nhau trong căn nhà sàn dân tộc Tày.

Từ khi trong nhà có thêm người, Tý vui vẻ, hay nói cười hơn trước. Mỗi khi cười lộ rõ núm đồng tiền xinh xinh hai bên má trông rất đáng yêu. Buổi tối bốn người phụ nữ ngồi quây quần bên bếp lửa giữa nhà. Bà mẹ già bỏm bẻm nhai trầu im lặng suốt buổi, thỉnh thoảng cũng thấy Khương ăn trầu. Đi làm từ sáng sớm đến mặt trời lặn, hai sương một nắng phơi lưng ngoài nương rẫy, vất vả nuôi mẹ chồng và con gái, Khương có nước da màu nâu, nét mặt nghiêm nghị ít nói. Thời gian đầu Thùy cũng e ngại tiếp xúc. Vốn sinh ra trong gia đình nề nếp, chị của ba em nhỏ, Thùy nhanh chóng hòa nhập với mọi người trong gia đình ngay từ tuần đầu. Đi đâu Tý cũng đi theo, Thùy dạy thêm cho Tý học, đùa vui, cười thân mật. Khương yên tâm đi làm, hỏi chuyện Thùy và cười nhiều hơn. Khương mới ba mươi, cuộc sống vất vả đã cướp đi tuổi thanh xuân, sau khi về làm dâu. Cưới xong hai tuần, chồng nhập ngũ, xa nhà ròng rã bao năm. Một lần được về phép trước khi đi B, vào Nam chiến đấu, bé Tý ra đời là kết quả của lần duy nhất đó.

Đi làm về sớm, Thùy tranh thủ giặt quần áo, thấy có bộ quần áo bẩn của Tý để góc nhà Thùy giặt luôn. Khương từ ngoài cổng đi làm nương về, trên vai vác cày, tay dắt con trâu theo sau, ống quần xắn bên thấp bên cao, cười hỏi:

- Cô đi làm về rồi à? Để quần áo cái Tý đấy cho tôi, không phải giặt đâu cô.

Khương cười, hai hàm răng đen đều đặn như hạt na. Chắc hồi trước Khương cũng là một trong những cô gái xinh nhất làng, Thùy nghĩ thầm.

- Không sao đâu, nhân tiện em giặt luôn cho Tý cũng nhanh, ở nhà em vẫn thường giặt quần áo cho các em, chị rửa chân tay rồi ăn cơm, bà nấu xong rồi.

Thùy biết mẹ chồng Khương đã chuẩn bị xong cơm tối, chờ con dâu đi làm về. Tối nay cũng như nhiều tối khác, cả nhà ngồi quanh bên bếp lửa, nhưng hôm nay thấy có mấy ống giang dựng đứng cạnh bếp, Thùy thấy lạ hỏi:

- Bà và chị Khương ơi! Mấy khúc giang này để làm gì đấy?

Bà mẹ ngước mắt nhìn sang con dâu, Khương chưa kịp trả lời, Tý đã nhanh nhảu đáp:

- Chị Thùy ơi, bà và mẹ em bảo tối nay cho chị ăn thử cơm lam đấy. Hôm qua mẹ em vừa giã xong mấy cân gạo nếp nương, ngon lắm chị ạ.

Thùy ngả đầu vào vai bà cảm động, nhìn Khương nói:

- Cháu chưa được ăn cơm lam bao giờ. Lần đầu tiên được nghe tên món ăn này, cháu cảm ơn bà, cảm ơn chị Khương và bé Tý nữa.

Tý chăm chăm nhìn vào mấy khúc giang cạnh bếp, luôn miệng hỏi:

- Được chưa mẹ?

- Chín chưa mẹ? Sao lâu thế?

- Cho con hai khúc, cho chị Thùy hai khúc mẹ nhé?

Mong chờ mãi cơm lam cũng phải chín. Khương cẩn thận gắp từng khúc ống giang ra xa bếp, dùng dao khẽ tách ống ra làm hai, một đoạn cơm được bọc trong lớp màng xốp màu trắng mềm mỏng rơi ra khỏi ống giang. Khương lấy khăn lót tay cầm khúc cơm lam vừa chín mời mẹ chồng ăn. Tý ngồi bật dậy hỏi:

- Phần của con đâu mẹ?

- Từ từ ai cũng có phần.

Khương lần lượt lấy từng khúc cơm lam đưa cho Thùy, Tý, nhìn Thùy khẽ hỏi:

- Cô Thùy ăn thử, xem khác với cơm nếp không?

Lần đầu tiên Thùy được ăn món đặc biệt, khác lạ này. Nếu còn ở nhà khi nào mới biết thế nào là cơm lam, rồi chợt nghĩ đến bố, mẹ và các em chưa bao giờ được ăn, đang nghĩ miên man giật mình khi nghe Khương hỏi.

- Dạ, thơm ngon lắm.

Khi vừa đưa lên miệng, một mùi hương thơm nhẹ khác lạ thoảng qua từ những hạt gạo trắng, tròn tròn ngâm trong nước suối chảy từ trên nguồn. Hạt gạo chín, nở quện chặt lấy nhau, ngoan ngoãn cuộn tròn trong lớp màng xốp mỏng màu trắng của ống giang, tạo thành thanh cơm lam tròn dài mềm mại, thơm ngát hấp dẫn. Phải chăng được kết lại từ sự mộc mạc, tinh khiết của hương rừng, sương núi mà thiên nhiên ban tặng cho những bàn tay lao động cần cù. Thùy đón nhận hương vị đặc biệt thắm đượm trong cơm và thầm biết ơn núi rừng, biết ơn những người con của núi rừng. Mọi người vừa ăn vừa chuyện trò vui vẻ, một buổi tối ấm cúng đậm tình gia đình, đây là kỷ niệm Thùy không bao giờ quên.

Bên ngoài gió lạnh thổi ào ào, luồn qua khe liếp rít lên từng đợt, thỉnh thoảng con tắc kè tắc lưỡi 'tắc kè, tắc kè...' trên góc mái nhà càng thêm buồn, lạnh lẽo. Khương nhắc Thùy:

- Cô Thùy nhớ lấy quần áo hơ lên trên lửa cho ấm, giết những con bọ gà, con rệp không khi ngủ chúng cắn. Đêm nay rét đấy, tôi đã lót thêm ít lá chuối khô dưới chiếu cho cô rồi.

Thùy đáp:

- Vâng ạ.

Bà và Tý đã ngủ từ lâu. Một đêm nữa xa nhà, đêm đầu mùa đông giá rét ở nhà người lạ, nhưng cảm nhận được tình thương ấm áp của mọi người trong gia đình. Thùy thấy gắn bó, gần gũi và làm sao quên được lần đầu bị ốm khi mới chuyển đến. Chuyển vào vùng này, xa trung tâm hơn chục cây số, đúng ngày có đợt gió bấc đầu mùa tràn về. Tối hôm đó, Thùy đau mỏi toàn thân, thấy lành lạnh, thỉnh thoảng rùng mình, húng hắng ho, đắp chăn vẫn thấy rét. Sáng không thấy Thùy đi làm, Khương gọi không trả lời nên vào đánh thức, nhìn thấy mặt Thùy đỏ bừng, sờ trán nóng hầm hập, Khương gọi mẹ chồng:

- Cô Thùy chắc bị cúm rồi mẹ, con nấu bánh đúc trừ ma cho cô ấy.

Lúc sau Thùy thấy một đĩa bánh đặt trên bàn thờ, thắp ba nén hương cắm lên trên, hai chén nước, Khương hai tay chắp lại, đầu cúi xuống thành kính, miệng lẩm bẩm khấn:

Tôi lạy ông Cúm bà Co
Ông ở xứ Nghệ, ông bò tới đây
Khôn thiêng có mâm cỗ này
Ông ăn cho sạch, ông rày tha tôi.

Khi ba nén nhang đã tàn, Khương vái tạ, cầm chén nước dội xuống đất, lấy đĩa bánh đúc đưa cho Thùy, nói:

- Cô Thùy chịu khó ăn hết, ngủ một giấc, rồi bệnh sẽ hết.

Khương khuyên Thùy không đi làm, sai Tý vào trong khoa Văn báo với người phụ trách. Không biết đĩa bánh đúc, câu thần chú đó có linh nghiệm hay không, hay chỉ bị cảm lạnh, sau khi ăn xong ngủ một giấc dài, Thùy hết sốt, hôm sau đi làm.

Đang quen dần với gia đình Khương, lãnh đạo khoa lại chuyển Thùy sang ở với gia đình chị Lưu, nhân viên cấp dưỡng khoa Văn. Một lần nữa chia tay bịn rịn, Tý khóc không muốn chị Thùy chuyển đi nơi khác.

- Chị hứa sẽ thỉnh thoảng đến thăm bà và mẹ con Tý.

Khoác túi quần áo lên vai, Thùy từ từ rời bàn tay bé

nhỏ của Tý, chào bà và Khương vừa đi vừa quay đầu lại vẫy tay từ biệt.

*

* *

Gian nhà lá của mẹ con Lưu rộng khoảng hai mươi mét vuông, bên phải bốn tấm gỗ ghép lại kê trên đôi niễng thành hình chiếc giường đôi cho Lưu và bé Nga, sát bên, hai tấm gỗ ghép lại thành chiếc giường một nhỏ gọn dành cho Thùy. Góc bên trái gian nhà chỗ nấu ăn, -gọi là bếp- có chum to chứa nước, hai chậu sắt tráng men, mấy cái nồi gang to nhỏ, vài viên gạch xếp lại thành ông đồ rau đun nấu, bên ngoài dăm bó củi khô xếp gọn. Thùy nghĩ thầm "đây là nơi ở mới, không biết mình còn phải chuyển đi nơi nào nữa không?"

Từ nhà Lưu đến phòng làm việc khoảng hai mươi phút, qua một quả đồi, gần hơn khi ở nhà Khương. Mặt trời vừa lấp ló sau dãy núi phía xa, Lưu chuẩn bị đi làm, chắc ở nhà bếp nhận giao thực phẩm mới. Thùy lấy chiếc túi vải bước nhanh ra cổng, nghĩ đến đống sách nằm bất động lâu nay trong phòng văn thư, tranh thủ đến sớm bắt tay vào kế hoạch.

Sương sớm dầy đặc phủ kín như dải lụa trắng vắt ngang dẫy núi trước mặt, Thùy bước nhanh theo con đường mòn nhỏ hướng về phía quả đồi chìm trong màn sương như mây mù, ẩm ướt, lành lạnh. Sương lửng lơ trước mặt, nhìn không rõ lối đi, không sờ được nhưng như có gì đó đang đè nặng trên đầu, Thùy cảm thấy nghẹt thở. Gấu và ống quần bắt đầu thấm ướt vì lớp sương đọng trên thảm cỏ hai bên đường mòn, Thùy rùng mình thấy lạnh, co người lại trong chiếc áo khoác mỏng, tiếp tục bước. Đi hết quả đồi, ông mặt trời tươi cười chào đón chiếu ánh nắng dọi vào hai má còn ướt đẫm sương, Thùy lấy tay xoa xoa gạt sương trên mí mắt, vuốt hai má cho ấm, rảo bước tiến về nơi làm việc.

Khoa Văn, một trong ba khoa của trường sơ tán phía nam của xã, một bản trong rừng sâu thiếu thốn mọi thứ, cơ sở vật chất quá đơn giản đến mức tối thiểu, thư viện chung với phòng tạp vụ. Thiếu người, nhân viên kiêm luôn mấy công việc. Phòng, ban phân tán nhỏ cách xa nhau, vì thế Trâm, nhân viên đánh máy chữ kiêm văn thư, tạp vụ, công việc quá bận không có thời gian giải quyết đống sách trong khoa. Biết nhau từ khi Thùy làm ngoài trung tâm, hai người rất vui khi được làm việc gần nhau. Trâm nói rõ tình hình khó khăn, cùng nhau tìm hướng giải quyết, sẽ không bị khiển trách về đống sách ùn đọng. Thùy đến sớm sắp xếp đống sách, phân loại, vào sổ. Tất cả làm lại từ đầu, trình tự như ở trung tâm được Minh, Nga hướng dẫn. Sau hai tuần, sách, tài liệu, báo tạp chí được sắp xếp trên ba giá sách. Thùy có một nơi làm việc gọn gàng xinh xắn, sau mấy tuần thu dọn, thư viện đi vào hoạt động. Lãnh đạo khoa, giảng viên, sinh viên phấn khởi, mọi người bắt đầu mượn, trả sách thường xuyên. Ngoài trung tâm không cử người vào kiểm tra hay giúp đỡ, tổ trưởng Minh không đến lần nào, Thùy không còn nghĩ sẽ trở về làm việc ngoài trung tâm. Công việc ở đây Thùy thấy vui, có ý nghĩa, giúp ích cho mọi người, hai đứa sẽ tranh thủ sang khoa Sử thăm Nhiên. Hôm qua Lưu đã nói trước, Chủ nhật này đi bắt con trai ở suối, Thùy mong đợi ngày đó.

Không biết con suối bắt nguồn từ đâu, Thùy đứng nhìn dòng suối lặng lẽ chảy. Xung quanh những cây cọ cao to, tán lá xòe rộng màu xanh biếc, mọc sát nhau tạo nên bóng mát rộng lớn. Ánh nắng mặt trời xuyên qua kẽ lá lấp lánh, khung cảnh thoáng mát, đẹp thêm khi có suối uốn lượn trong khu rừng. Con suối rộng hơn một mét rưỡi, nước trong vắt có thể nhìn rõ những viên sỏi đá nằm dưới đáy. Nước chảy qua một phiến đá to trồi hẳn lên nghe rõ tiếng róc rách, hoà cùng tiếng gió luồn qua khóm trúc bên cạnh. Cây cọ nghiêng mình soi bóng xuống dòng nước làm duyên. Mấy chú cá con bơi lượn, lác đác vài bụi cây dây leo quấn vào nhau, len lỏi trong bụi hoa mua màu tím nhạt. Khi nhìn thấy rất nhiều con trai đang nằm yên dưới lòng suối Thùy mừng quá gọi Lưu đến nhanh, xắn cao ống quần bước xuống, nước ngang bắp chân. Lưu đi bắt vài lần có kinh nghiệm, nói với Thùy:

- Chúng nằm la liệt dưới suối, không phải vội em ạ, không cần cúi nhặt sẽ mỏi lưng, ướt ống tay áo. Em dùng chân quắp chúng dễ dàng hơn.

Nghe thì lạ, nhưng nhìn Lưu vừa nói vừa dùng ngón chân bắt trai, trông gọn nhẹ như đang đứng chơi. Các chú trai ngẩng đầu kiêu hãnh bị mấy ngón chân Lưu quắp chặt từng con, từng con đưa lên dễ dàng. Thùy làm theo cười thích thú khi chân Thùy cũng bắt đầu quặp được chúng. Những con trai nằm dọc theo suối, có chỗ túm tụm lại tha hồ bắt. Chưa được một tiếng, hai chị em nhặt gần đầy hai rổ.

Lưu người vùng biển Hải Hậu, Nam Định, kể chuyện ngày còn ở nhà ra bãi bồi cào cát từ sáng sớm, bằng chiếc cào tre gắn móc sắt, suốt ngày mới được rổ nghêu, sò. Công việc vất vả lại tùy thuộc vào thủy triều, không ngờ lên rừng lại có nhiều con trai sống ở suối như thế này. Lưu nói với Thùy:

- Mình nhặt thêm một lúc nữa rồi về, chiều nay chị em mình có món canh ngon. Mấy lần trước không có nhiều như hôm nay, mình về sớm em nhé.

Lần đầu tiên đi bắt con trai, lội suối mát trong rừng, trải nghiệm thực tế vừa thích vừa có ý nghĩa hơn các trò chơi đùa nghịch với các bạn khi còn ở nhà với gia đình. Thùy nghĩ sẽ viết thư kể cho bố mẹ và các em biết. Lần sau Thùy sẽ rủ Trâm đi cùng, không biết Trâm đi bắt lần nào chưa nhỉ. Tiếng Lưu gọi đi về, nấn ná ngâm chân trong dòng suối mát lạnh, Thùy như luyến tiếc chưa muốn ra về.

Sáng hôm sau đi làm, định sẽ khoe với Trâm việc bắt được nhiều con trai, nhưng mãi không thấy Trâm đến. Trâm bị ốm, trưa đi ăn cơm nghe mấy người nói. Hết giờ làm, Thùy không về nhà Lưu, đến nhà thăm Trâm xem tình hình thế nào. Trâm ở cùng với Huệ phòng giáo vụ, Huệ đi công tác vắng. Đến nơi thấy có mấy người phụ nữ ở đó. Người ngồi ở ghế, người ngồi cạnh giường Trâm.

Nét mặt ai cũng rối bời, lo lắng, Thùy đến gần giường, Trâm lên cơn sốt, run cầm cập trong chăn. Thỉnh thoảng lên cơn co giật, hai hàm răng đập vào nhau, mồ hôi đầm đìa. Hai người phụ nữ ôm ghì chặt Trâm nhưng vẫn không bớt cơn co giật. Khoảng mười lăm phút sau hết cơn, Trâm mệt rã rời, mặt mày xanh xám trên giường. Một bà khoảng bốn mươi tuổi nói:

- Theo tôi, vào trong làng tìm thầy lang bốc thuốc lá cây cho cô ấy uống.

Một chị mặc bộ quần áo chàm, nói:

- Bệnh sốt rét, co giật thế này bắt con giun đất, đốt thành than, hòa với nước uống sẽ khỏi!

Người bảo uống thuốc tây, gọi y sĩ trạm xá, mỗi người mỗi ý, không biết nghe ai. Thùy hỏi một người ngồi cạnh:

- Trâm bị lâu chưa chị?

- Ngày hôm qua cô Trâm kêu mệt mỏi không muốn ăn, khát nước, nằm ngủ ly bì. Sau đó lên cơn sốt kêu rét nhưng người nóng đổ mồ hôi, giật từng cơn.

Thùy chưa thấy người ốm như thế bao giờ, lúng túng không biết nói gì, nhìn ra cửa thấy trưởng phòng hành chính và chị Lý, y sỹ của trường bước vào. Lý đến gần giường Trâm, đo nhiệt độ, lấy ống nghe khám cho Trâm, nói:

- Yêu cầu mọi người yên lặng cho bệnh nhân được yên tĩnh. Tôi quyết định chuyển bệnh nhân ra trạm xá ngoài trung tâm nằm điều trị. Mọi người chuẩn bị đòn, võng khiêng bệnh nhân giúp chúng tôi.

Thùy nói với y sĩ Lý và xin phép trưởng phòng cho đi theo Trâm chăm sóc, giúp đỡ. Mọi người nhanh chóng kiếm võng, đòn khiêng, cử bốn thanh niên khỏe mạnh thay nhau khiêng cáng.

Con đường từ khoa Văn ra trung tâm trường mười hai cây số. Ngày trước thấy gần, hôm nay đi mãi vẫn chưa đến. Tiếng rên của Trâm trong võng mỗi lúc nhiều hơn. Hai thanh niên khiêng hai đầu đòn bước nhịp nhàng, cẩn thận, mồ hôi nhễ nhại, đi được vài cây số hai người khác thay phiên khênh. Con đường nhỏ chạy ngoằn ngoèo qua mấy quả đồi, xuyên qua đường rừng hai hàng cây rậm rạp, mọi người bảo nhau cẩn thận chú ý quan sát xung quanh. Thùy không thấy mệt, đi bên cạnh võng lo lắng mỗi khi nghe tiếng rên của bạn, võng rung lên khi Trâm lên cơn co giật, vất vả cho đoàn người khiêng cáng. Thùy lo lắng cho Trâm vô cùng, cầu mong không bị bệnh gì nguy hiểm. Thùy chỉ có hai người bạn gái gần gũi, thân thiết, tuổi còn trẻ, cả ba đều xa nhà, xa gia đình.

Nhớ mãi trưa hôm đó, ba đứa ngồi bên nhau, tay cầm thư. Người nọ đọc cho người kia nghe, rồi cùng nhau phá lên cười. Nhiên cười khúc khích:

- Không biết ông Minh nghĩ thế nào mà sao chép thành ba lá thư gần như giống nhau, gửi cho tụi mình ở trong cùng cơ quan. Ông này dở hơi, cám để trên vung, buồn cười nhỉ.

Hôm đó ba đứa được một trận cười đau cả bụng.

Bây giờ Trâm nằm trong trạm xá hơn một ngày, y sỹ Lý thăm khám cho thuốc điều trị, cơn sốt đã giảm, hết cơn co giật, nhưng rất mệt. Thùy nấu cháo thịt lợn băm bón từng thìa cho Trâm, động viên an ủi sẽ khỏi nhanh thôi. Nhiên nghe tin ra trung tâm thăm. Thùy và Nhiên gặp nhau nhìn Trâm ái ngại, cố giấu vẻ lo lắng. Mới hai ngày mà Trâm đã gầy, da xanh, trông khác hẳn.

Nga nghe mọi người bàn tán về bệnh sốt rét, sơ tán sống trong rừng, khi có người mắc bệnh sốt rét khiến ai cũng lo lắng, muốn tìm hiểu. Nga nghe Thùy hiện đang ở trạm xá, hỏi Minh gặp Thùy chưa và gợi ý cùng nhau đi gặp. Minh lúng túng, ấp úng trả lời:

- Chị đi trước, tôi ngại sợ bị lây bệnh.

Nga đi một mình. Nghe thấy tiếng Nga hỏi thăm bên ngoài, Thùy vui mừng chạy nhanh ra kêu to:

- Chị Nga ơi! Sao biết em ở đây?

Nga cười vui khi nhìn thấy Thùy và Nhiên. Ba người cùng đi vào trong phòng thăm Trâm. Tuy mới gặp Trâm hai lần, nhưng Nga đã có cảm tình với Trâm và Nhiên, với ba cô gái trẻ tuổi hồn nhiên này. Trâm vừa ăn xong bát cháo thịt và uống thuốc, đang ngồi tựa lưng vào thành giường. Nét mặt Trâm mừng rỡ thấy Nga đến thăm, giọng xúc động nói:

- Ôi, chị Nga, em phải nằm đây buồn quá chị ơi. Em nhớ nhà và lo bệnh nữa.

- Hôm nay chị mới biết tin đến thăm em. Em sẽ hết bệnh, yên tâm em ạ. Các bạn luôn ở bên em, chịu khó ăn, uống thuốc đầy đủ sẽ nhanh được trở về khoa làm việc. À này, chị rủ anh Minh cùng đi thăm Trâm, nhưng Minh nói sợ bị lây nên từ chối.

- Thùy và Nhiên cười khúc khích, Trâm đang mệt cũng bật cười. Nga ngạc nhiên, nhìn ba người thắc mắc. Nhiên ghé vào tai Nga nói:

- Chắc ông Minh xấu hổ không dám gặp mặt tụi em rồi.

Nga nói to:

- Tại sao lại xấu hổ?

Nhiên nhanh miệng trả lời:

- Chị không biết chuyện ông Minh viết ba lá thư cho ba đứa chúng em. Ba thư rất giống nhau chị ơi! Ông ấy tán cả ba đứa chúng em bằng nội dung một lá thư.

Nga tròn đôi mắt ngạc nhiên, lúc sau nói nhỏ:

- Bây giờ chị hiểu rồi. Khi có quyết định đột ngột chuyển Thùy vào làm khoa Văn, chị có linh cảm cái gì đó không bình thường. À ra thế, tức không được ăn thì đạp đổ, tìm cách đẩy Thùy đi cho bõ ghét đây mà.

Bốn chị em nói chuyện vui vẻ, lúc sau Nga từ biệt

mọi người vì đến giờ đi làm. Thùy nói với hai bạn muốn tranh thủ đến thăm vài gia đình cô chú và các em thiếu nhi nhân tiện ra trung tâm. Nhiên ở lại với Trâm, chiều Nhiên phải trở về khoa Sử làm việc.

Bệnh của Trâm giảm nhiều, chị Lý nói ngày mai sẽ cho xuất viện, Trâm mừng hiện rõ ra nét mặt. Trâm hết sốt, tỉnh táo, ăn ngủ trở lại bình thường. Sáng mai Thùy và Trâm trở về khoa Văn.

Sau ngày đi thăm Trâm, gặp Thùy và Nhiên ở trạm xá, biết rõ chuyện về Minh và ba lá thư cho ba cô gái. Nga suy nghĩ nhiều, có điều gì đó không an tâm, bây giờ chỉ còn Nga làm việc với Minh ở thư viện. Minh viết thư tỏ tình với ba cô gái trong khi đã có vợ con, vi phạm đạo đức người đoàn viên thanh niên.

Mấy hôm nay, Nga suy nghĩ lung lắm, im lặng hay nói với cấp trên? Nói cho ai, với ai, họ có tin không? Bức xúc mấy ngày liền, Nga tìm Mai tâm sự, hàng xóm và cũng trong ban lãnh đạo nhà trường, đồng thời là phụ nữ chắc sẽ hiểu và cho ý kiến:

- Chị Mai, em định im lặng, nhưng em rất bức xúc, áy náy và lo ngại.

Mai nhẹ nhàng hỏi:

- Có điều gì nói ra sẽ thấy dễ chịu hơn em ạ.

- Chị biết Minh tổ trưởng phòng thư viện nơi em làm việc.

- Chị biết, nhưng làm sao? Có việc gì à?

Nga bình tĩnh nói:

- Vừa qua Minh đề nghị chuyển cô Thùy vào khoa Văn làm việc là có vấn đề cá nhân, theo em nghĩ. Tình hình đang bình thường, đột xuất Minh đưa ra lý do thư viện khoa Văn cần người có kinh nghiệm vào giúp đỡ. Minh tốt nghiệp trung cấp thư viện, lại là tổ trưởng trong khi đó cô Thùy mới được vào biên chế, Minh phải có kinh nghiệm hơn, tại sao lại cử cô Thùy đi? Không một ai biết vì lý do gì.

Mai bắt đầu chú ý lắng nghe.

- Cô Thùy vào làm trong khoa Văn đã hơn sáu tháng, Minh không hề quan tâm, không vào kiểm tra, giúp đỡ. Tổ trưởng cử nhân viên vào xây dựng, củng cố cơ sở sao lại vô tâm như vậy được? Chị thấy em nghĩ có đúng không?

Nga tiếp tục giải thích:

- Một vấn đề nữa cũng tương đối tế nhị chị ạ. Minh đã có gia đình, vậy lại viết thư tỏ tình với ba cô gái, Thùy, Trâm và Nhiên ở khoa Sử. Hôm em đi thăm Trâm nằm ở trạm xá mới rõ sự thể.

Mai thắc mắc hỏi:

- Thái độ ba cô thế nào?

Nga nói thêm:

- Ba cô nhận được ba lá thư gần giống nhau từ lời văn, cách viết như sao chép. Nhưng ba cô không ai trả lời, tìm cách lảng tránh không tiếp xúc với Minh. Cô Thùy, nhân viên dưới quyền của Minh nên khó cư xử. Không đạt được ý muốn cá nhân, Minh đã tìm cách đẩy Thùy đi thật xa cho bõ ghét. Hiện nay chỉ có em và Minh làm việc cùng phòng, em cũng cảm thấy lo ngại chị ạ.

Tâm sự và câu chuyện Nga kể khiến Mai suy nghĩ. Là đảng ủy viên, trưởng phòng tổ chức, hành chính, kiêm phó thư ký công đoàn đại diện cho tiếng nói của chị em phụ nữ và nhân viên, Mai quyết định đưa việc này ra Đảng ủy và ban lãnh đạo nhà trường xem xét, xử lý.

Đêm hôm qua Thùy ngủ ngon quá. Mặt trời lên cao, ánh nắng xuyên vào giữa nhà, Thùy vẫn say sưa trong giấc điệp. Hôm nay Chủ nhật được nghỉ nên bộ não đã cho phép Thùy được tự do phá lệ.

Tiếng chị Lưu bên ngoài cửa:

- Cô Thùy ơi! Hôm nay nắng đẹp chị em mình đi lấy măng là may mắn em ơi. Mau dậy nhanh lên rừng thôi.

Thùy giật mình tỉnh giấc. Mấy ngày ở trạm xá chăm sóc, lo lắng Trâm nên ngủ không được. Về nhà nằm trên chiếc giường của mình, mọi lo lắng đã qua Thùy thấy thật thoải mái.

- Em dậy ngay đây, chị ơi.

Thùy bước nhanh đi rửa mặt, đánh răng, mong mãi được đi lấy măng nên nhanh chóng sẵn sàng đi cùng Lưu.

Hai người rời nhà lúc 7 giờ sáng. Lưu dậy nấu cơm từ sớm cho bé Nga ăn, rồi gửi hàng xóm trông giúp. Vợ chồng Tân - Lê cũng đi, lần trước đi cùng Lưu, còn Thùy lần đầu tiên.

Bốn người vừa đi vừa nói chuyện, Thùy hăng hái đi trước.

- Chị ơi, đông người đi vui chị nhỉ.

Lưu đáp:

- Đúng rồi, vui và còn giúp nhau em ạ. Trên đường vào rừng đôi khi gặp bất trắc, để anh Tân đi trước.

Nghe nói vậy, Thùy không hiểu. Lê giải thích:

- Nếu đang đi bất thình lình rắn trong bụi bên đường bò ra, em có sợ không?

- Thế à, chắc em chết ngất.

Anh Tân nhắc mọi người:

- Đêm qua mưa, cây cối ẩm ướt sẽ có nhiều vắt đấy, mọi người chú ý cẩn thận.

- Lại có con vắt nữa, có to không anh Tân?

Vừa hỏi xong, thấy Tân lấy bàn tay phải túm nhanh vào vành tai, giật mạnh ra đưa cho Thùy xem, một con vật nhỏ màu đen xẫm, khoảng đốt ngón tay ngọ ngậy cái đầu trong ngón tay Tân. Nó bám rất chặt, kéo mạnh mới giật nó ra được, vành tai Tân rơm róm máu. Thấy vậy, Thùy bắt đầu run sợ, lùi lại phía sau.

Sau hơn một tiếng đồng hồ, bốn người đến khu rừng có nhiều cây mai, cây giang, nứa, bương mọc thành từng bụi. Phải đi từ từ, tìm kỹ mới nhìn thấy một, hai cái chồi non nhú lên trên mặt đất bằng gang tay. Sau mưa chúng mọc lên nhiều nhưng còn nhỏ, thấp, nhìn kỹ mới thấy. Dụng cụ Thùy đem theo con dao nhọn, to bản và dầy. Riêng Tân có chiếc thuổng xinh xinh của bộ đội, ngắn chắc chắn. Trông thấy ngọn măng chồi lên, Tân dùng thuổng bới, đào đất xung quanh một vùng rộng, củ măng lộ ra được đoạn dài anh dùng thuổng chém ngang, lấy tay bẻ gẫy.

Lưu, Lê nói Thùy phải chú ý, khi thấy chồi măng nhớ ngẩng lên nhìn trên đầu, tránh cành gai và lá cây bên trên có thể vắt bám nhiều. Thùy tìm kiếm, ngó nhìn các khóm cây, thấy ngọn măng gọi Tân, Lưu, Lê đến. Có ngọn mập, mọc cao một chút Thùy cũng hăm hở đào, bới làm theo các anh chị.

Măng mai tuy mập, to, nhưng mới nhô lên khỏi mặt đất một đoạn ngắn rất khó lấy. Vì thế tay phải khỏe, như Tân có chiếc thuổng chắc chắn mới đào được sâu, rộng xung quanh. Mầm mai rất chắc, cắm sâu rộng trong đất, măng mai cùi dày, nhiều thịt, giòn và rất ngọt. Ngoài măng giang, măng bương, măng tre, măng nứa cũng ngon, giòn, mỗi thứ có hương vị khác nhau.

Gần trưa, ai cũng được một gùi đeo sau lưng, Tân được nhiều nhất. Lưu, Lê, Tân gọi Thùy nghỉ tay ăn cơm. Lưu lấy gói cơm nắm cùng muối vừng trong túi dết, Lê nói:

- Hai cô sang đây ăn cùng với anh chị, có món thịt hộp Việt Minh ngon lắm.

Thùy không tin vào tai, hỏi lại:

- Chị Lê ơi! Thịt hộp Việt Minh anh chị mua ở đâu thế?

Tân cười:

- Dân Việt Bắc không biết món thịt hộp Việt Minh thật lạc hậu quá xá đấy.

Lưu và Thùy đến chỗ Tân và Lê rồi cười gượng, nói:

- Chúng em không biết thật, cho tụi em ăn thử nhé.

Lê lấy ống bương mở nắp cho Lưu và Thùy xem. Lưu kêu to:

- Giời ạ! Thịt ba chỉ băm nhỏ, rang mặn với muối ớt, anh chị giới thiệu nghe như món đặc sản đóng hộp không bằng.

Lê cười:

- Đóng bằng hộp bương, không bằng hộp sắt tây.

Tân nói:

- Hai cô có biết sao lại có tên thịt hộp Việt Minh

không?

- Tụi em không biết, anh kể đi.

Vừa ăn Tân chậm rãi kể:

- Thời kỳ kháng chiến chống Pháp, cán bộ đi công tác đường xa, đề phòng thiếu thực phẩm, trước khi đi mua thịt ba chỉ, thái nhỏ rang khô với muối ớt đựng trong ống bương, đến bữa nếu có măng hay rau kiếm được trên rừng, lấy một ít thịt bỏ vào nấu thành món canh, bữa cơm có canh thịt và thịt rang mặn, sang quá còn gì nữa. Sau này nhiều người còn sáng chế nhiều món ăn tên nghe rất lạ 'Gà rang chó khóc' 'Sườn Việt Minh'. Vậy thế nào là Gà rang, Sườn rang chó khóc?

Tân nuốt xong miếng cơm, cười:

- Chó nuôi chỉ được chủ cho ăn xương, làm gì được ăn thịt, ấy thế trong chiến khu khi giết gà hay mua sườn lợn người ta băm thật nhỏ không chừa một tí xương nào, rang mặn với muối ớt ăn dần. Chó chỉ chờ có xương, bây giờ đến xương chủ cũng xơi tất. Chó không khóc thì cười à?

Nghe Tân kể, Lưu, Thùy mồm chữ O mắt chữ A, Thùy hỏi:

- Sao anh biết nhiều chuyện thâm cung bí sử thế?

Lê cười:

- Các cô không nghe người ta gọi anh ấy là ông 'biết tuốt' là gì.

Tân cười:

- Thôi, đừng có khéo nịnh nhé, chốc nữa lại bắt anh mang vác hết! Khôn vừa thôi, để dành người khác một tí chứ.

Bốn người vừa ăn vừa nói chuyện vui vẻ. Lát sau Tân nói:

- Chúng ta chuẩn bị về cho sớm, chiều trong rừng tối nhanh lắm, trên đường về mình vẫn kiếm thêm.

Thùy đào được năm củ măng giang, một củ măng mai và dăm măng nứa, vui lắm. Nghĩ đến Trâm vừa ốm dậy, không rủ đi cùng được, thật tiếc quá.

Sau mấy ngày ốm nằm trạm xá, Trâm trở về khoa Văn, ở tuổi trẻ 'bẻ gẫy sừng trâu', sức khỏe hồi phục nhanh chóng, Trâm đi làm bình thường. Hai cô bạn làm chung trong phòng hành chính tình cảm thêm gắn bó, Trâm không cảm thấy lẻ loi như trước, vì trong phòng mọi người đều có gia đình. Nay có Thùy, khi công việc đánh máy, giấy tờ chuyển đưa cho cán bộ làm xong, Trâm chạy sang bộ phận thư viện vì thích đọc sách, xem truyện từ ngày đi học phổ thông. Nhà Trâm đơn chiếc, một mẹ một con không có điều kiện học tiếp. Hết lớp 7, Trâm xin học lớp văn thư đánh máy ba tháng. Tốt nghiệp, rất may xin được làm ở khoa Văn, công việc tạp vụ, linh tinh ngoài việc đánh máy, nhưng Trâm không nản, chăm chỉ, có tinh thần trách nhiệm, được cán bộ và anh chị em trong khoa quý mến. Sách trong thư viện nhiều, hấp dẫn, lôi cuốn, có thời gian rảnh

Trâm chạy sang thư viện với Thùy.

Hai người ríu rít bên nhau, tâm sự chuyện gia đình, suy nghĩ thầm kín, thân nhau như chị em ruột. Thùy hướng dẫn Trâm một số việc trong thư viện. Thùy quản lý thư viện có trách nhiệm, gắn bó với công việc, cũng được cán bộ nhân viên trong khoa Văn tin cậy. Thư viện hoạt động nề nếp, sôi động, Thùy quên hết chuyện cũ, không có ý nghĩ trở về trung tâm làm việc nữa. Hai người bàn nhau mấy ngày tới sang khoa Sử thăm Nhiên.

Biết việc làm sai trái của Minh sau khi Nga tố cáo, Mai quyết định đưa ra cuộc họp Đảng ủy và lãnh đạo nhà trường. Tập thể nhất trí nhận xét, đây là hành động vi phạm đạo đức của người cán bộ đoàn, đoàn viên thanh niên, viết thư tán tỉnh yêu đương với các cô gái chưa chồng trong khi đã có vợ con, không đạt yêu cầu, lạm dụng quyền hạn phụ trách, xử lý sai trái với nhân viên dưới quyền. Đảng ủy, Ban giám đốc và Ban chấp hành đoàn nhà trường quyết định khai trừ Minh ra khỏi đoàn, cảnh cáo toàn trường. Câu chuyện lan ra, mọi người trong trung tâm biết chuyện ba lá thư, đi đâu, gặp ai Minh cũng bắt gặp ánh mắt khinh bi, lời xì xầm to nhỏ, liếc nhìn.

Quá xấu hổ, Minh viết đơn xin thôi việc, với lý do, vợ gần ngày sinh nở muốn chăm sóc vợ con, nhà trường chấp thuận, Minh về Hà nội.

- Thùy ơi! Đang làm gì đấy? Có người đến mượn sách

này.

Thùy đang thu dọn, sắp xếp sách, tài liệu, như cơn gió lốc, Trâm chạy ùa vào vừa nói, suýt va phải anh thanh niên khoảng ba mươi tuổi, Trâm sững người, lắp bắp:

- Em... em xin lỗi anh.

Người thanh niên mỉm cười:

- Không sao, chắc cô đang vội, tôi cũng đến mượn sách.

Hai người cùng bước vào trong thư viện. Nghe tiếng gọi biết ngay cô bạn Trâm. Thùy ở trong buồng, bên các giá sách, bước nhanh ra vừa đúng lúc Trâm và người thanh niên đi vào. Nhận ra độc giả quen, Thùy chào:

- Dạ, em chào thầy... ạ. Em chào anh Nam.

- Chào Thùy, anh đến trả sách và mượn cuốn khác.

Trâm cầm cuốn truyện xem, nhưng tai vẫn lắng nghe đối thoại của hai người.

- Vậy anh tìm đi, nếu không thấy ghi tên, số sách, em ghi nhận tìm cho anh sau, bây giờ em vào sổ sách anh trả hôm nay trước.

Ngày Chủ nhật nghỉ, ai cũng có việc riêng, mẹ con Lưu đi thăm bạn, Thùy rủ Trâm sang khoa Sử thăm Nhiên. Hai người đi qua một khu rừng cọ như bao rừng cọ khác nằm trong vùng trường sơ tán. Vừa đi vừa nói chuyện, ngắm nhìn, Thùy nhận ra điểm khác với mấy nơi Thùy đã đến. Ở đây có nhiều cây cọ to, già cỗi, cành lá rụng hoặc bị chặt để lại những đoạn cành khô bọc xung quanh thân cây, Thùy chỉ tay nói với Trâm:

- Trâm ơi, nhìn các gốc vỏ khô bọc xung quanh cây cọ, Trâm có nghĩ gì không?

- Mình không nghĩ gì cả. Sao, Thùy nhìn thấy gì à?

Thùy tiến đến một gốc cây, chỉ vào những vỏ khô nói:

- Theo mình, vỏ khô này cũng làm củi đốt được, sao mình cứ phải đi tìm đâu xa.

- Ừ nhỉ, tuần tới tụi mình đi chặt những vỏ cây khô này Thùy nhé. Lại còn những chùm quả cọ tím đen kia nữa. Có ăn được không nhỉ?

Thùy nhớ ngày ở nhà Khương, có lần Khương bảo, người dân lấy quả cây cọ về ăn. Quả cọ trông giống quả trám đen, tuy ăn không ngon, không bùi, nhưng có thể làm thức ăn, Thùy sẽ lấy ăn thử.

Qua hết đồi cọ trước mặt hiện ra một bãi sim rất nhiều sim chín, hai người mừng quá. Thùy chợt nhớ lại ngày còn học lớp 7, lớp 8, mải hái sim với bạn đi học muộn, không cần hỏi thày cô cũng biết lý do, vì hai bên mép màu tím của sim viền quanh miệng. Vừa hái sim vừa ăn Thùy, Trâm không quên hái thêm cho Nhiên.

Nhiên sống trong dẫy nhà tập thể nữ khoa Sử, mọi người đi chơi hết, xung quanh vắng vẻ. Ba cô bạn có dịp tự do thoải mái cười đùa, buôn dưa lê bán dưa chuột. Hôm nay Nhiên sẽ khao bạn món măng đắng xào tỏi, món ăn ngon của người địa phương. Đang nói chuyện vui chợt Nhiên nói:

- Thùy, Trâm ơi! Có tin sốt dẻo cho hai người đây.

Thùy và Trâm cùng nhau lên tiếng:

- Tin gì? Có nóng hôi hổi vừa thổi vừa nghe không đấy?

Nhiên tự nhiên ra vẻ trầm ngâm, im lặng, tủm tỉm cười, khiến Thùy và Trâm thêm nóng ruột. Nhìn Thùy và Trâm thấy hai người chăm chú chờ đợi, Nhiên cười vang, nói to:

- Nghe tin này nhất định hai cậu không thể tin! Hai hôm trước, mình có việc ra trung tâm, gặp chị Nga cho biết tin về tay Minh, tổ trưởng của Thùy hồi trước ấy.

Thùy, Trâm nóng ruột hơn:

- Sao? Anh ta làm sao?

- Tay Minh nghỉ việc ở thư viện, chuyển về Hà Nội rồi.

Nhiên vừa dứt lời, Thùy, Trâm sững người. Sau khi Nhiên nói lý do Minh thôi việc, ba cô phá lên cười giòn giã. Bữa cơm trưa vui và ngon miệng vì tin mới nhận được hay bữa cơm xum họp của ba bạn thân cùng cảnh ngộ xa nhà? Măng đắng hôm nay món ăn đầu tiên trong đời Thùy, nhưng không đắng như tên gọi, giống như các loại măng khác, củ to mập, chắc như măng mai. Khi ăn giòn giòn, đăng đắng, tê tê một chút ở đầu lưỡi, với Thùy cảm nhận khi nuốt trôi qua họng thấy thơm ngon, khác lạ, hồi còn ở nhà đi chợ với mẹ không thấy bán. Trên đường về khoa Văn, Thùy rủ Trâm tuần tới sẽ cùng nhau đi chặt vỏ cây cọ khô về làm củi.

Đang lúi húi trong kho sách, Trâm gọi Thùy ra nhận thư từ trung tâm gửi vào. Thùy rất mừng, nghĩ "chắc thư của bố mẹ và các em". Nhưng không, giấy quyết định của Ban giám hiệu nhà trường thuyên chuyển Thùy về Thư viện trung tâm làm việc. Một lần nữa lại tạm biệt, lại chia tay, Thùy không biết buồn hay vui nữa? Buồn có lẽ phải xa Trâm, xa mẹ con Lưu, xa cán bộ nhân viên khoa Văn bấy lâu nay Thùy gần gũi, gắn bó. Thùy không biết lãnh đạo khoa Văn sẽ giao thư viện cho ai? Hy vọng Trâm sẽ được giao công việc này.

Ban lãnh đạo khoa Văn quyết định giao cho Trâm chịu trách nhiệm thư viện sau khi Thùy chuyển ra trung tâm. Trâm bịn rịn không muốn xa Thùy, hai người đang làm việc gần nhau nay bất ngờ chuyển đi, làm sao tránh khỏi buồn rầu, nhưng không dám chống lại lệnh của lãnh đạo. Ngày hôm nay phải bàn giao công việc cho Trâm, trong đầu Thùy mung lung bao suy nghĩ. Thùy nhắc Trâm cẩn thận sổ sách giấy tờ, làm tròn tốt công việc được giao, hẹn gặp nhau trên trung tâm. Trâm thầm nghĩ bữa măng đắng thật sự đắng với bạn.

Ngày mai mới đi ra trung tâm, Thùy đến thăm và tạm biệt gia đình Khương. Trời về chiều rét đậm, từng làn gió lạnh lướt qua má, mũi tê buốt, quấn kín khăn quàng cổ, Thùy cắm cúi bước về phía nhà Khương, chợt có tiếng gọi:

- Chị Thùy, có phải chị Thùy không?

Thùy giật mình ngẩng nhìn, nhận ra Tý, nói:

- Em chóng lớn quá, biết đi chăn trâu rồi. Mẹ về chưa em? Chị đến thăm bà và mẹ con em đây.

Tý vui lắm, chạy đến cầm tay Thùy:

- Tối nay chị ăn cơm ở nhà em nhé, chắc bà đang nấu cơm rồi.

- Chị nhớ bà, nhớ Tý và mẹ Tý lắm nhưng chị bận, ngày mai chuyển ra làm ở trung tâm rồi.

Gần đến cổng, Tý kêu to:

- Bà ơi, chị Thùy đến chơi, bà thổi nhiều cơm không?

Bà từ trong bếp chậm rãi bước ra, miệng nhai trầu, nhìn Thùy vui vẻ đáp:

- Ai chứ, với cô Thùy lúc nào cũng có cơm ăn. Vào nhà đi cháu, bên ngoài rét lắm.

Vừa đúng lúc Khương đi làm đồng về, chân lấm đầy bùn đất.

- Thùy vào nhà đi em, hôm nay chị đi tát nước, trời

không mưa mấy ngày ruộng thiếu nước, phải thay phiên nhau đi tát.

Đã lâu, nay mới được ăn cơm cùng mẹ con Khương, có món măng xào tỏi nhưng thêm lá xương xông, mùi vị thơm khác lạ. Bé Tý nhanh nhảu khoe:

- Bà và mẹ ơi, chị Thùy phải chuyển ra làm ngoài trung tâm rồi, con sẽ nhớ chị Thùy nhiều lắm.

Thùy bùi ngùi, bịn rịn khó nói khi phải xa bà, Khương và bé Tý. Cách nhau hơn chục cây số, không biết khi nào trở về đây thăm mọi người. Thùy hứa có dịp vào khoa Văn sẽ đến thăm.

*

* *

Thùy bất ngờ đứng trước mặt, Nga ngạc nhiên kêu lên:

- Kìa Thùy, ra trung tâm từ khi nào?

- Chị Nga, tình hình đã xảy ra như thế nào? Chị nói rõ nhé, em thấy không an tâm.

Nga vui vẻ hỏi thăm Thùy, báo tin vui sắp tới thư viện sẽ bổ xung thêm người về làm việc, hiện tại có mình Nga sau khi Minh chuyển về Hà nội.

Bước nhanh lên quả đồi ngày trước Thùy ở, tâm trạng nôn nao, khó tả. Ngày đầu tiên lên trường làm việc, đây là nơi Thùy sống một mình sau khi rời gia đình. Cũng từ nơi đây, Thùy đã phải chuyển đi mấy nơi, bây giờ trở về sống như những ngày đầu. Gần lên đến nhà tập thể, Thùy lớn tiếng gọi:

- Chị Lý, chị Hợi ơi! Em Thùy đây, trở về ở với các chị.

Lý, Hợi vội vàng chạy ra, ba người ôm nhau mừng rỡ, người hỏi, nói, cười tíu tít, không biết trả lời thế nào. Tối hôm đó Thùy ngủ ngon, được về sống bên các chị Lý, Hợi trong nhà tập thể trung tâm như ngày trước.

Như trước, Thùy dậy sớm chuẩn bị đi làm, tâm trạng thấy khang khác, có lẽ vì không có Minh, thấy yên tâm, không hồi hộp lo lắng, sợ phải chạm mặt Minh nữa. Gần 7 giờ sáng Thùy đi xuống dốc rẽ về hướng thư viện. Nga đang mở cửa, cảnh vật không thay đổi, nhưng sự yên tĩnh, vắng lặng kỳ lạ, Thùy cầm chiếc phất trần bằng lông gà phủi lớp bụi trên giá sách, sách, bàn làm việc của hai người, nói với Nga:

- Giờ có hai chị em mình, cũng có khác chị nhỉ.

Nga cười:

- Tuần trước một mình trong thư viện chị cũng thấy buồn và hơi sợ, nên hiểu, thông cảm với em thời gian vừa qua.

- Chuyện cũ cho qua đi chị ạ. Những ngày tháng trong khoa Văn em quen dần và đã quên hết. Biết tin anh Minh chuyển về Hà nội em cũng bất ngờ. Em đã từng nghĩ không về thư viện trung tâm. Thời gian sống với mọi người trong khoa Văn em học hỏi thêm nhiều điều chị ạ.

Nga trao đổi tình hình công việc hiện tại, hứa cùng nhau làm tốt dù không còn tổ trưởng Minh. Hai người bắt đầu một ngày vui vẻ đầy niềm tin, có bóng người bước vào cửa thư viện, "ai đến sớm vậy nhỉ"? Thùy nghĩ thầm. Hai người cùng ngẩng lên nhìn. Nhận ra Nam, Thùy cười, chào:

- Chào thầy Nam! Thầy đến mượn sách sớm thế?

Nam đỏ mặt:

- Chào hai cô! Hôm qua tôi đến thư viện khoa Văn trả sách biết Thùy chuyển ra trung tâm làm.

Nga nhìn Thùy, nhìn Nam như hiểu ra, cười nói:

- Vậy từ nay thầy đừng đến thư viện khoa Văn nữa, đến thư viện trung tâm thầy ạ.

Nam trả lời vô tư:

- Vâng, tôi dạy ở khoa Hóa, ra trung tâm gần và tiện hơn. Vả lại thư viện trung tâm nhiều sách, tài liệu hơn thư viện khoa Văn.

Tối họp đoàn thanh niên, Thùy gặp lại mọi người trong chi đoàn, sống lại như thời gian trước, nhưng giờ Thùy đã bình tâm, biết suy nghĩ. Suốt buổi họp, Thùy im lặng nhưng bình thản không mặc cảm khó chịu như thời gian đầu. Phải chăng Thùy đã hiểu và chấp nhận số phận, hoàn cảnh.

Mấy ngày sau thư viện trung tâm có độc giả thường xuyên đến mượn sách - Nam, giảng viên khoa Hóa. Thùy nhận thấy Nam có cảm tình đặc biệt đối với mình, mỗi khi Nam đến, Nga tìm cách tránh mặt để Thùy và Nam tự nhiên hơn. Nam sinh trưởng ở Hà Nội, gia đình cách mạng, khá giả, tốt nghiệp tiến sĩ ở Nga, thuộc tuýp người được rất nhiều cô gái ngưỡng mộ. Trong trường rất nhiều sinh viên nữ vây quanh, nhưng không hiểu sao Nam lại để ý đến Thùy, nhân viên bình thường, không bằng cấp. Trở về nếp hoạt động của trung tâm, Thùy tiếp tục phụ trách đội thiếu niên như trước. Sinh hoạt với các em đều đặn, dạy hát, dạy múa, giúp đỡ các em trong học tập. Thùy nhiệt tình, hăng say hoạt động với đội thiếu niên, Ban giám hiệu trường biểu dương, khen ngợi thành tích.

Từ ngày có Thùy về làm việc, độc giả đến mượn sách nhiều hơn, công việc rất bận, nhưng vẫn chưa thấy nhân viên mới đến nhận công tác như thông báo. Vì vậy Nga và Thùy phải sắp xếp, bố trí lịch làm việc thật khoa học phù hợp với thực tế. Thư viện mở cửa đều đặn, bổ xung thêm sách mới. Kế hoạch làm việc bàn bạc thống nhất, Thùy tiến bộ nhiều trong nghiệp vụ, có nhiều sáng kiến cải tiến trong công việc. Quan hệ giữa Thùy và Nam ngày càng thân thiết. Nam thường xuyên đến thư viện, không phải mượn sách mà gặp Thùy, biết hoàn cảnh trớ trêu, Nam quyết tâm hơn. Có lần Nam mạnh dạn nói với Thùy suy nghĩ của mình:

- Thùy, tôi biết em là người ham học, nhưng vì hoàn cảnh phải đi làm sớm. Tôi nghĩ thế này, Thùy suy nghĩ xem thế nào.

- Anh góp ý cho em việc gì? Em làm gì sai trái?

- Không phải. Theo tôi, em nên đi học đại học. Em tuy đã nghỉ nhiều năm, bị hụt kiến thức, nhưng bây giờ em học ôn lại chương trình phổ thông, tuổi còn trẻ, nộp đơn xin thi đại học vẫn kịp. Ý của em thế nào?

- Thực ra em cũng từng suy nghĩ như anh, nhưng bỏ học quá lâu, quên hết không đủ sức thi.

- Em yên tâm, anh sẽ giúp. Anh sẽ tìm đủ sách luyện ôn thi đại học, em muốn thi hệ nào, tự nhiên hay xã hội, để anh tìm sách.

Biết Nam quan tâm, thực sự muốn giúp đỡ, tuy trước đó Thùy vẫn có ý nghĩ phải học lên như chúng bạn. Mình đã bị tụt lùi lại phía sau mấy năm nay rồi, nhưng chưa quyết tâm, chỉ thoáng nghĩ trong đầu, nay Nam góp ý như vậy, Thùy cảm động càng quý mến Nam nhiều hơn. Đêm ngủ suy nghĩ rất nhiều, quyết định sẽ nói với Nam ý định của mình. Tuần trước, chú Đức ở phòng tổ chức có nói với Thùy:

- Cháu cố gắng làm việc thật tốt, phấn đấu mọi mặt, nếu nhà trường có chỉ tiêu kế hoạch đào tạo cán bộ, công tác đủ bốn năm trở lên sẽ cử cháu đi học thêm.

Nghe vậy, biết vậy, nhưng Thùy không dám mong ước xa xôi. Trong đầu luôn ám ảnh 'thành phần gia đình', không phải con em dân tộc thiểu số, không có điểm nào để ưu tiên. Vì thế ngày qua ngày trôi đi không hy vọng. Thùy gặp mấy người bạn cùng học cấp III hiện đang học khoa Lý trong trường, thỉnh thoảng đến chơi, các bạn động viên gợi ý Thùy thi vào khoa Lý của trường.

Bố Thùy cũng muốn Thùy học nghề sư phạm:

- Thùy à, bố không đồng ý con xin thi vào Đại học Xây dựng, Đại học Giao thông, thân con gái nên suy nghĩ kỹ trước khi quyết định.

Câu nói của bố vẫn in mãi trong đầu Thùy, nay có bạn đang học khoa Lý trường sư phạm mình đang làm việc, thuận lợi nhiều bề. Nam biết và tìm sách bộ môn Tự nhiên cho Thùy. Bỏ học thời gian dài, Nam nhắc Thùy phải sắp xếp lịch cho khớp dành nhiều thời gian cho việc ôn chương trình phổ thông. Nam đến giúp Thùy vào buổi trưa, tuần hai ngày. Thầy nhiệt tình, chu đáo, trò chăm chỉ, cố gắng. Sợi dây vô hình đã gắn kết hai người với nhau hơn. Thầy Nam vừa bận rộn soạn bài và giảng trên lớp, vừa ra trung tâm giúp Thùy. Mọi người trong khoa và trung tâm ai cũng nhận ra quan hệ của hai người. Một nam, một nữ chưa vợ chưa chồng, yêu nhau chuyện bình thường. Nhưng thói đời vẫn vậy, chuyện thị phi bất cứ đâu cũng không bao giờ tránh khỏi. Người vui, mừng cho Thùy - đẹp đôi ủng hộ -, kẻ xì xào, bàn tán, dèm pha. Thùy tập trung tám giờ làm việc ở thư viện, chăm chỉ học ôn ngoài giờ làm. Thời gian còn lại tham gia sinh hoạt công đoàn, thanh niên, hoạt động của đội thiếu niên, không để ý đến những lời bàn tán xung quanh. Nhưng cái gì đến sẽ đến, chị Nga, chị Hợi và vài cô nhân viên ở trung tâm nói đến tai Thùy. Sinh viên, cán bộ khoa Hóa cũng biết, xầm xì to nhỏ và Nam cũng nghe thấy những câu nói vô duyên.

- Đoàng hoàng một cán bộ giảng dạy đại học lại thích một cô nhân viên không bằng cấp.

- Trai Hà nội, gái miền núi.

- Trèo cao ngã đau, quá chênh lệch trình độ, mắt kém hay sao, bao nhiêu sinh viên nữ xinh đẹp học giỏi sao không nhìn thấy.

Mới đầu, Thùy để ngoài tai. Nghĩ "mình đã có gì với thầy Nam đâu, thầy giúp mình học thôi, đàng hoàng đứng đắn, học công khai", nhưng lâu dần khiến Thùy thấy khó chịu. Ý nghĩ mặc cảm xưa kia lại trỗi dậy. Có lần chứng kiến thái độ, ánh mắt của sinh viên đến thư viện mượn sách, Thùy hiểu là sự ganh tỵ, mỉa mai, khinh thường của họ. Cảm thấy bị xúc phạm, như có vật gì chèn ép lên ngực rất khó thở. Nga biết thông tin về Nam nói với Thùy:

- Thùy ơi, trưa hôm qua thầy Nam có ra trung tâm không em?

- Dạ, không chị ạ, theo lịch thầy đến giúp em trưa hôm qua đấy.

- Chị nghe phong phanh thầy Nam bị khiển trách gì đó.

Thùy bắt đầu lo lắng cho Nam, lo ngại cho bản thân. Nam là đảng viên, trong chi ủy của khoa, bị phê bình quan hệ nam nữ với cô gái thành phần gia đình tư sản, quan hệ như vậy là thứ 'tình yêu phi chính trị, phi giai cấp', chệch với đường lối, nguyên tắc của Đảng. 'Đảng đã đem cương lĩnh đè lên trái tim Nam, bắt tình yêu ngược xuôi theo điều lệ đảng.'* Các hoạt động của Nam đã bị theo dõi đưa ra bằng chứng trong cuộc họp chi ủy. Một người nói Thùy không tin, nhưng hai, ba rồi nhiều người bắt đầu góp ý với Thùy. Cảm giác bị xa lánh, đối xử khác biệt, nhất là khi bị khinh thường đã tác động mạnh đến lòng tự trọng của Thùy. Tuần trước có người mới đến - một cô gái học lớp sơ cấp thư viện của tỉnh - được nhận vào làm từ lâu nay mới đến làm việc, vì gia đình có công với cách mạng. Nga bảo Thùy:

- Cố gắng ôn tập thi đại học em ạ, có như vậy cuộc sống sẽ tươi sáng hơn.

Suy nghĩ trăn trở nhiều đêm, nghĩ đến những dư luận của mọi người, nghĩ đến Nam, Thùy thương cho bản thân làm gì nên tội? Nghĩ đến gia đình, nghĩ đến sau này sẽ ra sao? Sau vài buổi trưa Nam thất hẹn, Thùy thất vọng đi đến quyết định, không cần Nam, tránh không muốn gây khó khăn, phức tạp thêm cho Nam, mặc dù mỗi khi nghĩ đến nghẹn tức trong họng, như đã bị xúc phạm. Biết không phải do lỗi của Nam thất hứa, nhưng là đảng viên phải tuân theo cương lĩnh, đường lối của Đảng. Thùy tiếp tục ôn thi, quyết tâm hơn cho dù không có Nam giúp đỡ. Ý nghĩ phải thay đổi, phải học thôi thúc, tạo động lực cho Thùy thời gian sau này. Công việc trong thư viện ngày càng tiến triển, ba chị em đoàn kết giúp đỡ nhau, Nga làm tổ trưởng, Thùy được bầu là lao động tiên tiến trong năm. Ban Giám hiệu khen ngợi Thùy thành tích trong công tác phụ trách thiếu niên, hoàn thành chỉ tiêu xuất sắc của Thư viện, có mối quan hệ quần chúng tốt. Các chị trạm xá cũng động viên khuyến khích Thùy tập trung cố gắng học. Nhiều lần nhìn thấy Nam đến thư viện, Thùy tránh mặt, sau đó không thấy Nam ra trung tâm nữa. Nghe sinh viên kháo nhau thầy Nam bị chi bộ phê bình, kiểm điểm, Thùy nghĩ quyết định của mình là đúng.

Thời gian trôi đi tùy theo suy nghĩ của từng người, với Thùy đó là sự mong chờ, hy vọng và quyết tâm. Thùy có ý định chờ dịp xin học ngành Thư viện và nói nguyện vọng với phòng tổ chức, chú Đức phó phòng nhiệt tình ủng hộ.

Tối nay Thùy hồi hộp, vui mừng khi được thông báo Chi đoàn thanh niên tổ chức lễ kết nạp Thùy. Kết nạp Đoàn đó là điều bình thường đối với thanh niên, nhưng với thành phần gia đình tư sản, tiểu tư sản thật khó khăn, cao xa đối với chế độ chuyên chính vô sản. Tiêu chuẩn nộp đơn thi trung cấp chuyên nghiệp, đại học ngoài thành phần gia đình cơ bản, thanh niên phải là đoàn viên, những người không đoàn thể không được xét duyệt.

Sau mấy năm làm việc, từ một cô gái tuổi học trò, vô tư, ngây thơ trong trắng, do hoàn cảnh xã hội, điều kiện gia đình đã xô đẩy Thùy sớm bước vào đời. Chập chững từng bước, từng bước Thùy trưởng thành theo năm tháng, búp mầm tre bé nhỏ ngày nào, nay lớn dần thành cây tre dẻo dai, vươn mình đứng vững trong khu rừng đầy chông gai và rắn độc. Năm sau, nhà trường có chỉ tiêu bồi dưỡng nâng cao trình độ cho cán bộ công nhân viên chức, Đảng ủy, Ban giám hiệu nhà trường đánh giá thành tích mọi mặt của Thùy trong nhiều năm làm việc, giao cho phòng tổ chức ra quyết định cử Thùy đi học khóa chuyên tu trường Lý luận - Nghiệp vụ Hà Nội. Thùy hơn 5 năm bỏ học đi làm nhưng cố gắng ôn tập, các môn thi Thùy làm trọn vẹn, chờ ngày báo kết quả.

Ghi chú * Theo ý thơ thi sĩ Lê Đạt "Một bài thơ cũ"

Nhưng mang bục công an máy móc
Đặt giữa trái tim người
Bắt tình cảm ngược xuôi
Theo đúng luật đi đường nhà nước
Có thể gây rất nhiều chua sót
ngoài đời

CHƯƠNG 2
NĂM NĂM SAU

- Thùy ơi! Có phải Thùy đấy không?

Đang đi xe đạp, phía sau yên xe một chiếc ghế nhỏ bằng song mây bé Hiền ngồi, nghe tiếng gọi, Thùy phanh xe gấp, một chân để xuống mặt đường giữ thăng bằng, đưa mắt nhìn quanh sang phía bên đường có tiếng gọi vọng ra. Chợt thấy bàn tay vẫy vẫy trước cửa căn nhà xây ngói đỏ tươi, nhận ra Nga, Thùy chầm chậm dắt xe đạp sang đường về phía người phụ nữ đang vẫy tay. Nga nhìn Thùy hỏi:

- Sớm thế này, hai mẹ con đi đâu vội thế?

Thùy ngượng ngùng đáp:

- Em đến chị Hà, tranh thủ trước khi chị ấy đi làm, em còn về cho kịp giờ làm.

Nga nhìn Thùy áy náy:

- Vậy chú ấy đâu không để con bé ở nhà, bắt nó đi cùng, tội con bé?

- Bố cháu không có nhà, tuần đi công tác sáu ngày xuống các huyện, Chủ nhật về đem theo đống quần áo bẩn toàn mùi chàm bác ơi.

Ngắm nhìn căn nhà gạch khang trang, Thùy hỏi:

- Nhà chị mới xây à?

Nga cười:

- Không đây nhà mẹ chị. Cả nhà về thăm bà ngoại hôm qua.

Biết Thùy vội phải đi, Nga nói:

- Đợi chị một tí nhé.

Nga chạy nhanh vào trong nhà cầm ra một gói bọc lá chuối khô:

- Cầm gói xôi này cho bé.

Thùy quay lại nói với con:

- Con cảm ơn bác đi!

Bé Hiền đang ngái ngủ, nghe mẹ gọi, giật mình nói nhanh:

- Dạ, cháu cảm ơn bác nhiều ạ!

Nga nhìn Hiền nựng:

- Hiền ngoan quá. Thôi hai mẹ con đi kẻo muộn.

Thùy vừa chào Nga vừa đặt chân lên bàn đạp vội vàng đi. Nhìn theo bóng hai mẹ con Thùy xa dần, trong lòng Nga bao suy nghĩ. Có phải đây là cô bé Thùy ngày nào trên khu sơ tán không nhỉ? Mới năm nào còn là cô bé hay xấu hổ, nhút nhát, mình trêu gọi đùa cô bé còm nhom. Không ngờ cuộc sống mưu sinh bắt buộc và rèn luyện con người phải cố gắng thích nghi với hoàn cảnh. Ai cũng hy vọng cuộc sống sẽ được cơm no, áo ấm khi đất nước hết chiến tranh, Bắc - Nam thống nhất. Sau ngày giải phóng, kế hoạch hóa khôi phục kinh tế xây dựng đất nước giàu mạnh dưới sự lãnh đạo của Đảng và chính phủ đề ra thật hoành tráng, nhưng lực bất tòng tâm, phe XHCN nhất là Liên Xô và Trung Quốc cắt giảm viện trợ vì chiến tranh đã chấm dứt, trong khi đó Mỹ cấm vận và bao vây kinh tế, cộng thêm lời hứa của Nixon đền bù bốn tỷ đô la sau chiến tranh không thực hiện, với lý do, Bắc Việt vi phạm hiệp định Paris xâm lược miền Nam. Sau chiến tranh, kinh tế miền Bắc bên bờ sụp đổ. Nông nghiệp, công nghiệp bị tàn phá nặng nề, không những thế mấy năm liền mất mùa do thiên tai, đồng thời với chính sách ngăn sông cấm chợ cực đoan thời kỳ bao cấp, đời sống người dân miền Bắc đã nghèo lại càng khốn khổ hơn bao giờ hết, mọi người phải 'thắt lưng buộc bụng', tự xoay sở, tự cung tự cấp. Lương thực, thực phẩm thiếu trầm trọng, người dân tuy có tem phiếu phân phối nhưng không bao giờ mua được đầy đủ. Vừa đạp xe Thùy vừa nghĩ lan man, lần nào gặp Nga cũng thấy khác, thay đổi nhanh hơn trước. Quang - chồng Nga - nhanh nhẹn tháo vát, công việc của Quang, nhân viên cung ứng của nhà trường có điều kiện xoay sở, vì thế sinh hoạt gia đình Nga sung túc, khá hơn gia đình khác. Thời bấy giờ người ta đều nhắc nhau, 'thật thà ăn cháo, bố láo ăn cơm', những người liêm khiết, chân chính như gia đình Thùy hay những gia đình khác trông vào đồng lương 'ba cọc hai đồng', xoay ngang xoay dọc đều thiếu. Mỗi lần đi công tác xuống cơ sở huyện, trước khi về, Quang mua gà, thịt hay cá. Để tránh trạm kiểm soát khám xét đánh thuế hay tịch thu, Quang có chiêu rất tuyệt, gà hay thịt luộc trước, cá đem rán hay kho mang về cho vợ con, trạm kiểm soát trơ mắt ếch nhìn, không thể đánh thuế hay tịch thu thực phẩm đã nấu chín.

Thùy đến vừa đúng lúc Hà chuẩn bị ra cửa đi làm. Hai người quen biết nhau sau ngày Thùy đi học về làm ở Ty Văn hóa. Hà làm ở văn phòng Lâm nghiệp tỉnh, quý và quan tâm giúp đỡ tận tình, xin giấy mua củi, mùn cưa giúp Thùy, vì bây giờ không được lên rừng lấy củi như ngày xưa. Hà đưa giấy phép cho Thùy theo tiêu chuẩn một mét khối củi, ba bao mùn cưa trong xưởng gỗ của thị xã. Hà nhắc Thùy:

- Em chú ý đến kiểm tra xưởng khi nào củi về, nhanh đi mua kẻo hết. Em đã đan xong mấy thứ chị đưa chưa?

- Dạ, còn cái áo len tối nay đan, ngày mai em đưa hết cho chị. Chị cộng lại cuối tháng, nói bà chủ thanh toán tiền cho em.

Nói xong, chào Hà, Thùy tất bật lên xe đèo con về cho kịp giờ làm.

*

* *

Khu tập thể I, nơi gia đình Thùy ở, gồm hai dãy nhà gianh vách đất, mỗi dãy có mười gian. Dãy nhà dành cho gia đình có con, mỗi gian rộng chừng hai mươi mét vuông, phía sau có mảnh đất nhỏ năm, sáu mét vuông trồng rau, nuôi gà hoặc làm chuồng nuôi lợn, cải thiện đời sống. Gia đình Thùy có ba người, như vậy thoải mái so với gia đình đông con. Dãy nhà đối diện, gian nhà nhỏ hơn dành cho người chưa có con. Riêng gian đầu tiên làm nhà trẻ, có ba cô chịu trách nhiệm, trông giữ mười hai cháu từ lọt lòng đến ba tuổi.

Vừa về đến đầu ngõ rẽ vào khu tập thể, Thùy đã nghe thấy tiếng nói ồn ào:

- Ối giời ơi! Bây giờ tôi biết phải làm thế nào?

Tiếng kêu khóc lẫn tiếng bàn tán xôn xao, mỗi người mỗi ý, thể hiện rõ 'sự quan tâm' của người trong khu tập thể. Sau mới biết, con lợn của chị cấp dưỡng từ sáng sớm 'chê cám' làm chị lo sốt vó. Sống trong khu tập thể hơn hai năm, tính Thùy ít nói, không thích dính dáng vào những chuyện 'vui buồn' thường xuyên xảy ra như cơm bữa, vì có thời gian đâu tham gia chuyện 'bò răng trắng hay đen.'

Người ta kéo đến đông nghịt, nhìn, xem thực hư rồi lo nghĩ đến lợn nhà mình.

- Chị đã cho lợn uống thuốc chưa?

Một chị lên tiếng hỏi. Mọi người lại lao nhao lên, bà to béo nói một câu chắc như đinh đóng cột:

- Lấy một viên cảm sủi, hòa với một nắm cám, trộn thêm thức ăn cho nó thơm thơm là con lợn ăn liền, khỏi ngay.

Chị có lợn than thở:

- Tôi cố nuôi thêm vài tháng cho nó được hơn 80 ký, bán mới đủ món tiền trang trải. Nay giở chứng thế này, bán được bao nhiêu hở giời?

Không biết ai đứng phía sau đám đông, nói to:

- Thuốc nhanh nhất, gọn nhẹ khỏi phải lăn tăn, lo lắng, cho nó một viên 'Sun-phát-đờ-dao' là xong, bà con nào có nhu cầu xin mời đến, cả nhà được bữa tươi.

Một ông chừng hơn bốn mươi tuổi tham gia:

- Ôi dào, to cũng như nhỏ, nuôi vất vả, nó lớn từng ngày nhìn cũng thích, nhưng mình đâu có dám ăn. Bán tất tần tận, nhịn mồm nhịn miệng, con cái thèm một miếng thịt ngon cũng không dám giữ lại, nó khóc, dỗ dành mãi chúng mới thôi.

Người cười hưởng ứng, người lắc đầu ngao ngán cho cái cảnh lo 'ông Lợn' ốm, còn hơn lo thủ trưởng cơ quan ốm. Bởi lẽ đương nhiên, 'ông Lợn là tiền, là thu nhập thêm' của gia đình. Một câu chuyện có thật xảy ra thời kỳ 'ngăn sông cấm chợ'. Gia đình Giáo sư Văn Như Cương sống trong khu tập thể, vợ ông nuôi lợn, phân lợn nhà ông làm tắc cống. Người ta báo công an phường lập biên bản phạt hành chính. Công an đến làm biên bản ghi 'gia đình ông Văn Như Cương nuôi lợn mất vệ sinh khu tập thể.' Giáo sư Văn Như Cương, gãi đầu gãi tai, nói: "Xin đồng chí ghi, lợn nuôi gia đình ông Cương". Lúc này công an ngây người, mặt nghệt ra không hiểu, sao lại lợn nuôi gia đình ông Cương. Giáo sư Văn Như Cương, chậm rãi giải thích, "Gia đình tôi mọi thứ thu nhập thêm đều trông vào con lợn. Vậy lợn nó nuôi chúng tôi". Ngẫm nghĩ một lát, ông Cương bảo "Vậy thế này, đồng chí ghi, gia đình ông Cương và lợn nuôi lẫn nhau dễ hiểu hơn". Chuyện tiếu lâm thời ngăn sông cấm chợ tưởng đùa mà có thật, trong thập niên 1970s và 1980s ở miền Bắc XNCN (Xếp hàng cả ngày).

Thùy đưa con sang nhà trẻ giao cho các cô bảo mẫu, nhanh chân về kiểm tra chuồng gà, chuồng lợn trước khi dắt xe đạp ra cổng. Vừa đạp xe, Thùy vừa nhẩm tính, nghỉ trưa ghé qua chị Huệ xin cây chuối băm cho lợn, tối nay phải cố đan xong cái áo len ngày mai giao cho chị Hà thanh toán tiền công tháng này. Thùy đến cơ quan vừa đúng giờ, còn sớm hơn mấy người cùng phòng. Có tiếng nói từ ngoài vọng vào:

- Xin thông báo với các vị, cửa hàng lương thực cho xe đi lấy gạo, ngày mai có gạo bán. Nhớ đi xếp hàng sớm kẻo 'trâu chậm uống nước đục'.

- Anh có biết lần này độn ngô hay bột?

- Độn gì mà không phải mua các bà ơi. Phố bên cạnh nhà tôi mấy ngày trước bán ngô răng ngựa đấy.

- Chị gái em mua về ninh mấy tiếng vẫn cứng, không nhai được. Bà mẹ chồng bị gãy nốt cái răng hàm cuối cùng vì ngô răng ngựa.

Mọi người cười phá lên, nhưng nét mặt ai cũng hiện lên vẻ đau khổ, thông cảm.

Một chị thắc mắc:

- Cô Thùy im lặng thế? Có sáng kiến gì chăng?

Đang suy nghĩ, Thùy giật mình đáp:

- Dạ, cũng tùy xem họ bán độn gì rồi mới tính, con bé nhà em nhỏ quá không ăn độn ngô răng ngựa được. Tháng trước em bán độn, mua thêm gạo cho cháu, vợ chồng em ăn độn hạt bo bo.

Ngô răng ngựa, sau khi 'bung' vài giờ, ngô chín hạt ngô to gần bằng ngón chân cái, nhìn đã thấy mất 'cảm tình', nhai mỏi cả hàm. Hạt bo bo (hạt ý-dĩ, còn có tên hạt cườm, còn nguyên vỏ trấu chưa xay xát) của Trung Quốc viện trợ nuôi gia súc gia cầm, nhưng vì khủng hoảng thiếu, hai lương thực này chính phủ bán phân phối cho nhân dân thay gạo.

Tiêu chuẩn Thùy mười ba kg, chồng mười lăm kg và bé Hiền năm kg một tháng, tính ra không quá khó khăn, vậy mà suốt ngày hôm đó, tin tức cửa hàng có gạo bán, thành chủ đề nóng sốt, quan trọng nhất cho mọi người trong cơ quan bàn tán.

5 giờ chiều, hết giờ làm việc, mọi người trong phòng chuẩn bị ra về, không khí nhộn nhịp, nhanh gọn hơn đầu giờ làm. Đó là quy luật của cán bộ công nhân viên 'sáng vác ô đi, chiều vác về' với mức lương bèo bọt so với giá cả thị trường. Từ lương thực, thực phẩm như gạo, mắm, muối đến hàng hóa tiêu dùng vải mặc, xà phòng giặt, kem đánh răng… đều dùng các ô tem phiếu hàng tháng, phân chia theo cấp bậc, chức vụ, mức lương. Có tem phiếu nhưng không có hàng, hết tháng tem phiếu hủy bỏ vì hết hạn sử dụng.

Trong thời kỳ tem phiếu, có nhiều câu chuyện 'cười ra nước mắt' không thể tin được ở những nước giàu có, văn minh. Một trưa đi qua cửa hàng bách hóa tổng hợp thị xã, nghe tiếng ồn ào, người xúm đông, Thùy xuống xe đạp tò mò xem chuyện gì. Một bà mặc váy áo dân tộc, hai tay vỗ bành bạch vào hai đùi, vừa vỗ vừa nói to "Giời ơi là giời! L. người ta đẻ ra con cán bộ được mua đường, mua sữa, còn L. tôi đẻ ra con dân, ốm đau không được mua cân đường hộp sữa, bất công quá, giời ơi là giời!" Đám đông có người tủm tỉm cười, có người lắc đầu, có người thì thầm "bà này gan cóc tía, chọc lũ ong bò vẽ, đeo còng số 8, ăn cơm nhà nước, ngủ nhà công chưa biết chừng", xì xào thế thôi không ai can ngăn. Vỗ chán, gào chán, người đàn bà ấy mệt, thở không ra hơi. Người xem vở 'dân ca và chèo chế độ tem phiếu' sợ liên lụy, thưa dần.

Công đoàn – một tổ chức đứng ra bảo vệ quyền lợi

cán bộ nhân viên theo tôn chỉ, mục đích đề ra của chính phủ. Từ Trung ương đến tỉnh, thành phố và tất cả các cơ quan, xí nghiệp quốc doanh hay hợp doanh đều có, tất cả cán bộ nhân viên phải tham gia, hàng tháng đóng nguyệt phí 2% lương. Đóng nguyệt phí, nhưng người phụ trách công đoàn từ cơ sở đến tỉnh thành quan tâm, giúp đỡ đoàn viên như thế nào, tiền đó để làm gì, đại hội Công đoàn cơ sở hàng năm không công khai báo cáo.

Năm 1976, Ban chấp hành Công đoàn tỉnh Hòa Bình họp đại hội thường niên do ông Quách Hy làm chủ tịch. Trong buổi giải lao, đại biểu đang cười nói vui vẻ ngay sân hội trường, một ông nhân viên bảo vệ hội trường chừng năm mươi tuổi, cầm cái bát to để lên bàn có thùng đun nước trà Hồng Đào, móc trong túi quần lấy gói nhỏ, mở ra trong có những ô phiếu thực phẩm đã cắt sẵn cho vào bát, ông đưa bát vào vòi thùng nước, mở vòi, nước trà chảy xuống lưng bát, lấy ngón tay trỏ ngoáy đều, cầm bát đưa lên miệng, trước khi uống, ông nói to:

- Tem phiếu không mua được, cắt nhỏ ra, hòa vào nước uống cũng bổ chán.

Nước trong miệng, ông nhai ô tem phiếu, rồi nuốt ực một cái thật to, nhìn mọi người xung quanh, cười:

- Ngon thật đấy các bác, bác nào tem phiếu hàng tháng không mua được cứ làm như em, bổ và tốt lắm.

Tất cả đại biểu ngạc nhiên, mồm chữ O mắt chữ A, riêng Quách Hy mặt tím lại vì không ngờ thấy cảnh chửi xéo thâm độc đến thế.

*

* *

Cũng như những người khác trong hoàn cảnh bấy giờ, Thùy nhanh nhanh đạp xe về vì biết bao nhiêu việc đang chờ, thái cây chuối nấu cám cho 'ông Lợn', gọi là cám nghe cho sang, thực ra 1 phần cám 8 phần thân cây chuối băm nát, cộng thức ăn thừa gom nhặt từ các hộ gia đình trong khu thập thể, nấu thành thức ăn cho 'ông Lợn'. Thùy phải đan xong áo len ngày mai giao, thanh toán lấy tiền công, thu nhập thêm. Về đến cổng đã nghe thấy tiếng con gái khóc gọi mẹ, cộng với tiếng quát mắng của bà giữ trẻ. Bà ta vừa đi vừa nạt nộ, một tay kẹp bé Hiền bên hông cởi truồng, một tay cầm cái quần kéo lê dưới đất theo bước chân:

- Có câm mồm không? Khóc cái gì? Tao cho mày ra ao rửa lần sau chừa ỉa đùn, nhớ phải gọi nghe chưa?

Chứng kiến tận mắt, tai nghe rõ từng câu, Thùy bực lắm, như ai cầm dao cứa vào ruột. Dựng vội xe đạp bên bực cửa, Thùy đi nhanh đón bé Hiền từ tay bà giữ trẻ, chậm rãi nói:

- Ôi, em xin lỗi bác, hai mẹ con em xin lỗi bác, lần sau cháu không dám 'ý' ra quần nữa.

Quay sang nói với con:

- Xin lỗi bà đi con.

Hiền mếu máo, nước mắt đang chảy ướt trên má, vẫn phải cố nói trong tiếng nấc:

- Cháu xin lỗi bà ạ.

Loan, nông dân, quê Nam định, em gái ông phó phòng hành chính được đưa lên giữ trẻ ba tháng nay, gần bốn mươi tuổi chưa chồng, tướng mạo như đàn ông, thấy mẹ con Thùy xin lỗi (?) Loan giả vờ vuốt má Hiền nịnh:

- Ừ, ngoan lắm, trời lạnh bà cũng thương lắm chứ, bà có muốn thế đâu. Thôi ngoan về với mẹ, cho bà còn về nghỉ.

Thùy chào Loan bế con về bên nhà, đặt Hiền xuống giường, xuống bếp vo gạo thổi cơm, còn quả đu đu xanh xào, có quả trứng gà nhà nuôi đẻ sáng nay, được bữa ăn tối ngon lành. Thùy lấy nước sôi trong phích Trung Quốc đổ ra chậu men rửa cho con, vừa rửa vừa nhìn kỹ xem có bị bấu véo, cấu ngầm không. Nghĩ đến cảnh con bị quắp kẹp dưới nách không quần, trời lạnh thế đưa ra ao rửa, Thùy xót xa vô cùng, nghĩ thầm, mình phải làm gì đây?

Cho Hiền ăn xong, Thùy đưa con sang hàng xóm gửi, chơi với con chị Lan bên cạnh. Anh chị có ba đứa tuổi bốn, năm, sáu kháu khỉnh, ngoan, sòn sòn sinh năm một, đều thích bé Hiền, hàng xóm chơi quen thành nếp, nhờ vậy Thùy tranh thủ làm được nhiều việc trước khi đi ngủ. Lan làm ở phòng Tài chính, chồng chị, Tuấn - cán bộ Tuyên huấn - đều là người Kinh. Lan đang nấu cám lợn, các gia đình có con đều nuôi lợn, nuôi gà, một hình thức thu nhập thêm. Thùy đi xuống, hỏi:

- Anh chưa về hả chị?

Lan thở dài:

- Có bao giờ ông ấy về đúng giờ đâu. Không họp cũng la cà ngồi với nhau tán gẫu. Lạ nhỉ, tưởng chỉ có phụ nữ mới nhiều chuyện buôn dưa lê bán dưa hấu chứ?

Thùy cười, trêu:

- Cho các ông ấy thư giãn một chút chị ạ. Chồng em quanh năm đi công tác suốt tuần, suốt tháng có thấy mặt đâu. Lâu rồi cũng quen, ăn ngủ thế nào, em không biết. Cuối tuần Chủ nhật về, tiền lương không thấy đưa, đưa ngay một đống quần áo bẩn, hôi mùi chàm trên rừng của người dân tộc. Con Hiền hỏi bố suốt, một tuần mới gặp, được bố bế đi chơi một ngày sung sướng rồi chị ơi.

Lan nhìn Thùy với ánh mắt đồng cảm, an ủi:

- Chị em mình sinh ra chịu thiệt thòi, chịu khổ em ạ. Nhưng bù lại có được bé Hiền xinh xắn, ngoan ngoãn đáng yêu ai cũng thương, cố lên em.

- Vâng, may mắn em còn có anh chị và các cháu là hàng xóm, thương mẹ con em, giúp đỡ nhiều, em biết ơn anh chị và các cháu lắm. Chị cho em gửi cháu, về xem nồi cám lợn và giặt quần áo, ngày mai có thể không mưa.

Thùy đứng dậy chào Lan, nói:

- Em đã cho Hiền ăn cơm rồi. Em quên nhắc chị, cửa hàng lương thực có gạo về rồi đấy, nhớ đi mua kẻo hết, nếu chị mua, mai em xếp chỗ cho hai chị em mình.

- Em đặt giúp chị một chỗ nhé.

- Vâng.

Thùy nói xong, bước nhanh ra cửa về nhà. Làm xong mọi việc đã 9 giờ tối. Hiền đã ngủ say, đắp lại chăn cho con, Thùy lấy kim đan áo len, tối nay phải đan xong, ngày mai giao cho Hà thanh toán tiền, nghe tiếng gõ cửa:

- Thùy ơi, chưa ngủ à? Chị vào được không?

Thùy ra mở cửa:

- Chị Thoa! Có chuyện gì chị?

- Chị có việc cho em đây. Chị mới tìm được mối làm ăn mới, vừa nhẹ nhàng, hợp với cảnh của em.

Thoa giở ra tập túi nylon và một túi lạc rang to.

- Đóng lạc rang sẵn vào túi nylon nhỏ, đem trả lại cho chủ, chủ giao cho các cửa hàng, quán nước bán lẻ, em có nhận làm không?

- Nhận chứ, nhận chứ chị, miễn kiếm thêm tiền thu nhập.

- Tối nay có một mình à? Sao giờ này còn sang nhà em?

- Anh ấy đi họp ở Hà Nội mấy ngày, vắng anh, chị không ngủ được và hơi sờ sợ.

- Vậy tối nay ngủ lại đây với mẹ con em cho vui, nhân thể bảo em cách cho lạc vào bao túi thế nào.

Đêm ấy hai người thức khuya gần 12 giờ mới ngủ. Thùy đan xong chiếc áo len và bỏ túi lạc được một đống to, ngày mai Thoa giao cho chủ.

Reng …Reng … chuông đồng hồ báo thức, đang ngủ say, giật mình, nhìn đồng hồ gần 4 giờ sáng, chợt nhớ phải đi đặt chỗ xếp nốt mua gạo, Thùy khe khẽ gọi Thoa:

- Chị Thoa ơi, chị để ý cháu Hiền giúp, em ra cửa hàng lương thực xếp chỗ, chị nhé.

Thoa ừ ừ, giọng ngái ngủ.

*

*   *

Thời tiết miền trung du thất thường không dự đoán được, Thùy khoác thêm áo dầy cho ấm. Bốn giờ sáng, trời còn mờ mờ tối, ánh sáng cột đèn hai bên đường dọi xuống, in bóng người gầy, nhỏ bé gồng mình đạp xe bon bon trên con đường nhỏ, xung quanh ruộng trồng rau cải, xà lách, xu hào, cuối con đường cong lượn vòng đến phố chính của thị xã. Thùy đạp xe hướng thẳng phía cửa hàng lương thực. Từ xa đã thấy nhộn nhạo bóng người và tiếng nói, họ đến sớm hơn Thùy, người xếp nốt bắt đầu từ cửa hàng đã dài quá ba mét. Dễ nhận ra ngay nốt xếp hàng, đó là những hòn gạch, đồ vật to nhỏ đủ hình dáng, cái thúng, cái rổ hay bất cứ vật gì thay thế cho người đứng. Có khi chủ đồ vật đứng ngay bên cạnh, đôi khi vắng mặt, nếu ai vô tình đẩy lệch ra ngoài hàng hoặc đưa xuống phía sau, lập tức chủ nhân viên gạch cất tiếng nói to "tưởng gạch, vật không biết nói à, có đấy."

Nhưng tất nhiên tạm thời đồ vật im lặng đứng thay thế, dù không ghi tên, nhưng đã 'đánh dấu', vì thế nên thận trọng.

Thùy vội tìm hai hòn gạch chữ nhật đặt tiếp vào trong hàng ngũ xếp nốt. Tuy được các anh chị truyền kinh nghiệm đánh dấu, vẫn không yên tâm. Nhìn xung quanh, không có ai quen để gửi gắm, Thùy đem theo băng keo màu đỏ dán chéo lên hai viên gạch, trông khác đấy, chắc gì được nằm yên. Tháng trước, vì lo để con ở nhà, xếp chỗ xong chạy về, mười phút sau viên gạch biến mất. Kêu ai, may một ông nhường chỗ, vì không thích mua hạt bo bo, đi về. Hôm nay có Thoa ở nhà với bé Hiền, Thùy nghĩ cách, người đến ngày một đông, tin gạo về truyền nhanh hơn tia chớp, ai cũng mong mỏi chờ. Gạo, nguồn lương thực chính, nỗi băn khoăn trăn trở của mọi người. Cái đói gậm nhấm tâm can con người thời kỳ bao cấp hàng chục năm. Ai cũng phải bảo vệ, giữ gìn sổ gạo gia đình cẩn thận như con ngươi của mắt mình, sơ ý đánh rơi, bị kẻ gian rạch túi lấy mất sổ gạo, tem phiếu… thì than ôi, mặt cắt không còn giọt máu, ngơ ngơ ngác ngác như kẻ mất hồn. Vì thế, sau này, hễ ai có chuyện không vui, buồn rầu thường được ví 'buồn như mất sổ gạo', câu này trở thành thành ngữ.

Đột nhiên có người hỏi bâng quơ:

- Không biết hôm nay gạo có mốc mọt không?

Mọi người bắt đầu lao xao bàn tán, bà có khăn len quấn quanh cổ nói:

- Có mà mua đã tốt. Chịu khó ngồi nhặt con mọt, con sâu chứ biết làm sao.

- Tôi đem bán, thêm tiền mua gạo ngon.

Có người nói mỉa:

- Bà nhiều tiền làm vậy, nghèo như chúng tôi, gạo hẩm cũng phải ăn, nhiều tiền tội gì phải xếp hàng, ra chợ đong gạo ngon, có phải không bà con?

Những tiếng cười, lời ra tiếng vào của đám đông xua bớt cái lạnh sáng sớm, giúp thời gian trôi nhanh hơn. Thùy im lặng, nghe mọi người nói chuyện, nghĩ không biết hôm nay gạo gì? Độn gì? Có đủ gạo bán? Tháng trước, ông Mai Xuân Hải, cán bộ nghiên cứu Viện Hán Nôm xếp hàng mua gạo, đến lượt, cô nhân viên cửa hàng mặt lạnh như tiền, tuyên bố một câu xanh rờn:

- Hết gạo rồi.

Mặt ai cũng dài thườn thượt, có người hỏi:

- Vậy bao giờ có gạo về?

- Ngày mai có không?

Hỏi cô bán gạo phải nhẹ nhàng, ngọt ngào, sợ mất lòng, uy quyền của cô lớn lắm. Thời bấy giờ người bán gạo, bán thịt, mắm muối tương cà oai hơn bác sĩ, kỹ sư, thày cô giáo, mặt lúc nào cũng vênh vênh như bánh đa nướng. Thùy lo sợ cảnh đó hôm nay tái diễn, nhưng nóng ruột lo bé Hiền ở nhà. Hai tiếng nữa cửa hàng mới mở cửa, Thùy không thể ngồi chờ, chợt nhìn thấy Kiều, bên xưởng in, đứng cách gần chục người. Thùy đi đến, Kiều nhận ra, hỏi ngay:

- Em xếp chỗ nào? Đến lâu chưa?

- Em gửi cháu, ra đây lúc 4 giờ, viên gạch xếp nốt của em trên kia có dán băng màu đỏ. Chị chờ họ mở cửa à? Có ai ra thay chị không?

- Chị xin nghỉ sáng nay. Cố mua cho được gạo hôm nay em ạ. Tuần qua, cả nhà ăn sắn thay cơm đến phát ốm em ơi. Cơ quan chị yêu cầu mọi người phải trồng mười gốc sắn phòng chống đói.

- Bên em chưa thấy nói gì. Nếu chị ở đây chờ mở cửa, coi giúp em nốt xếp được không? Em chạy ù về cho con bé ăn, đưa đi nhà trẻ, cho lợn gà ăn, em cũng phải xin nghỉ nửa buổi trừ vào phép năm.

- Để đó chị coi giúp, em về nhanh lên.

Thùy cảm ơn Kiều, vội lấy xe, đạp nhanh, về đến nhà, Thoa đã cho bé Hiền ăn sáng, hai bác cháu đang kiểm tra xem chị gà mái có sinh được quả trứng nào chưa. Trong chuồng 'ông Lợn' đang hếch cái mõm to dài kêu rống đòi ăn, đúng đồ lợn, lười biếng, ăn xong nằm ườn thân xác, ấy thế mọi người phải chăm sóc, vỗ về, không được để 'ông đói', 'ông rét', 'ông đổ' bệnh! Vì đó 'cây tiền'! Người đời có câu ca:

Tiền là tiên là phật
Là sức bật lò xo
Là thước đo lòng người

Là tiếng cười tuổi trẻ
Là sức khỏe người già
Là cái đà danh vọng
Là cái lọng che thân
Là cán cân công lý
Tiền vô là hết ý!

- A, mẹ cháu về, bác Thoa ơi.

Nhìn thấy, Hiền reo lên, chạy lại đón mẹ. Thùy dắt xe vào, hỏi:

- Hai bác cháu đang làm gì đấy.

Hiền chạy lại ôm mẹ, sau khi đặt Hiền xuống, Thùy lấy cám cho lợn ăn, lướt nhìn luống rau còn đẫm sương, nhủ thầm, chiều về tưới cũng được.

Nét mặt Hiền vui lắm, không thấy mẹ nói gì, đành gọi to:

- Mẹ ơi, con mặc váy mẹ may có đẹp không? Bác Thoa mặc cho đấy.

Thùy nhìn Hiền nghiêm mặt, nói:

- Mẹ đã nói với con thế nào khi mẹ may xong váy? Con không nhớ hay sao?

- Con nhớ, nhưng bác Thoa tìm thấy trong va-li, bảo thích con mặc váy này, có phải không bác?

Thoa nhìn Hiền cười khanh khách, con bé lém lỉnh đổ lỗi cho mình:

- Đúng rồi, lỗi tại bác được chưa. Mẹ Hiền không ưng, bác thay quần cho Hiền nhé.

Nghe vậy, Hiền lo lắng nhìn mẹ, thấy con đang vui, không muốn con hẫng hụt, buồn, Thùy dịu giọng:

- Mẹ biết con gái mẹ ngoan, nghe lời mẹ. Lần này có bác Thoa, mẹ cho qua, nhưng không có lần sau nhớ chưa? Hôm nay đi nhà trẻ giữ sạch sẽ, muốn đi tiểu, 'đi ý' nhớ gọi các cô không được đùn, xấu lắm, bôi bẩn không có váy đẹp khoe bố đâu.

Hiền cười, vâng rõ to, vòng tay ôm cô Thoa thích thú. Thùy nói với Thoa:

- Em cảm ơn chị nhiều. Chị giao túi lạc cho chủ, nếu có nhiều việc chị nhận cho em nữa nhé, chiều tối chị em mình gặp nhau.

- Em yên tâm, mấy khi chị được thoải mái thế này. Tối chị lại sang với hai mẹ con, bận việc gì tranh thủ làm ngay đi, tan tầm chị về trước đón bé, cho bé ăn giúp em. Thấy em vất vả quá, có một mình, chị son rỗi chơi với Hiền chị vui hơn nhiều.

- Vâng, chiều em về muộn một chút, chị nhé.

Cho lợn, gà ăn xong, đem quần áo đã giặt ra ngoài sân phơi trên dây. Thoa cũng chuẩn bị đi làm, Thùy đón bé Hiền, vội vàng bước về phía nhà trẻ, rồi đạp nhanh xe đến cửa hàng lương thực, sau khi ghé vào cơ quan xin phép nghỉ buổi sáng. Người ngồi, người đứng, ngủ gà ngủ gật nhiều tư thế khác nhau, trông đến nực cười trong đám người chờ mua gạo. Một tiếng kêu thật to vang lên:

- 'Cửa mình' mở rồi bà con ơi! Mở cửa rồi.... ồi!

Mọi người láo nháo đứng hết dậy khi nghe tiếng hét, cô nhân viên cửa hàng bắt đầu mở cửa sổ, cửa chính, không còn người ngủ gà ngủ gật, tỉnh như sáo sậu. Bây giờ bắt đầu cuộc xô xát tranh đấu về chỗ xếp nốt.

- Tại sao chị này lại ở đây?

- Ối giời ơi, ai đẩy viên gạch của tôi ra ngoài thế này?

- Con nào vứt cái thúng của bà đi đâu?

Bao nhiêu câu hỏi, thắc mắc nhưng không ai trả lời, chỉ có những nét mặt hừng hực khí thế, người vung tay, kẻ lấy ngón tay chỉ vào mặt nhau cãi vã, mặt đỏ phừng phừng xô đẩy nhau, người yếu ngã xuống, kẻ to khỏe hai tay chống nạnh nạt nộ. Thùy và Lan chạy nhanh đến vị trí hai viên gạch có băng keo màu đỏ. Kiều khôn ngoan cho viên gạch của mình chèn vào giữa hai hòn gạch Lan và Thùy, bình tĩnh bảo vệ ba chỗ xếp. Thùy khẽ gật đầu cảm ơn Kiều. Ba người im lặng không tham gia cuộc chiến. Thình lình bà đứng số hai trong hàng kêu to, giọng gần như khóc:

- Trời ơi, bà con ơi! Sổ gạo của tôi đâu rồi?

Bà vừa kêu vừa lục soát túi đang đeo trên vai nhưng không thấy.

- Tôi không biết đâu nhé, mọi người tìm kỹ, giúp xem

có rơi đâu không?

- Ôi thôi, đứa nào đã rạch đáy túi của tôi đây này …

- Sao nhanh thế nhỉ? Kẻ nào nhanh thật.

Mọi người càng lo lắng, lộn xộn, ai cũng ôm ghì giữ chặt túi trước ngực. Bên trên người đầu tiên đã mua được gạo đem ra cửa. Lại ồn ào, nhao nhao tiếng hỏi:

- Gạo gì đấy? Có mốc không?

- Độn gì vậy cô ơi?

- Hạt bo bo mọi người ơi!

Xếp hàng từ mờ sáng, cửa hàng bán gì cũng mua, ai ngờ vẫn không yên. Xếp hàng, hình thức văn minh, các nước đều như vậy, nhưng ở xứ sở người đông của thiếu, đôi khi phải dẫm đạp lên cái 'văn minh', vì xếp hàng đến lượt không có hàng bán, nỗi lo lắng, hồi hộp buộc con người ta đánh rơi cái 'văn minh' ấy. Có sổ, có tem phiếu, đôi khi vì cần tiền trang trải, bán cho con buôn chợ đen, con buôn mua hàng bán cho người cần giá gấp ba, bốn lần so với giá nhà nước. Chính vì thế, thời bấy giờ nẩy sinh một tầng lớp mới trong xã hội, người ta đặt tên 'bọn phe phẩy'. Nghe độn hạt bo bo, Thùy kiên nhẫn đợi mua, đem bo bo đến nhà Nga nhờ anh chị biết mối bán hộ, rồi nhờ Nga đong gạo không có mọt cho bé Hiền ăn. Hy vọng sáng nay mua được gạo, nghe nói hôm nay cơ quan có buổi gắp thăm mua lốp xe đạp và dép nhựa Tiền Phong, Thùy phải về cơ quan tham gia bốc thăm. Tháng trước đã không may mắn, chiếc xe Thùy đang đi lốp xe mòn nhiều, đã vậy, phải nhớ lên phòng hành chính xin giấy chứng nhận chồng đi công tác không có nhà, cầm thêm giấy ủy quyền của chồng giao chiếc đài Xiomao cho vợ sử dụng mới được mua hai đôi pin đại. Vấn đề thủ tục giấy tờ thật máy móc, quan liêu. Ai thắc mắc, càu nhàu sẽ được 'giải mà không ai thích':

- Đã là quy định, nguyên tắc phải chấp hành nghiêm chỉnh.

Thế là hết thắc mắc, âm thầm chịu đựng. Tháng trước công ty chồng Lan được phân phối mấy đôi dép nhựa Tiền Phong, chồng chị gắp thăm được một đôi, nhưng đi không vừa, đem bán chợ đen gấp bốn lần tiền mua, cả nhà được bữa cải thiện. Ông Phùng Nghi Mân, trung tá công an vào Huế công tác, cần tiền phải bán đôi dép nhựa Tiền Phong, được hai mươi đồng mua được cái vé tầu ra Bắc khỏi phải đi xe khách. Hàng hóa phân phối thời bấy giờ quý hiếm, giá trị thật!

Tin cửa hàng có gạo, người này gọi người kia xếp hàng mua bằng được, nếu không được nghỉ, nhờ người nhà giúp, nhưng phần lớn thuê người mang sổ đi mua. Đội ngũ xếp thuê, mua thuê rất đông, gồm các bà không có công ăn việc làm, sẵn sàng 'giúp' gia đình neo đơn. Hoàn cảnh những người như Thùy quá khó khăn, gia đình chồng ở xa, gia đình Thùy mẹ mất sớm, bố phải đi làm kiếm sống, anh và các em 'kiến giải nhất phận'. Nói chung tự thân vận động, không thể trông cậy vào ai, lương không đủ ăn làm sao có thể thuê người giúp việc. Thời kỳ này ước muốn của mọi người đơn giản vô cùng:

- Cơm không độn, gạo không hẩm, không có mọt. Canh rau có bột ngọt thay cho thịt, cá.

- Có xà phòng giặt quần áo.

- Chiếc xe đạp Thống Nhất làm phương tiện di chuyển.

- Chân có đôi dép nhựa Tiền Phong

- Mùa hè có chiếc quạt tai voi của Liên Xô.

Thời xưa có câu ca:

'Làm trai cho đáng nên trai
Phú Xuân cũng trải, Đồng Nai cũng từng.'

Nhưng thời bấy giờ người ta thực tế với vật chất hơn:

'Làm trai cho đáng nên trai
Có Fa-vô-rít, có đài đeo hông.'

Ai có quạt 'Con cóc' made in Việt Nam cũng sung sướng lắm, mùa hè đàn con đỡ nóng. Khi cánh quạt quay, chân đế không thăng bằng, quạt nhẩy chồm chồm như cóc, vì thế được mệnh danh quạt 'Con Cóc.' Nhìn thấy quạt nhảy chồm chồm, bé Hiền vỗ tay cười khanh khách, Thùy sợ con còn dại, không cho Hiền chơi với 'chú cóc' một mình.

Gần trưa Thùy, Lan và Kiều mua được gạo và bo bo, Thùy về ngay cơ quan đi làm, hy vọng may ra gắp thăm trúng số mua vật gì đó. Chồng Thùy đi công tác vắng, thiệt thòi mọi bề, biết than với ai!

Lâu lắm chưa về thăm bố, Chủ nhật bố Hiền về, cùng nhau đi thăm. Thùy còn nhớ hai tháng trước, ông bà nội Hiền xuống chơi. Hai người phải dậy từ tờ mờ sáng kịp bắt xe khách, quá trưa mới đến được nhà Thùy. Đang ở dưới bếp nghe tiếng gọi:

- Cô Thùy ơi, có người tìm cô!

Chạy ra, thấy hai ông bà vai đeo túi vải, quần áo xộc xệch, mặt mũi phờ phạc, đứng ngoài cổng. Trời ơi, ông bà nội bé Hiền.

- Con chào ông bà! Ông bà đi vào nhà. Đi từ mấy giờ, bây giờ mới đến, chắc đói và mệt lắm.

Hỏi liên tục, hai ông bà không kịp đáp lời, bà mẹ bấy giờ mới chậm rãi nói:

- Giàng ơi! Sao ở xa thế này hở con? 'Ngổ tày' (chúng tôi, tiếng Quảng) đi từ sáng, bây giờ cái người đau hết chịu nổi rồi.

Lúc này ông già mới lên tiếng:

- Tôi đem con gà trống thiến của nhà cho các con, chồng bay nó thích ăn lắm. Vậy mà bọn họ ác quá, nó lấy của tôi, bảo không được phép đem con vật từ nơi khác đến.

Bà mẹ nói tiếp:

- Có người mách, trước khi đi đã xin giấy phép của

Ủy ban xã rồi đấy, phải khai đi đâu? Thăm ai? Mang theo gì, có đóng dấu, chữ ký của ủy ban, tưởng thế là đủ không bị làm sao. Ai ngờ quên không khai con gà, thế là chúng cướp mất. Từ lúc bị mất con gà, ông ấy tiếc quá, ngơ ngẩn cả người.

Nhìn hai ông bà thật tội nghiệp, không biết nói sao:

- Thôi con lấy nước nóng cho bố mẹ rửa mặt, rửa tay chân, tí nữa chồng con về, ngày mai Chủ nhật được nghỉ ở nhà.

Hai ông bà nhìn nhau không hiểu, đưa bố mẹ vào nhà, Thùy giải thích thêm:

- Chồng con thường xuyên đi công tác cả tuần, Chủ nhật mới ở nhà, rửa mặt xong bố mẹ nghỉ ngơi. Con đi nấu cơm, tí nữa mẹ con mình nói chuyện sau.

Bà mẹ vội hỏi:

- Cháu của 'ngổ' đâu, sao không thấy?

- Dạ, con gửi cháu nhà trẻ, hết giờ đón cháu về.

Thùy nhanh nhẹn chuẩn bị nấu cơm, may quá hôm trước mua được bơ lạc, tí nữa pha nước muối rang mỡ, nhà có trứng gà, có mớ rau mồng tơi nấu canh.

Ông già nằm xuống giường nghỉ, bà mẹ xuống bếp nói khẽ với Thùy:

- Con ơi, mẹ làm được một túi bánh bỏng gạo, bánh khảo đem cho cháu, nhân thể làm quà biếu hàng xóm, vậy họ cũng tịch thu con ạ. Van lạy, năn nỉ mãi, một cậu trẻ tuổi mới để lại một phần, con bé nhà mình phải ăn ít đi rồi.

- Mẹ ơi, thời buổi bây giờ khó khăn lắm, cắn răng chịu vậy. Chúng con xin lỗi không về thăm, để cha mẹ già phải đi vất vả.

Thùy nghĩ có lỗi với cha mẹ nhà chồng, vẫn biết Bình thường xuyên đi công tác, không có thời gian, ngay gia đình nhỏ Bình cũng vắng bóng liên tục. Tốt nghiệp Đại học Tổng hợp khoa Sử năm 1966, về công tác ở Viện Bảo tàng Việt Bắc, sau chuyển sang công tác Ty Văn hóa, phòng Bảo tồn Bảo tàng. Với tính chất đặc thù của công việc, Bình và anh em trong phòng thường xuyên đi các tỉnh, huyện xa xôi, hẻo lánh để khảo sát, khảo cổ. Sinh ra, lớn lên ở tỉnh biên giới, cha mẹ người Trung Quốc chạy sang Việt Nam, Bình thông thạo tiếng Trung, tiếng thổ dân địa phương nên phù hợp với công việc. Những đợt đi công tác thường phải sống ba cùng với người dân địa phương, có khi hai tuần không về, nếu đến vùng xa xôi, hẻo lánh tàu xe khó khăn. Hàng năm cán bộ công nhân viên tiêu chuẩn phép chỉ có mười hai ngày, quá ít ỏi nên thường kết hợp nghỉ phép vào dịp Tết Nguyên đán về quê thăm cha mẹ. Bình ít nói, ít tâm sự về công việc với Thùy, không biết do quy tắc hay không có thời gian bên nhau, lâu dần thành nếp sống gia đình. Không than vãn, tâm sự, kể với ai, im lặng chịu đựng vì thông cảm công việc của Bình, nay thấy cha mẹ chồng già yếu, đi lại vất vả đến thăm, Thùy rất áy náy.

- Thấy các con đi làm bận lắm, nhưng nhớ cháu quá. Già không trách các con, ở gần mẹ còn giúp được phần nào, con gầy và xanh hơn năm ngoái con về đấy.

Thùy cảm động, nhìn mẹ chồng muốn rơi nước mắt, bà hiền, thật thà. Từ ngày đầu gặp, Thùy đã cảm mến, bà chịu cảnh làm dâu từ năm mười sáu tuổi, nhưng không có cảm tình, sờ sợ bố chồng. Khác xa với bố Thùy, thương yêu tất cả các con, ước gì mẹ chồng ở với mình.

Đứng dậy đưa mẹ vào giường nghỉ, lưng bà còng hơn trước, Thùy xót xa cho thân phận người phụ nữ. Thùy được nghe hàng xóm của mẹ chồng kể. Gia đình bà vay nợ lãi cao nhà ông bố chồng, năm tháng qua mau, lãi mẹ đẻ lãi con, chồng chất không trả được, bà bị gán thay vào món nợ đó làm vợ khi tròn mười sáu tuổi. Tiếng làm vợ, thực chất như người ở không công, làm lụng rất cực nhọc, mấy năm bà chưa mang thai, gia đình chồng mắng nhiếc thậm tệ:

- Cho ăn cũng phí, nuôi lợn một năm còn được mấy lứa, đây là cây điếc không hoa, không quả.

Ít lâu sau bà có thai, nhưng sinh con gái đầu lòng. Lại một trận nhiếc mắng, đay nghiến, mong con trai nối dõi tông đường. Khi mỗi năm đẻ một đứa, mấy con trai liền, bà lại được nghe chửi:

- Người chứ có phải lợn đâu mà đẻ nhiều thế.

Tội nghiệp cho bà! Lỗi của bà đâu, trời có thấu nỗi thống khổ này không hở trời! Ngày làm việc vất vả, đêm

đêm bà nằm ôm con nước mắt đầm đìa. Nhớ lại khi sinh bé Hiền, bố và anh em nhà Thùy phấn khởi vui mừng bao nhiêu, bên nhà chồng im lặng bấy nhiêu, không thăm hỏi, 'vịt giời' ra đời sẽ bay đi khi lớn. Thùy thương cho bản thân, thương cho con gái, tư tưởng trọng nam khinh nữ từ bao đời nay tồn tại đến bao giờ mới chấm dứt ở nước Việt nam? Chìm trong suy nghĩ những gì đã qua, Thùy và con đã về đến nhà ông ngoại. Mấy tháng nay Thùy chưa về thăm bố, dù chỉ cách có bốn, năm cây số.

*

* *

Nhà ông ngoại bé Hiền ở thị xã, đi lại thăm hỏi không phải xin giấy tờ thủ tục, vậy mà lâu lắm Thùy mới cho con về thăm. Thùy biết mình có lỗi với bố nhiều, nhưng hoàn cảnh không thể làm thế nào tốt hơn được. Từ ngoài cổng Hiền líu lo hát, nhắc đến ông ngoại, nghe tiếng, ông lật đật ra ngoài cổng đón, bé Hiền đã quen và nhớ ông nên nhanh miệng:

- Cháu chào ông ngoại ạ.

- Con chào Bố.

Thùy dắt xe đạp vào trong sân, hỏi:

- Bố đang làm gì đấy. Con mua phở gà cho bố, phở cửa hàng bác Thu đấy, ngon lắm. Bố ăn đi cho nóng.

- Sao mua ở đó, đắt và tốn tiền con ạ. Thế 'cún con' của ông có muốn ăn phở cùng ông không nào?

Nói xong ông nhắc bổng Hiền ra khỏi ghế ngồi phía sau xe đạp.

- Ái chà chà, 'cún con' hôm nay có váy đẹp thế nhỉ? Cho ông mượn được không?

Hiền khoe ngay:

- Ông ơi, váy mẹ Thùy may cho cháu đấy. Đẹp không ông?

Nghe con nhắc, Thùy nhớ ra, hỏi:

- Bố ơi, trong nhà có thừa những miếng vải vụn nào không? Cho con xin một ít.

Nghe con hỏi, ông nhớ ngay:

- Biết con thích và cần, bố góp nhặt được một túi. Trước khi về, nhớ nhắc, bố đưa cho, nhân tiện cho con hai mét lụa đen, bố gắp thăm được đấy, con may quần.

Thùy cảm ơn bố, chưa giúp được gì, vẫn để bố phải lo cho. Hai ông cháu vừa ăn phở vừa nói cười vui vẻ. Thùy tranh thủ quét dọn trong nhà, dưới bếp, thỉnh thoảng hỏi tình hình các em và gia đình anh cả ra sao.

- Vợ chồng anh Chính có định về quê làm việc và ở với bố không? Con mong anh chị về ở gần, chăm sóc bố.

Ông im lặng, thở dài, không trả lời, biết bố có điều gì khó nói, thương con, nhưng không muốn ép buộc con vì mình, công ty may gần nhà, không phải đi xa. Thùy ra vườn ngắm mấy cây mít năm nay nhiều trái, dẫy cây na cũng tươi tốt nhiều nụ. Ông nghiện uống trà mạn, những cây chè trồng xung quanh làm hàng rào vừa xanh nhìn mát mắt, vừa ích lợi, sáng nào ông cũng tỉa tót chăm sóc. Có lần Thùy còn nghe thấy ông tâm sự với hàng cây chè:

- Ta thương tụi bay nhiều, lớn mau, xanh tốt nghe không. Làm bạn với ta nhé.

Thùy không biết bố nói chuyện với ai mà sớm thế? Trời, hóa ra ông tâm sự với cây chè. Hình như chúng cũng hiểu và chiều lòng, cây nào cũng xanh tươi, lớn nhanh, nhiều búp non mơn mởn. Cây đào trước cửa bắt đầu ra nụ, chắc Tết này ra nhiều bông đẹp. Có hoa, có cây xanh làm bạn, Thùy mong sao bố luôn vui, khỏe mạnh, sống lâu bên con cháu. Không thể ở chơi lâu, Thùy chào bố xin phép đưa bé Hiền về. Thùy muốn tranh thủ xuống ruộng rau muống gần nhà bắt ốc cải thiện. Tuần trước, nửa tiếng thôi, Thùy bắt được một rổ ốc nhồi, ăn hai bữa, tối bỏ lạc vào túi và đan len, hôm qua Hà nhận đợt này đan mũ trẻ em.

Cuộc sống sinh hoạt của Thùy đều đều như một lập trình định sẵn. Vợ chồng Thùy như mặt trời, mặt trăng, thời gian bên nhau quá ít. Đi làm sáu ngày theo giờ hành chính, bận bù đầu với bao nhiêu việc gia đình, lo chăm sóc bé Hiền, Thùy như người mẹ đơn thân, đôi khi quên mình có chồng. Sự hiện diện của chồng hầu như không có đối với cuộc sống của hai mẹ con. Thời kỳ đầu, Thùy không tủi thân, ít suy nghĩ, làm gì có thời gian suy nghĩ, khi con người như cái máy chỉ khác có thịt, có da.

Phòng làm việc có hai người, Thương làm nhiệm vụ phân phối sách, tài liệu cho thư viện các huyện, Thùy đọc và nghiên cứu nội dung, phân loại sách. Nhiều loại mới nhập về, phải đọc, ghi nhận xét nội dung, từ đó phân chia phù hợp, đôi khi mải mê đọc sách mới nhập, quên cả thời gian. Cộng thêm tính tò mò sau khi Nam Bắc thống nhất, lan truyền những phim ảnh, sách truyện, bài hát tiền chiến bị mặc cảm nhạc vàng, ủy mỵ, những tác phẩm văn học xuất bản dưới chế độ VNCH đem ra Bắc bị chụp mũ phản động, đồi trụy, tuy không tự do phổ biến nhưng người ta truyền tay nhau đọc ngấm ngầm. Có lần Thùy mải mê đọc, không biết ông phụ trách đứng ngay sau lưng từ khi nào, đến khi giọng ồm ồm vang lên từ phía sau lưng:

- Cô Thùy chăm chỉ làm việc quá nhỉ, hết giờ không thèm về.

Thùy giật nảy người, bừng tỉnh, ông ta cầm cuốn sách trên tay Thùy lên xem. Cuối tuần, Thùy phải viết kiểm điểm, phê bình trong cơ quan, 'vi phạm giờ lao động, công tác trong ngành văn hóa, giáo dục lại đọc sách cấm có nội dung không lành mạnh, phản động của nhóm Tự Lực Văn Đoàn thời tiền chiến, sách xuất bản của chế độ VNCH'. Rất may, lần đầu tiên vi phạm, Thùy chỉ bị phê bình, cảnh cáo nội bộ, nếu tái diễn sẽ buộc thôi việc, đuổi ra khỏi ngành văn hóa, giáo dục.

Tháng 7-1954, chính phủ VNDCCH tiếp quản miền

Bắc theo hiệp định Genèver về Việt Nam, Đảng và nhà nước tập trung chú trọng xây dựng nền văn hóa giáo dục theo chủ nghĩa cộng sản cực đoan. Văn hóa nghệ thuật chế độ cũ bao gồm sách báo, nhạc phẩm bị tịch thu, cấm lưu hành trong đó có Tự Lực Văn Đoàn, phong trào Thơ Mới, nhạc vàng. Năm 1975 sau khi hai miền thống nhất, văn học nghệ thuật VNCH, đảng và nhà nước cộng sản Việt Nam coi đây là văn hóa đồi trụy, phản động cấm sử dụng, lưu hành.

Cuối thập niên 1980s, khi người lãnh đạo đảng và nhà nước rút ra được bài học xương máu do chính sách cộng sản cực đoan đã kìm hãm sự phát triển xã hội và kinh tế, đời sống nhân dân khốn khổ cùng cực, do đó họ phát động phong trào Đổi Mới và Cởi Mở, từ đó đời sống của người dân dần dần được cải thiện. Nhiều tác phẩm của Tự Lực Văn Đoàn được chuyển thể thành phim như Giông Tố, Số Đỏ, Nửa Chừng Xuân... phát hành rộng rãi toàn quốc, kỷ nguyên mới về nhận thức văn hóa giáo dục hình thành.

*

*   *

Chủ nhật tuần trước chồng Thùy không về, tuần này thứ Bẩy đã có mặt ở nhà, đi làm về, rẽ vào nhà trẻ đón con, Loan nói:

- Cô Thùy về nhanh nấu cơm cho bố con Hiền, chú ấy đón con bé từ sớm.

Thùy cười, chào Loan dắt xe đạp đi về nhà, từ ngoài

đã nghe tiếng cười khúc khích hai bố con. Thùy dựng xe bên ngoài vào nhà, Hiền vui, khoe với mẹ:

- Mẹ ơi, bố mua cho con búp bê xinh lắm, nó biết mở mắt nhắm mắt đấy mẹ ạ.

Hiền ôm con búp bê Trung Quốc vuốt má, vuốt tóc, nựng:

- Em không được khóc nhè, phải ngoan chị thương nhiều nhé.

Thùy nhìn chồng khẽ hỏi:

- Chủ nhật trước anh không về, mẹ con em mong mãi, muốn hai vợ chồng về thăm ông ngoại. Hai hôm trước, mẹ con em đành về, ông vẫn khỏe, đi làm đều, hỏi thăm anh. Trưởng phòng cho anh nghỉ sớm một ngày à?

- Em này, đi công tác gặp một số người dưới miền xuôi lên, họ nói đi buôn hàng hóa bên Trung Quốc, kiếm cũng kha khá.

- Ý anh định theo họ? Anh không lanh như người ta, buôn với bán sao được. Thật thà như anh, mất cả chì lẫn chài. Chúng mình cán bộ cơ quan nhà nước, không thể vi phạm chính sách, luật pháp được.

Bình im lặng, lát sau nói:

- Đấy là anh nói với em thế, còn xem tình hình mọi người làm ăn sao đã.

Thùy lẳng lặng vào bếp chuẩn bị nấu cơm, thầm

nghĩ, chồng mình từ xưa thật thà như đếm, buôn bán phải ma lanh, lừa đảo, có mấy đồng tiết kiệm, đi buôn, chưa biết chừng tiền kiếm không ra, còn bị người ta lừa mất sạch cả vốn. Biết vậy, nghĩ vậy, Thùy sẽ không nhắc, không hỏi gì nữa, cho qua chuyện.

Đi đến đâu, ở đâu cũng nghe người ta bàn tán chuyện buôn bán kiếm thêm thu nhập. Ngay trong cùng cơ quan, công ty cũng ăn lãi của nhau, dù ít ỏi. Đôi lúc Thùy ước, nếu không có chồng con, có thể cũng theo chị em đi buôn, giúp bố không phải đi làm vất vả. Thùy nghe được nhiều, nhìn thấy những bà vợ, họ hàng mấy ông làm trong cơ quan, tuy không đi buôn theo nhóm, theo hội, không buôn hàng chuyến, ấy thế các bà cũng thu nhập thêm bất ngờ. Có lần, cả gia đình người hàng xóm của Thùy bị 'Tào Tháo đuổi', nguyên nhân rất đơn giản, mua phải nước mắm 'đểu'.

Nhập viện, bác sĩ trực hỏi:

- Hôm nay gia đình hai bác ăn những món gì bị ngộ độc thực phẩm?

Người chồng nói:

- Thưa bác sĩ, cũng như mọi ngày, có món gì đặc biệt đâu. Cơm rau muống luộc, cà muối, có thế thôi.

- Lạ nhỉ, hai bác cố nhớ xem có thức ăn gì khác mọi ngày không.

Người vợ thều thào:

- Sáng nay, tôi xếp hàng mua nửa lít nước mắm ở cửa hàng thực phẩm thị xã, lâu lắm mới mua được, mừng quá chấm với rau muống luộc, trộn với cơm.

Bà bệnh nhân nằm giường bên, nói chen vào:

- Thôi, chết rồi, bà mua phải nước mắm đểu, pha nước rửa tay của mấy bà trong cửa hàng thực phẩm rồi.

- Ối giời ơi! Bà nói sao? Pha với nước rửa tay?

- Vâng, nhiều người nhìn thấy, không phải mình tôi. Nhận nước mắm về, họ ăn cắp vài lít đem về nhà, hàng ngày bán hàng, có chậu nước rửa tay, cuối buổi, họ đổ chậu nước ấy vào chum đựng mắm, bù số lượng đã ăn cắp.

Bác sỹ nghe xong lắc đầu, ghi y lệnh vào bệnh án, bà vợ nặng nhất lưu lại nằm phòng cấp cứu, truyền huyết thanh, thuốc giải độc, theo dõi. Mấy người khác, kê đơn mua thuốc chống ỉa chảy, sinh tố bồi dưỡng cơ thể.

Chuyện ăn cắp của nhân viên các cửa hàng nơi nào cũng có, một thứ bệnh hoạn lây lan rất nhanh. Cô bán gạo cân 'điêu' cho khách, một ngày bán phải ăn chặn ít nhất mười kg gạo, bán cho con phe. Người bán thực phẩm ăn cắp nước mắm, cá khô, bột ngọt. Người bán cửa hàng giải khát ăn cắp bia hơi, si-rô đem về cho chồng con. Chỉ cần làm nhân viên các cửa hàng trên, sau sáu tháng họ giàu trông thấy rõ, có hoa tai, dây chuyền vàng, đồng hồ đeo tay. Họ là sâu mọt của xã hội, biết không làm gì được, vì họ là vợ con, thân nhân của các cấp lãnh đạo từ thấp đến cao của chế độ XHCN (xuống hố cả nước).

Từ sau giải phóng miền Nam, kinh tế ngày càng suy sụp, ai cũng tìm cách kiếm thêm nuôi gia đình. Cán bộ công nhân viên trong lòng muốn thêm thu nhập, nhưng sợ dư luận, sợ bị mất việc, buộc người ta phải sống giả dối với xã hội, giả dối ngay chính với bản thân. Sau giờ làm việc, những ngày nghỉ phép, người ta lén lút truyền tay nhau mua đi bán lại hàng hóa đem từ Trung quốc: đài bán dẫn, quần áo, giầy dép, vải, len sợi, pin... Vợ chồng Nga vài lần gợi ý, nhưng Thùy rát lắm, ám ảnh thành phần gia đình ngày xưa vẫn không xóa mờ trong tâm trí. Học xong ra trường, công tác Ty Văn hóa, có chồng con, Thùy không dám buôn bán hay làm gì phi pháp, muốn được bình yên với gia đình bé nhỏ. Chị Mơ cùng Ty Văn hóa, chồng quê gần biên giới Trung Quốc, lần nào về quê cũng đem rất nhiều hàng hóa Trung Quốc: bút máy, dép nhựa, nước hoa, kem bôi mặt, có khi cả thuốc phiện. Vì thế mức sinh hoạt của gia đình khá hơn bao người khác. 'Tai vách mạch rừng', có người ghen ghét, báo lãnh đạo và công an. Nghe nói, tuần trước, anh ta bị trạm kiểm soát khám bắt giữ, tịch thu hết hàng buôn lậu, bị kỷ luật đình chỉ công tác.

Đi làm về, sang nhà trẻ đón con, Thùy biếu Loan hai lạng đường, Loan vui lắm:

- Tôi cảm ơn cô, quý hóa quá. Mấy ngày nay người

thấy mệt, nay cô cho đường, thật đúng lúc, buồn ngủ gặp chiếu manh. À, cô có biết chồng bà Thi không? Ở cùng dãy nhà cô đấy.

- Em biết, sao bác?

- Chồng vừa vào trong Nam thăm quê hương, họ hàng, mang theo ra nhiều thứ lắm.

- Thế à, vậy mừng cho bà Thi.

- Ông ta khoác hai cái khung xe đạp, đài bán dẫn, con búp bê to đùng, đeo ba-lô to nữa.

- Bác ơi, anh chị ấy có ba đứa con nhỏ, lương thấp vất vả khó khăn, được như thế cũng đỡ phần nào.

Nói xong, Thùy bế con về ngay, không muốn nghe Loan nói nữa. Tắm rửa cho con, vẫn nghe thấy những tiếng nói, chuyện trò râm ran cuối dãy nhà. Đúng là khu tập thể, hình như không còn gì của riêng, mọi người quan tâm, chú ý quá mức khiến con người thêm phiền phức. Thùy bắt đầu có cảm giác khó chịu, tưởng tượng những hành động, đi lại đã bị con mắt Loan theo dõi bấy lâu nay.

'Ông Lợn' đang kêu rống đòi ăn, không biết khi vắng, 'ông Lợn' kêu hay ngủ, nhưng thoáng thấy bóng Thùy, ông ta lên tiếng, người ra bảo ngu như lợn, không đúng tí nào. Tối nay có mưa, không tưới rau nữa, nhìn cũng thấy vui vui vì những cây rau cải ngày một cao, lá to hơn. Sắp được 'thu hoạch' trong lòng nao nao, quên hết mọi chuyện. Tối trời mưa sẽ ra vườn bắt ốc sên, nấu nồi cám ngon cải thiện cho 'ông Lợn'. Thùy biết, có thêm ốc sên, 'ông Lợn' ăn ngấu nghiến, thật đúng 'tham ăn như lợn' các cụ ví von đâu có sai.

Người miền Nam tập kết về thăm quê ngày một nhiều, phần đông mang ra đồ dùng, hàng hóa khan hiếm ở miền Bắc, trong khi ở miền Nam bày bán la liệt trên vỉa hè, chợ giời. Người không có họ hàng 'té nước theo mưa', vào Nam mua đem ra bán kiếm lời. Mong muốn và lòng tham của con người không sao đo lường được. Thiên hạ có, mình phải có, hãnh diện với hàng xóm, bạn bè. Ông chú rể Thùy có chút tiền, vào Nam đem ra chiếc xe máy Honda, đi lượn vòng quanh thị xã khoe mẽ, còn có ý định chuyển gia đình vào Nam sinh sống. Người vào Nam khi ra Bắc, ngoài hàng hóa còn đem theo nhiều tin tức, nghe loáng thoáng một số người vượt biên bằng đường biển, nhưng Thùy chưa biết chắc chắn.

Cơ quan Thùy mới điều về một phó tiến sỹ học ở Liên xô. Thời đó, du học là ước mơ của hàng vạn thanh niên, học sinh, sinh viên, nhưng ước mơ chỉ dành cho con ông cháu cha, chắt bà cụ các gia đình Đỏ, mục đích đào tạo cán bộ kế cận 'tre già măng mọc' cho cách mạng. Con người thật phức tạp, mâu thuẫn ngay chính bản thân. Được du học, học hỏi kiến thức tân tiến về phục vụ đất nước, nhưng do hoàn cảnh mức sinh hoạt người thân trong nước khó khăn đã biến con em thành kẻ buôn hợp pháp. Đúng như lời cố Thủ tướng Phạm văn Đồng nói với đoàn du học sinh tại sân ga Hàng Cỏ Hà nội hè 1972 "Chào các du học sinh, các nhà buôn hợp pháp, có tiền và có đồ đã trở về."

Sau nhiều năm du học, tiếp thu khoa học kỹ thuật, kiến thức ở nước ngoài ra sao không ai biết, nhưng từng thùng hàng hóa vận chuyển trên đoàn tầu liên vận đầy ắp các toa ai cũng nhìn thấy. Xe máy Simson, xe đạp Mifa của CHDC Đức, xe đạp Favorit của Tiệp Khắc, radio điện tử Rigonda, bàn là, quạt tai voi của Nga, nhưng hầu như không thấy thùng sách nào. Bố mẹ, anh em ra sân ga đón, mặt mày rạng rỡ, khi nhìn thấy nhiều thùng hàng chất kín từng góc sân nhà ga.

Xã hội như một vườn hoa muôn sắc muôn màu, phong phú, đa dạng. Trong chiến tranh, gia đình nào cũng có chồng con nhập ngũ. Chiến tranh kết thúc, hàng triệu người lính nằm lại chiến trường, hàng vạn thương bệnh binh và những người lính may mắn trở về với gia đình. Chiến tranh là chiến tranh, không phải do anh, do tôi gây ra, -những người lính trên chiến trường- do những thế lực siêu hình gây chiến. Sau chiến tranh, chính phủ hai phe đều chiến thắng, kẻ chiến bại duy nhất là người dân!

Hàng xóm Thùy, bà Hương, chồng nhập ngũ trước Tết Mậu thân (1967), hơn mười năm không nhận được thư, người ta đồn đã hy sinh, có tin ông đầu hàng VNCH, đột nhiên cuối năm 1977 lưng đeo ba lô nặng trĩu kèm theo con búp bê to, vai trái vác khung xe đạp, vai phải đeo chiếc đài bán dẫn kêu oang oang xồng xộc vào nhà.

Bố mẹ, vợ con mừng rơi nước mắt.

Chồng bà Tính trong quân ngũ hơn hai mươi năm, không có tin tức gì của ông, nghe đồn bị mất tích, người bảo đã hy sinh trong chiến trận, bà không tin, vẫn mong chờ và hy vọng. Trưa hôm ấy ông trở về, vai đeo ba lô 'người lính chiến', vợ con mừng rơi nước mắt. Mọi người kéo đến chia vui, mừng ông còn sống trở về. Trong ba lô của ông vẻn vẹn vài gói kẹo, đủ chia cho bọn trẻ đang vây quanh. Ông kể, bị thương nặng, chuyển qua nhiều bệnh viện, nay vết thương phục hồi được xuất ngũ, có giấy chứng nhận thương binh, chờ giải quyết chế độ. Gia đình bà Tính thêm một nhân khẩu, nhưng không có thêm tiền. Ngày qua ngày, tháng qua tháng, tuổi ông ngoài tứ tuần, không bằng cấp, không nghề nghiệp, chỉ có nhiều vết thương trong cơ thể, bà Tính bây giờ không biết tính sao? Mấy người bạn xuất ngũ, rủ ông góp vốn đi buôn ở biên giới.

Một buổi tối, hai mẹ con Thùy đang ngồi ăn cơm, Hiền khoe với mẹ:

- Mẹ ơi, hôm nay con và các anh chị con bác Lan sang nhà bác Toàn chơi mẹ à.

- Vậy sao, hai bác có khỏe không? Con chơi có ngoan không?

- Tụi con ngoan lắm, nên bác Toàn cho uống sữa đấy. Các anh ấy bảo, ở trường học, trong sách vở có nói về các món ăn, có chữ Sữa, chữ Phô mai, cô giáo bảo phải tập viết, nhưng chưa bao giờ được uống sữa.

Xót xa tội nghiệp cho trẻ thơ, ăn không no, nói gì đến bơ sữa. Ở lớp học phải nắn nót viết cho đẹp chữ sữa, nhưng chúng chưa được uống sữa, chưa biết mùi vị sữa như thế nào?

Mấy hôm trước Hằng tâm sự:

- Cậu biết không, hôm qua gia đình mình ai cũng vui.

Thùy cười, nhìn bạn hỏi ngay:

- Tin gì vui thế?

- Một người bạn của cậu em trai mình đến nhà báo tin, hai đứa cùng được giải ngũ đợt này, chúng là bạn thân, rủ nhau nhập ngũ, nhận giấy xuất ngũ cậu ta về nhà ngay.

- Thế còn cậu em của Hằng?

- Trời, nó bảo còn ở lại tạm biệt mọi người về sau. Khi nghe tin báo, chưa nhìn thấy con, cha mẹ mình vui quá đã khóc rồi.

Thời chiến, người lính chiến đấu vật lộn giữa sự sống và cái chết, tránh sao khỏi thương tích, mất mát hy sinh. Người ở hậu phương không kém phần gian khổ, vất vả, âm thầm chịu đựng mong chờ hy vọng con cháu, người thân trở về bình an. Tin vui như liều thuốc bổ, an thần đối với cha mẹ và gia đình Hằng. Nhưng ai ngờ, ngày hôm sau, tuần sau, tháng sau vẫn không thấy về. Sau này mới biết, ngay hôm sau có lệnh điều tất cả tiểu đoàn sang chiến trường Campuchia làm nhiệm vụ mới. Hai năm sau, người mẹ ngày già yếu, hai chị đi lấy chồng, người bạn cùng quân ngũ năm nào trở thành con rể. Cậu ta là đảng viên, có huân huy chương, dũng sĩ diệt Mỹ, nhanh chóng lọt vào hàng ngũ lãnh đạo của một công ty xây dựng. Mọi người trong gia đình mong chờ, ngóng đợi tin của cậu em trai. Một ngày hè oi ả, nóng bức, gia đình Hằng nhận được giấy báo tử, em trai hy sinh trên chiến trường Campuchia.

Quan hệ giữa hai nước Việt Nam và Trung Quốc trở nên bất thường từ cuối năm 1977. Trung Quốc ngừng mọi hoạt động giúp đỡ, viện trợ, ngăn cản hàng hóa quá cảnh bằng đường sắt từ Liên Xô, các nước cộng sản Đông Âu đến Việt Nam. Ban Việt ngữ của Đài phát thanh Bắc Kinh liên tục tuyên truyền (vào buổi 6 và 8 giờ tối) với luận điệu xuyên tạc, chia rẽ, xúi giục người Việt gốc Hoa sinh sống ở Việt nam. Ngoài ra, qua miệng những người đi buôn vùng biên giới gây hoang mang, lo sợ, phá rối, đảo lộn cuộc sống người Hoa địa phương vùng biên giới thật thà, chân chất. Trong khi chính phủ Việt Nam chưa có thông báo, quyết định chính thức về chính sách đối với người Việt gốc Hoa. Tin đồn thất thiệt nhanh hơn cơn lốc, người này loan tin cho người khác, khiến nhiều người cả tin bán nhà chạy sang Trung Quốc. Nhưng đa số người dân địa phương sống trong thấp thỏm, nghe ngóng, chờ xem tình thế ra sao mới quyết định đi hay ở lại.

Tình hình biên giới Campuchia và Việt Nam phía tây

nam cũng bất ổn, chính quyền Pol Pot thường xuyên xâm phạm tỉnh Tây Ninh và một số nơi vùng biên giới hai nước Việt - Campuchia từ cuối năm 1975. Trong nước, Pol Pot bắt người dân lao động khổ sai, sau vài năm hơn ba triệu người dân Khmer vô tội chết thảm thương dưới bàn tay quỷ dữ. Ngày 1-12-1978 Việt nam chính thức đem quân sang Campuchia, chỉ trong hai tuần quân Pol Pot tháo chạy, thành lập Chính phủ Campuchia dân chủ dưới sự bảo trợ của chính phủ cộng sản Việt Nam.

Thời gian ấy, chính quyền trong tỉnh Thùy làm việc, ra lệnh phải cảnh giác cao độ, chiến tranh có thể xảy ra. Quy định mỗi người đào một hầm trú ẩn cá nhân theo kích thước quy định. Thùy tranh thủ đào hầm trong giờ nghỉ trưa, thời gian này Thùy mang thai kỳ thứ hai được sáu tháng, người mệt mỏi hơn trước, luôn thèm ăn ốc, ăn quả mắc-coọc, càng khó khăn vất vả thêm. Nhưng cuộc sống của Thùy cũng như mọi người trong tỉnh vẫn bình thường, nhìn bên ngoài ai cũng bình tĩnh, im lặng chấp hành nghiêm chỉnh đường lối chính sách của Đảng.

Tết Nguyên đán 1979 Thùy mua gạo nếp, đậu xanh, lá dong hy vọng về nhà bố gói và luộc bánh chưng đón tết. Sau mấy năm mẹ Thùy qua đời, con gái lấy chồng, con trai út nhập ngũ, nhà có một mình, bố Thùy tục huyền với người cùng phố, bà đưa cậu con riêng về ở chung. Thật không ngờ, đây là cái Tết cuối cùng ở Việt Nam của mẹ con Thùy. Chồng Thùy về quê ăn Tết với gia đình gần biên giới, sau ngày phép, trở về nét mặt buồn rầu, nói với Thùy:

- Em à, tình hình trên quê căng lắm. Ăn Tết xong mẹ và các anh chị sẽ chạy sang Trung Quốc vào nông trường ở em ạ.

- Chạy sang bên đó có an toàn không?

- Một số chạy trước nhắn về, bên đó có nông trường đón nhận người từ Việt Nam chạy sang.

- Ông già có đi cùng không?

Bình lắc đầu:

- Ông không chịu đi, tiếc không muốn bỏ nhà cửa, vườn đất.

Ông còn nói:

- Tôi không đi, các anh chị không phải lo cho tôi.

Nghe chồng nói chuyện gia đình trên Lạng Sơn, Thùy thêm bối rối, lo lắng.

Một ngày đang giờ họp, cô nhân viên phòng mượn sách lên gọi:

- Chị Thùy ơi, có mấy người hỏi thăm chị ở bên ngoài.

Thùy xin phép đi xuống xem ai. Nhìn thấy hai người lớn và hai trẻ con mặc quần áo dân tộc Tày. Người đàn ông vai đeo túi vải, tay bế con nhỏ, đứa bé khoảng sáu, bẩy tuổi túm áo đứng núp sau mẹ. Ai cũng mệt mỏi, lo lắng. Thùy không biết họ là ai, chưa gặp bao giờ, bước đến gần, người nam giới (chắc là chồng) lên tiếng:

- Chào thím ba!

Thùy ngạc nhiên, chưa biết nói gì, sao gọi mình là thím? Người vợ nói tiếp:

- Chúng cháu ở trên quê của "Xám xúc" (chú ba), bà cho địa chỉ chú thím, bảo chúng cháu vào nhà nghỉ qua đêm.

- Vậy à, chờ tôi xin phép cơ quan, tôi đưa về nhà.

Mấy người làm trong cơ quan ngó nhìn tò mò hay thắc mắc? Xin phép trưởng phòng, lấy xe đạp, Thùy đưa mọi người về nhà. Trên đường Thùy hỏi chuyện mới vỡ lẽ biết được tình hình trên quê bố mẹ chồng. Trước đã nghe chồng nói qua nhưng không ngờ biến chuyển nhanh và sợ như vậy.

- Thế sao anh chị không đi cùng?

- Dạ, bà đi theo gia đình bác Cả, bác Hai sang đường phía Bắc. Chúng cháu muốn về quê bên vợ ở Phổ Yên thím ạ.

Tối hôm đó ngồi bên nhau trên chiếc chiếu, cơm độn sắn khô, canh rau cải Thùy trồng nấu với muối, trứng gà của nhà luộc, không có thịt, cá vậy mà ai ăn cũng ngon miệng, như đã lâu chưa được ăn. Nhìn hai đứa nhỏ ăn ngấu nghiến, đưa lưỡi liếm mép liên tục. Thùy thương lắm, tuy không quen biết nhưng trong lòng Thùy có niềm thương cảm cho cảnh phải bỏ nhà, bỏ cửa chạy lánh nạn. Chạy đi đâu? Đến đâu sẽ được bình yên, những đứa trẻ vô tội kia? Người vợ nhìn hai đứa nhỏ nói:

- Ăn từ từ thôi kẻo nghẹn.

Cô nhìn Thùy xấu hổ:

- Cháu đem theo được vài củ khoai lang, mấy cái bánh nếp ăn hết sáng qua rồi, hai ngày chưa được ăn cơm nên hai đứa trẻ đói thím ạ.

Thùy lo lắng hỏi:

- Ngày mai về nhà ông bà ngoại định thế nào? Ở đó hay còn đi đâu nữa?

- Dạ, chúng cháu cũng chưa biết tính thế nào? Về dưới đó nếu yên ổn ở đó làm ăn, nếu không được chạy tiếp.

Nhìn cảnh vợ chồng với hai con nhỏ, Thùy ái ngại nhưng biết nói sao đây.

- Trên quê nhà khác lắm thím ơi. Gia đình nào không có con nhỏ đều chạy sang Trung Quốc vào nông trường làm, có con nhỏ chạy đi nhiều nơi khác nhau, người có tiền, người không có tiền. Nhà cửa đồ đạc bỏ lại không bán kịp, lấy đâu ra tiền. Hỗn loạn lắm, họ gồng gánh, kéo xe bò chở đồ đạc đem theo về Trung Quốc.

- Dưới này vẫn yên ổn, chưa có động tĩnh gì, nghỉ ngơi đêm nay, sáng mai ra bến xe về quê cháu ạ.

Nói chuyện đến khuya người lớn mới đi ngủ. Bé Hiền

và hai đứa trẻ ngủ từ sớm, vô tư đâu biết gì. Thùy trằn trọc không ngủ được, bé Hiền bên cạnh ngủ cười trong mơ. Nhìn sang, hai mẹ con nằm bên thấy trở mình liên tục. Dưới nền nhà, nghe rõ tiếng ngáy của người chồng, chắc mệt sau mấy ngày đi đường, nay được bình tĩnh ngủ yên. Bốn giờ sáng Thùy khe khẽ dậy nấu nồi cám lợn, đặt nồi cháo cho mọi người ăn sáng. Khoảng 5 giờ ăn cháo xong, Thùy tiễn họ một đoạn, chia tay, Thùy đưa tiền cho người vợ:

- Thím không có nhiều, vài đồng lẻ cho hai đứa nhỏ mua bánh ăn đi đường.

Ai cũng bùi ngùi chia tay trong lo lắng. Sau ngày hôm đó, thỉnh thoảng lại có người từ Lạng sơn tìm vào nhà Thùy nghỉ qua đêm, khi hai, ba khi bốn, năm người cả gia đình. Từ sau Tết Nguyên đán (1979) tình hình căng thẳng hơn. Thám báo Trung Quốc cải trang người Việt gốc Hoa vùng biên đột nhập, thông qua người buôn lậu dẫn đường, trà trộn vào bản, gây hoang mang, quậy phá. Cán bộ địa phương chủ quan mất cảnh giác, tình thế càng hỗn loạn. Một số có chức vụ, dân quân địa phương nhân cơ hội thù ghét, hiềm khích cá nhân đã lộng quyền bắt người, giam giữ trái phép. Người Hoa bị truy lùng tìm kiếm, đánh chém, bắn giết trong đó có anh em chồng Thùy.

- Truy tìm bắt bằng được thằng Cát Thống và Cát Thoòng chúng là người Hoa.

Bố chồng Thùy không được yên, sợ quá trốn nhà

người quen. Ông gửi điện tín cho Bình, "về ngay đón bố!"

Nhận được điện tín, anh đi xe khách đón, hai ngày sau đưa ông về ở với gia đình Thùy, tiếp tục đi công tác như thường lệ. Ngay ngày đầu đến nhà, ông nói thẳng với vợ chồng Thùy:

- Hàng ngày phải đủ ba bữa cơm không có độn, phải có thịt, tôi không ăn cá, phải có nước nóng tắm rửa.

Hàng xóm nhòm ngó, để ý từ khi nhà Thùy luôn luôn có người trên quê xuống ngủ qua đêm. Nay có ông bố chồng tạm trú, Thùy đã báo cáo xin phép cơ quan, nhưng mọi động tĩnh bị giám sát, theo dõi chặt chẽ. Về nhà Thùy phải vui vẻ, lễ phép chăm sóc bố chồng chu đáo theo yêu cầu, im lặng, ngoan hiền làm tròn bổn phận người con dâu, không suy nghĩ, thắc mắc. Công việc hàng ngày như trước, đi làm ngày tám tiếng, lo cho con, chăm lợn gà, trồng rau, lo sao có thịt trong bữa ăn, cơm không độn. Tiêu chuẩn gạo gia đình trước thoải mái, nay thêm người, nhường cơm không độn cho bố chồng và con, Thùy thường xuyên ăn khoai, sắn thay cơm.

Thai ngày một lớn, bụng bầu to dần, công việc cũng nhiều lên. Khó khăn nhất nước sử dụng hàng ngày, trước xách hai thùng nước nhẹ nhàng, cây củi to dùng búa để bổ không khó, nhưng nay mang thai, không ai giúp, làm thay. Chủ nhật chồng về, lấy được ang nước to chỉ đủ dùng hai ngày. Bố chồng suốt ngày nằm, không giúp bất cứ việc gì kể cả chơi với cháu, Thùy vẫn phải gửi con bên hàng xóm. Buổi sáng, sau khi cho lợn ăn, Thùy phải bê chậu nước nóng cho bố chồng rửa mặt, lo bữa cơm sáng với thịt. Nghỉ trưa phải nhanh chân lo cơm cho ông và Hiền, rồi đi làm đến chiều, tan giờ làm, về nhà tưới rau, nấu cơm, cho lợn ăn. Ông còn yêu cầu hai ngày một lần tắm nước nóng. Xong xuôi tất cả việc gần 9 giờ tối, Thùy lại ngồi đan.

Một Chủ nhật bố Thùy thăm con và cháu, hai thông gia nói chuyện trong nhà, nhìn thấy Thùy tưới rau, băm cây chuối cho lợn, đầu tắt mặt tối, luôn chân luôn tay, ông xót xa, bảo Thùy:

- Con ơi, cứ như thế này mãi chịu sao nổi, đẻ xong về nhà với bố, bố nấu nướng chăm sóc cho con.

Ngày 17/2/79 Trung Quốc mở mặt trận tấn công toàn vùng biên giới Việt Nam. Chiến tranh Trung – Việt chính thức xảy ra.

CHƯƠNG 3

CHIẾN TRANH TRUNG – VIỆT

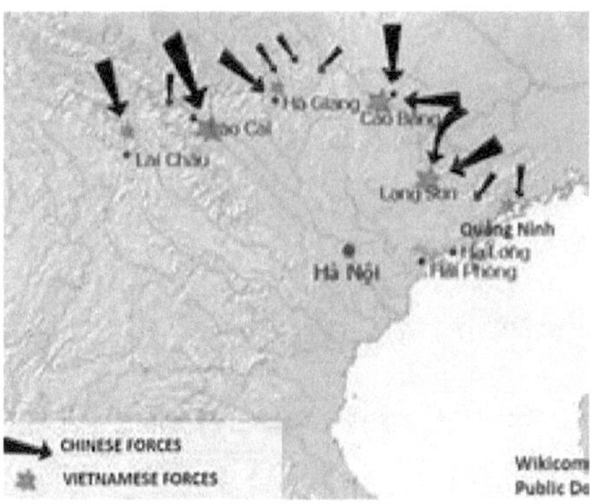

Nửa đêm 17 – 2 – 1979 quân Trung Quốc tổng tấn công 600 cây số đường biên giới Việt Trung. Bị tấn công bất ngờ trở tay không kịp, nhiều vùng đất các tỉnh Quảng Ninh, Lạng Sơn, Cao Bằng, Hà Giang, Lào Cai, Lai Châu lần lượt rơi vào tay quân Trung Quốc. Đặng Tiểu Bình tuyên bố, "dạy cho Việt Nam một bài học, quân vô ơn, ăn cháo đá bát", từ ngày 17 -2 đến 16 -3 -1979 (27 ngày) do tướng Hứa Thế Hữu làm tổng tư lệnh chiến dịch.*

Tình hình thị xã Thùy ở không còn vẻ bình yên như trước, như có lớp sóng ngầm đang sôi sục dưới đáy sông chờ dịp nổ tung. Nhưng có lẽ người Hoa ở thủ đô Hà Nội, thành phố Hải Phòng, Nam Định bắt nhận tin tức nhanh, nhạy cảm hơn các tỉnh lẻ. Trưa hôm đó, Thùy về nhà lo nấu cơm cho bố chồng, nhìn thấy cô em chồng ở trong nhà hai người đang nói chuyện với nhau, ngạc nhiên hỏi:

- Cô vừa lên chơi? Tôi nghỉ trưa về nấu cơm cho ông, nhân tiện cô ở lại ăn cơm?

- Chị ơi, em lên đón bố về Hà Nội, sau cho bố lên thuyền đi Trung Quốc. Tình hình căng lắm, không thể để bố ở đây lâu được.

- Anh cô có biết không?

Cô em chồng bình thản trả lời:

- Có, anh ấy biết. Chị nấu cơm nhanh lên, bố ăn xong còn ra xe về Hà Nội.

- Vậy mà tôi không biết gì cả.

Thùy trả lời rồi lặng yên đi xuống bếp nấu cơm, không biết nghĩ thế nào! Buồn? Thắc mắc? Một ý nghĩ lờ mờ thoáng qua khó hiểu về thái độ những người trong gia đình này đối với Thùy. Ông bố và cô em chồng rời khỏi nhà Thùy lặng lẽ, âm thầm như chạy trốn, Thùy lại tự an ủi "thông cảm hoàn cảnh, họ trong tâm trạng hoang mang, lo lắng, bối rối!" Suy nghĩ ấy cứ ám ảnh Thùy cho đến ngày hôm sau. Buổi chiều đi làm về như thường lệ, nhưng Thùy cảm giác như có những con mắt tò mò, nhòm ngó theo dõi sau lưng. Dựng xe cạnh hè, sang nhà trẻ đón con, Thùy cảm thấy gai gai, lành lạnh sau gáy.

Như cái máy, Thùy lặp lại công việc hàng ngày: đón và tắm rửa cho con, nấu cơm, cho con ăn, lợn gà ăn, tưới rau, chuẩn bị nấu cám lợn cho ngày mai, giặt quần áo, nhưng không còn tất bật lo chăm sóc, phục vụ ông bố chồng khó tính, Thùy thấy nhẹ nhõm, thoải mái như đỡ một gánh nặng sau hơn bốn tuần khốn khổ. Nhưng một bên vai vừa trút được gánh nặng, bỗng nhiên một tảng đá từ đâu ập xuống đầu. Sau bao nhiêu ngày vất vả chăm bố chồng, đêm hôm ấy được tự do, đặt mình xuống Thùy nhẹ nhàng đưa hồn chìm vào giấc ngủ. Đang ngon giấc, đột nhiên có tiếng đập cửa thình thình rất mạnh kèm theo tiếng quát:

- Mở cửa, mở cửa mau!

Giật mình, Thùy hỏi to:

- Ai đó, khuya rồi, hỏi gì?

- Mở cửa ngay, chúng tôi là dân quân đến kiểm tra.

Thùy bật dậy, không hiểu chuyện gì, sợ quá không kịp đi dép, chạy vội ra cửa. Then cửa vừa mở, hai người đàn ông vai khoác súng trường đẩy sầm cánh cửa, lao vào như cơn gió độc, Thùy không kịp nhìn rõ mặt. Một người cầm đèn pin soi gầm giường, chạn bát, gầm ghế, người kia tay cầm gậy luồn xuống dưới chiếc chiếu nhấc lên khỏi giường kiểm tra. Thùy đờ người như cây gỗ, sợ quá đứng chết lặng, nhìn họ chằm chằm, không hiểu tại sao có cuộc khám xét lúc nửa đêm bất hợp pháp khi không có lệnh khám nhà? Đến nỗi không nhớ ra phải hỏi lý do và muốn biết họ muốn tìm cái gì dưới cái chiếu mỏng? Hiền nép sau mẹ, mắt nhìn trừng trừng hai người lạ sợ hãi, môi mím lại. Họ đi sang giường con bên cạnh cũng soi, cũng dòm gầm giường, khua chiếc gậy, một người nhìn Thùy nghi ngờ hỏi:

- Ai ngủ ở giường này?

- Đó là giường ngủ của ông bố chồng tôi.

Vẫn cái giọng nạt nộ, trống không:

- Vậy ông ta đâu rồi?

- Bố tôi về Hà Nội với con gái ông ta ngày hôm qua.

- Sao cô không đi trình báo?

- Đây là khu nhà tập thể, tôi đã trình báo cơ quan. Các anh là ai tôi không biết?

Vẫn giọng nạt nộ, chất vấn:

- Chồng cô đi đâu? Hay cô không có chồng?

- Chồng tôi đi công tác dưới huyện, cuối tuần mới về.

Quát tháo, vặn vẹo chán, không tìm thấy bất cứ thứ gì, hai dân quân tự vệ không nói thêm, bước nhanh ra cửa, biến vào bóng đêm như ma quỷ.

Cơn gió độc đã qua, nhưng không khí lạnh ma quái vẫn còn lởn vởn trong gian nhà, từ đó Thùy không thể nào chợp mắt, ôm chặt con vào lòng, nằm co ro nghĩ ngợi, bé Hiền thủ thỉ:

- Mẹ ơi, con sợ lắm, họ có đánh mẹ con mình không? Con sẽ mách bố.

Thùy xoa đầu con an ủi, nhưng cũng như tự an ủi mình:

- Ngủ đi con, có mẹ đây, không sợ con ạ.

Linh tính dự báo cho Thùy biết, những ngày sắp tới sẽ không tốt đẹp gì. Chồng mình đi công tác có bị sao không? Ông bố chồng đi thuyền được không? Thùy nghĩ đến bố, đến anh em gia đình mình đâu có biết gì. Chiến tranh thế này, mong sao hai em trai trong quân ngũ được bình an. Tiếng gà gáy rộn rã, trời dần dần hửng sáng.

Cũng từ đêm hôm ấy, đêm nào cũng có người vào nhà lục soát, tra hỏi thường xuyên, mẹ con Thùy không được ngủ yên, nhưng đành im lặng chịu đựng, giữ kín trong lòng. Chiều thứ bẩy chồng về, Thùy kể lại sự việc ở nhà, anh không nói, không hỏi han, không an ủi, nét mặt ưu tư lộ rõ vẻ lo lắng như đang suy nghĩ điều gì lung lắm. Thùy có cảm giác là lạ, tự hỏi, đây có phải là chồng của mình không? Thùy cũng không muốn hỏi ông bố đi cùng em gái ra sao, cố gắng hết sức kìm nén những giọt lệ sầu tủi không được trào ra.

Sáng thứ hai như thường lệ, anh lại xách túi đi công tác, Thùy nhận được lệnh thu xếp chuyển nhà gấp đến khu nhà dành cho cán bộ các cơ quan trong tỉnh. Khu nhà 4 tầng nằm ngay trung tâm thị xã, trước cửa đồn cảnh sát. Bắt buộc phải chuyển nhà gấp nên không có sự chuẩn bị, Thùy xin phép cơ quan nghỉ việc hai ngày thu xếp, hoàn cảnh một mẹ một con thật khó khăn, vất vả trăm bề. Thùy đến nhà Huệ nhờ cậu em của Huệ mượn xe bò và giúp chuyển nhà. Gian nhà cấp cho gia đình Thùy rộng chừng 18 mét vuông, bên cạnh có một khoang nhỏ làm cầu tiêu, vệ sinh. Đun nấu, ăn ở gói gọn trong gian phòng nhỏ hẹp, không thể trồng rau, chăn nuôi lợn gà cải thiện được nữa. Bó tay rồi! Đầu tiên, Thùy giao con lợn và mấy con gà cho Lan nuôi giúp, thu hoạch nốt đám rau cải, sau đó bán lại cho Lan lợn gà, trong lòng một sự nuối tiếc, nỗi buồn thật khó tả.

Giường, chạn đựng bát đĩa, nồi, chậu… tất cả đồ đạc chồng chất lên hai chuyến xe bò nhanh gọn với sự giúp đỡ của cậu em Huệ. Phòng của gia đình Thùy ở tầng 3, nhà trẻ cách xa nơi ở một cây số. Hàng ngày đi làm bốn lần đi về, tay dắt con, vai vác xe đạp lên xuống từ tầng 3 thật quá sức chịu đựng của Thùy.

Nhà mới đun nấu bằng bếp dầu hỏa, tuy không phải lo chạy mua củi mùn cưa, nhưng tìm mua dầu cũng không dễ, hơn nữa bếp dầu khi đun, khói xả ra xông thẳng vào buồng ngủ rất khó chịu, ngạt thở, trong khi tường ngoài sơn khẩu hiệu 'Đảm bảo an toàn và vệ sinh chung.' Khu tập thể toàn người lạ, gặp nhau gật đầu chào, hỏi vài câu xã giao rồi chui vào gian nhà của mình. Như đàn chim, đàn ong cần cù làm việc, sáng bay đi, tối bay về chui vào cái tổ nhỏ bé xinh xinh. Nhìn tổng thể, khu nhà tập thể như một chuồng chim khổng lồ, đối diện cửa đồn công an, họ dễ bề theo dõi, kiểm soát, giống như một ấp chiến lược trá hình, xảo quyệt, không dễ nhận ra. Một tuần lễ trôi qua, chồng Thùy về mới biết vợ con đã di chuyển sang nơi khác. Tối thứ Bẩy, Thùy đang đan len, ngồi xuống bên cạnh, anh nói với vợ:

- Em này, em gái anh đã tìm được thuyền cho anh đi Hồng Kông rồi.

Thùy ngạc nhiên, mắt tròn xoe, vì quá bất ngờ:

- Vậy anh định đi một mình? Thế còn mẹ con em thì sao?

- Anh phải đi thôi, cậu Thân lái xe của Ty cũng là người Hoa, họ bắt gia đình cậu ta phải vào Lâm Đồng làm kinh tế.

- Anh là người Hoa, cả gia đình mình cùng vào Lâm Đồng, sống chết, khốn khổ có nhau.

Bình tĩnh, chồng Thùy trả lời:

- Không được, anh không vào trong đó, anh phải đi Hồng Kông, ở lại sẽ chết.

Nghe những lời nói vô tình thốt ra từ miệng người chồng, Thùy không dám tin đó là sự thật. Nỗi tủi hờn nghẹn trong cổ họng từ lâu nay bật ra, những giọt nước mắt mặn chát như muối từ từ lăn xuống hòa cùng tiếng nấc tức tưởi.

- Em nín đi, làm con thức dậy bây giờ.

Làm sao có thể câm nín, nó phải được thoát ra, trào ra, trút hết ra những uất nghẹn kìm giữ bao lâu nay? Tại sao phải giấu, khi không còn bờ vai để tựa? Không có ai để chia xẻ? Không một lời an ủi, giải thích? Thùy sẽ ra sao sau khi con thứ hai ra đời? Ba mẹ con sẽ sống thế nào? Mặc dù mấy năm nay anh ta vắng nhà thường xuyên, nhưng dù sao Hiền vẫn còn có người gọi bằng bố. Sao anh ta có thể ích kỷ đến như vậy? Tự hỏi mà không tìm được câu trả lời, Thùy khóc, nước mắt ở đâu nhiều đến vậy, liên tục tuôn ra như thác đổ, bào mòn con người bất hạnh chảy mãi không ngừng.

*

* *

Thời gian như chậm lại đối với Thùy sau khi chồng thông báo sẽ đi Hồng Kông một mình. Anh không băn khoăn, áy náy, hay dự tính kế hoạch lo cho ba mẹ con sau này. Đầu Thùy như muốn nổ tung ra bao uất hận, tủi hờn, toàn thân nóng ran như lửa đốt, bên ngoài trời tối đen như mực, cái nóng đầu hè âm ỷ, oi bức khó chịu, cắn xé thân thể. Trằn trọc, xoay, trở mình liên tục, liếc nhìn sang người chồng nằm bên cạnh ngỡ như người xa lạ. Tự trách mình đã không nghe lời ngăn cản của bố, thân phận Thùy đúng như người con gái trong câu ca dao:

'Thân em như hạt mưa sa
Hạt vào đài các, hạt ra ruộng cày'.

Ngày Chủ nhật 24 tiếng dài, căng thẳng trong im lặng giữa hai vợ chồng. Bé Hiền đâu có biết gì sắp xảy ra, vẫn cười, đùa vui với bố. Nhìn hai bố con chơi đùa bên nhau, Thùy thương con nhiều hơn. Thình lình một bên bụng phình ra đau nhói, cái thai đạp đạp như thắc mắc, tay xoa nhẹ, Thùy khẽ nói với con:

- Ngoan, nằm yên nghe con. Bên ngoài không an toàn, mẹ xin lỗi đã không giữ được chân bố các con.

Sáng ngày hôm sau, Bình xách túi đi công tác như thường lệ, Thùy nhìn chồng qua những giọt lệ, anh cầm tay Thùy nói nhỏ:

- Anh đi nhé.

- Vâng.

Anh theo con đường đã chọn, không lời tạm biệt, chia tay bạn bè, ra đi trong im lặng như không có chuyện gì xảy ra. Bóng Bình khuất dần xuống tầng dưới, khác với những lần đi công tác trước, lần này một sự hẫng hụt, trống trải thật sự đến với Thùy.

Theo quán tính, Thùy lại chuẩn bị đưa con đi mẫu giáo, đến cơ quan, bắt đầu một ngày làm việc như bình thường. Không được nói với ai, không được lộ ra điều gì. Thật quá khó khi phải giấu kín trong lòng, trong đầu ngổn ngang bao suy nghĩ. Con đường từ lớp mẫu giáo đến cơ quan sao hôm nay cảm thấy dài thế. Cái thai trong bụng đang hạ thấp dần chạm vào yên xe, Thùy thấy vương vướng khó chịu, nặng nề hơn trước. Lớp nhựa rải trên đường quốc lộ bốc lên mùi nhựa đường nồng khét làm mắt, sống mũi cay cay. Đầu mùa hè đã nóng bức như vậy sao? Hay cái nóng bên trong đang hòa trộn với cái nóng của thời tiết khiến con người thêm ngột ngạt, bất an.

Thùy bước vào lớp học như mọi khi.

- Chào các bạn học viên!

- Chào cô giáo!

Mọi người vui vẻ nhìn Thùy chờ đợi. Vẫn những con người đó, những khuôn mặt tươi trẻ với bao niềm tin, hy vọng, họ đâu có biết những gì đã xảy ra, trong đầu Thùy ngổn ngang trăm bề. Đã gắn bó với lớp học mấy tháng nay, gần gũi cảm mến nhau, nhìn các bạn nam, nữ thanh niên trong lớp, khiến Thùy nhớ đến những ngày đầu mới đi làm. Họ gồm mười hai cán bộ nhân viên của các huyện gửi đến tham dự khóa học sơ cấp ba tháng về thư viện do Thùy chịu trách nhiệm, còn một tuần nữa kết thúc. Sáng nay trước khi tiếp tục hoàn thành phần cuối chương trình, Thùy nói:

- Thưa các bạn, tôi hy vọng ngày hôm qua các bạn đã có một ngày nghỉ vui vẻ, thoải mái để hôm nay bắt đầu một ngày mới, cũng là ngày đầu của tuần cuối cùng chúng ta hoàn thành chương trình ngắn hạn ba tháng. Tôi dành mười lăm phút, chúng ta tâm sự, thật cởi mở chân thành góp ý cho tôi về mọi mặt: nội dung chương trình, phương pháp giảng dạy, kiến thức nghiệp vụ cũng như thái độ để tôi rút kinh nghiệm cho việc tổ chức những khóa học sau này tốt hơn.

Cả lớp vui vẻ, phát biểu, góp ý thân mật như một đại gia đình. Thùy ghi nhận tất cả những đóng góp, ai cũng tỏ rõ sự tin tưởng vào kết quả tốt đẹp chương trình học, giúp ích cho công việc sau khi trở về huyện làm việc. Thùy nói tiếp:

- Nhân đây tôi cũng mong các bạn cho biết những khó khăn, thiếu thốn về kinh phí, về tổ chức, tình hình vật chất, hoàn cảnh cũng như tư tưởng của lãnh đạo địa phương, tất cả đều có ảnh hưởng rất nhiều đến thư viện.

Thùy và mọi người trong lớp đang sôi nổi hào hứng, đột nhiên cô nhân viên văn thư gõ cửa:

- Chị Thùy có giấy gọi của giám đốc.

Thùy xin lỗi mọi người ra nhận giấy báo, đọc nhanh nội dung bên trong, Thùy có linh cảm điều gì đó không tốt lành đang đến với mình. Giám đốc yêu cầu lên gặp ngay sau khi nhận được giấy báo, Thùy bắt buộc phải xin lỗi mọi người:

- Tôi mong mọi người thứ lỗi, vì có việc đột xuất tôi tạm ngừng ở đây. Đề nghị các bạn tiếp tục thảo luận, bạn lớp trưởng phân công người ghi lại các ý kiến đóng góp nộp cho tôi.

Nói xong, Thùy rời lớp học đi lên phòng gặp giám đốc.

Phòng giám đốc trên tầng hai tòa nhà phía sau, vừa bước lên từng bậc thang Thùy vừa nghĩ không biết ông ta gọi về việc gì? Có liên quan đến chồng mình không? Cảm giác hồi hộp không yên tâm khi đến trước cửa phòng giám đốc, Thùy gõ cửa, tiếng người bên trong vọng ra:

- Vào đi.

Mở cửa, Thùy bước vào:

- Chào giám đốc, tôi nhận được giấy gọi của giám đốc.

- Cô ngồi xuống, ta nói chuyện.

- Dạ, thưa giám đốc, tôi đang trong giờ của lớp học.

Ông giám đốc không ngạc nhiên, bình thản nói:

- Không sao, tôi có việc muốn hỏi cô.

Ông tiếp tục:

- Cô có biết chồng cô đi đâu vắng mặt không có ở cơ quan không?

Thùy bình tĩnh trả lời:

- Thưa giám đốc, chồng tôi đi công tác theo sự phân công của phòng.

Giám đốc đưa tay nâng gọng mắt kính lên cao, nhìn Thùy nói:

- Từ hôm nay, cô sẽ chuyển sang bộ phận khác, ban

giám đốc phân công một cán bộ khác thay thế công việc của cô.

- Thưa giám đốc, tôi chịu trách nhiệm theo sát lớp học này mấy tháng nay, chỉ còn một tuần nữa kết thúc khóa học, đề nghị cho tôi được hoàn thành công việc.

- Đây là quyết định của ban giám đốc, phải thi hành từ bây giờ. Công việc sau thế nào trưởng phòng của cô sẽ cho biết.

- Tôi muốn biết lý do vì sao lại có sự thay đổi đột ngột như vậy? Trong khi công việc của tôi còn dở dang.

Giọng ông lạnh nhạt:

- Cô có nhiệm vụ chấp hành sự phân công của cấp trên. Bây giờ yêu cầu cô về bàn giao công việc cho người khác.

Biết nói thêm cũng thừa, vô ích, Thùy chào giám đốc, đi thẳng ra cửa. Sáng nay, Thùy vừa tìm thấy niềm vui khi được tiếp xúc với học viên của lớp học, tưởng đã tạm quên đi nỗi buồn về chồng, nay lệnh ngừng công việc lên lớp đột xuất, khác gì một nhát búa đập lên đầu đang căng như dây đàn. Thùy cố gắng lấy lại bình tĩnh, trở lại lớp học thông báo cho mọi người biết tin, gián tiếp chia tay các bạn trẻ. Trở về phòng kỹ thuật, không có tin tức gì mới, không biết ai là người thay thế, trưởng phòng cũng không biết gì hơn, một ngày dài qua đi nhạt nhẽo, khó hiểu đối với Thùy.

Hai mẹ con Thùy ăn cơm tối sớm hơn mọi ngày. Từ

khi chuyển sang nơi ở mới, không phải lo lợn gà, trồng rau, tất cả thu gọn trong căn phòng nhỏ hẹp, khác ngày xưa luôn chân luôn tay, giúp Thùy thấy thời gian trôi đi mau hơn. Bây giờ Thùy có nhiều thời gian vui đùa với con, giúp con tập đọc, tập viết, tô màu, bé Hiền vui lắm luôn miệng hát, kể chuyện các bạn ở mẫu giáo. Có lần ngồi vào lòng mẹ, nũng nịu nói:

- Mẹ ơi, con thích được chơi với mẹ suốt ngày, mẹ không đi làm nữa, mẹ nhé.

Thùy thơm lên trán con, nhẹ nhàng bảo:

- Con của mẹ ngoan lắm, bố mẹ phải đi làm kiếm tiền nuôi con, mua gạo, Hiền đi mẫu giáo có nhiều bạn, cô giáo dạy múa, hát, học viết chữ, cả nhà ta cùng làm việc, có đúng không nào?

Hiền gật đầu cười nịnh:

- Con yêu mẹ nhất!

Cho con đi ngủ xong, Thùy bắt đầu ngồi đan, thỉnh thoảng nghe tiếng nói chuyện của nhà bên cạnh vọng sang. Không gian yên tĩnh, vắng vẻ, rõ tiếng lạch cạch của đôi kim đan va chạm nhau, hai bàn tay nhịp nhàng lên xuống, nhưng đầu óc Thùy lại rối bời với những hình ảnh diễn ra sáng nay. Lời nói của giám đốc vẫn văng vẳng bên tai, thái độ lạnh nhạt vô cảm của ông khiến Thùy thắc mắc. Khác xa với nụ cười thân thiện, vui vẻ trước đây mỗi khi gặp Thùy. Sáng nay, thay vào đó một bộ mặt béo phệ, trắng bạch, phèn phẹt, ông bị trúng gió? Ông ta nhắc đến chồng Thùy khi chiến sự đang xảy ra giữa Trung Quốc và Việt Nam, chồng Thùy là người Việt gốc Hoa, sự có mặt của vợ người Hoa trong cơ quan khiến ông ta khó chịu? Thùy bắt đầu trở thành nạn nhân của cuộc chiến lúc nào không biết? Phải ngưng công việc Thùy đang say mê, hao tốn bao công sức để hoàn thành, không được biết lý do, không được hỏi, điều duy nhất phải chấp hành mệnh lệnh. Chồng Thùy đã bỏ rơi vì Thùy là người Việt. Nay vì chồng là người Hoa, lại bị ảnh hưởng đến công việc, đến cuộc sống, Thùy đứng giữa hai làn đạn, biết kêu ai? Làm gì đây?

Suy nghĩ liên miên, việc nọ tiếp nối sang việc kia. Ngày mai sẽ ra sao? Cái gì nữa sẽ xảy ra? Đêm dần khuya, xung quanh mọi người đã yên giấc, nhưng vẫn còn một con người bé nhỏ cô quạnh ngồi đan với những lo âu suy nghĩ, đó là Thùy, bàn tay nhỏ bé ấy đan biết bao nhiêu áo len, mũ len giúp cho người đời thêm ấm áp, mà người đan sao vẫn lạnh lẽo, hắt hiu.

Chuông đồng hồ reng reng, Thùy lay gọi con mau dậy mà chính Thùy không muốn dậy. Ngày hôm nay chắc chắn sẽ không tốt đẹp, Thùy nghĩ đến lá thư nhận được mấy hôm nay của Phượng, người bạn cùng phố thuở học trò. Phượng là giáo viên dạy toán cấp II, khu Đống Đa, Hà nội, trong thư, Phượng kể những sự việc xảy ra đầy bức xúc, buồn lo. Chồng Phượng người Việt gốc Hoa, công ty xây dựng đã cho anh ta nghỉ việc với lý do 'chính trị', có hai đứa con nhỏ, nguồn thu nhập chính của gia đình nay chấm hết! Nhà trường, nơi Phượng dạy, chưa có quyết định, nhưng tạm thời cắt giảm giờ lên lớp. Gia đình Phượng đang gặp trắc trở, Thùy dự đoán, hoàn cảnh mình cũng sẽ như bạn sau khi gặp giám đốc.

Thùy đến cơ quan vừa đúng giờ làm, đang thu gọn vài cuốn sách, chợt có tiếng người gọi:

- Cô Thùy lên gặp giám đốc ngay.

Thùy đi ra, rẽ xuống tòa nhà phía sau, trống ngực đánh thình thịch theo nhịp chân bước. Đứng trước cửa phòng, Thùy gõ "Cốc…cốc…cốc...", một lúc sau, tiếng khàn khàn từ bên trong vọng ra:

- Vào đi.

- Dạ, giám đốc gọi tôi?

- Cô Thùy đến rồi à? Cô có biết chồng cô đi đâu không?

Thùy bình tĩnh trả lời:

- Chồng tôi đi công tác huyện từ sáng thứ hai.

- Cô hãy nói thật, chồng cô không đi công tác, trưởng phòng báo cho tôi biết. Vậy cậu ta đi đâu? Cô phải nói thật cho chúng tôi.

- Tôi không biết.

- Thôi được, bây giờ cô về phòng làm việc, tiếp tục suy nghĩ, rồi trả lời câu hỏi của tôi.

Thùy chào giám đốc bước nhanh ra cửa. Về phòng

làm việc, vừa ngồi xuống ghế, Xoan bước vào đưa tờ giấy của phòng hành chính gửi cho Thùy:

- Có việc gấp mời cô Thùy đến ngay.

Uể oải bước đi với cái bụng vượt mặt, nghĩ không biết chuyện gì nữa đây, Thùy đã quá mệt mỏi, gần như quá sức chịu đựng khi bao sự việc liên tiếp ập đến. Bước vào phòng, ba nhân viên trong phòng hành chính đang ngồi tán gẫu, Thùy gật đầu chào mọi người, đi thẳng đến bàn trưởng phòng, hỏi ngay:

- Thưa trưởng phòng, có việc gì cần gọi tôi?

- Cô Thùy này, ban giám đốc yêu cầu cô chuyển nhà trong tuần này.

- Tại sao vậy? Tôi vừa chuyển nhà được hơn một tuần, nay lại chuyển đi đâu?

- Đó là lệnh của cấp trên, tôi là người thi hành. Ban giám đốc nói do 'tình hình chính trị' nên phải tiến hành ngay.

- Vậy tôi phải chuyển đi đâu, trong khi tôi đang mang thai gần đến ngày sinh, một mẹ một con nhỏ.

- Thế chồng cô đâu?

- Chồng tôi đi công tác vắng.

- Vậy sao ban giám đốc nói không biết chồng cô đi đâu.

- Làm sao tôi biết. Ông cho tôi biết tôi chuyển đến

đâu?

Chưa được hai tuần chuyển nhà hai lần. Chuyện khó tin mà có thật, sự thật đang dồn dập đổ xuống đầu mẹ con Thùy, trong khi chồng đã bỏ đi trong câm lặng, để Thùy ở lại gánh chịu, buộc phải im lặng, giữ kín trong uất nghẹn, tủi hờn. Không dám tâm sự cùng ai, bố Thùy và anh chị em cũng không biết. Đứa con trong bụng đạp liên tục, làm sao chống lại lệnh của cấp trên, cuộc đời Thùy giờ đây thật sự chênh vênh, trống trải, cô đơn, lại tự nhủ "phải thật bình tĩnh, không được cho con biết, nó sẽ sợ". Thùy là chỗ dựa, người duy nhất bảo vệ con, cũng tự bảo vệ mình. Trước tiên, phải lo thu xếp chuyển nhà theo yêu cầu của cấp trên, Thùy về phòng vừa đi vừa suy nghĩ, tính toán.

*

* *

Trưởng phòng hành chính đưa Thùy đến địa điểm cách phòng làm việc khoảng 500 mét. Ông chỉ gian nhà lợp lá gianh cũ nát, rộng khoảng 14 mét vuông, xung quanh tường vôi nứt nẻ, bạc màu, nghiêng nghiêng. Bên trong, ngổn ngang mảnh gỗ, gạch vụn, bỏ hoang từ lâu, không ai nhòm ngó đến. Ông nói:

- Đây là chỗ ở mới của cô từ hôm nay.

Thùy ngạc nhiên hỏi lại:

- Mẹ con tôi sẽ ở đây? Đây không phải nhà để ở, một cái kho bỏ hoang thì đúng hơn.

Trưởng phòng không trả lời, lạnh lùng rời đi khi đã 'hoàn thành' nhiệm vụ. Thùy không tin ở mắt mình, nhưng nghe rất rõ câu nói của trường phòng. Họ cho mình sống ở cái nhà hoang phế, có thể trước kia là nhà kho thật? Không cho ai giúp thu dọn rác rưởi, vật liệu linh tinh bừa bộn trong căn nhà này sao?

Bên cạnh gian nhà kho này là một kho sách cũ trước đây của thư viện tỉnh, trong đó vẫn còn vài giá đựng sách, báo, tạp chí cũ kỹ rách nát, mối mọt, không biết tại sao chưa hủy bỏ? Thùy quan sát xung quanh, lo lắng và thật sự thất vọng. Cái thai trong bụng lại đạp mạnh đánh thức Thùy trở lại với sự thật phũ phàng. Thùy biết mình phải bình tĩnh, chống cự với thực tế để bảo vệ mình và các con.

Trước tiên phải thu dọn sạch sẽ, Thùy đến Hà, Huệ, nhờ em trai hai chị giúp đỡ chuyển nhà. Hai cậu thanh niên vui vẻ nhận lời, rất bất bình cách đối xử của ban giám đốc Ty Văn hóa. Thùy buồn rầu nói:

- Mình là kẻ thấp cổ bé họng, không có thế lực nào nương tựa, trước mắt tự lo liệu ổn định chỗ ở.

- Chị yên tâm, chúng em rất thông cảm hoàn cảnh sẽ giúp mẹ con chị đến nơi đến chốn.

Em trai Hà hiền lành ít nói, nghe Thùy kể cũng nóng mặt, bực tức nói thêm:

- Sao lại vô lý đến như thế được? Chị cũng gần đến ngày sinh cháu, cố gắng giữ gìn sức khỏe, chúng em sẽ giúp chị.

Thùy cảm động, mắt ươn ướt, giải thích thêm:

- Chị không dám nói cho bố chị biết, sợ ông lo lắng thêm, còn người cùng cơ quan hình như xa lánh nên không biết trông cậy vào ai, riêng hai em hiểu và thông cảm hết lòng giúp đỡ, chị biết ơn các em nhiều.

Ba người mất một ngày thu dọn, hôm sau mượn xe bò chở giường, tủ, tất cả đồ dùng trong nhà. Khiêng vác chuyển đồ từ tầng 3 xuống, nhờ sức hai chàng trai cường tráng cũng phải một ngày mới thu xếp xong. Hai cậu sáng ý tận dụng những thanh gỗ có sẵn trong nhà, ghép lại, quây thành một góc nhỏ làm nơi tắm rửa, đun nấu, cố giữ cho gian nhà nhỏ bé không bị mùi hôi, khói dầu khi nấu ăn.

Chiều đón con từ lớp mẫu giáo về, Hiền há hóc mồm ngạc nhiên hỏi mẹ:

- Mẹ ơi! Mình ở đây hả mẹ? Sao mình không về nhà kia?

- Đúng rồi con, từ nay mẹ con mình sẽ sống ở đây, gần chỗ làm việc của mẹ.

- Con không thích nhà kia đâu, đi bộ lên nhà cao ấy mỏi chân lắm mẹ.

Nghe con trẻ nói, Thùy thêm xót xa. Gian nhà nhỏ bé chỉ đủ kê chiếc giường đôi, một cái tủ đựng quần áo, đồ vặt linh tinh, Thùy thầm nghĩ: từ nhà kho bỏ hoang nay chuyển thành căn nhà nhỏ bé, thầm 'biết ơn' sự quan tâm của lãnh đạo. Mấy người cùng làm trong cơ quan biết Thùy xin nghỉ chuyển nhà khẩn cấp, nhưng không ai hỏi hay quan tâm, nói chi đến sự giúp đỡ của công đoàn, hội phụ nữ. Các tổ chức đó khi thu tiền nguyệt phí hội viên nhanh lắm, còn việc quan tâm đến sinh hoạt, cuộc sống, thăm nom sức khỏe đau ốm của đoàn viên, phụ thuộc vào nhiều yếu tố khác - không ghi trong nguyên tắc, điều lệ!

Tắm rửa cho con xong, bé Hiền thơ thẩn chơi với con búp bê của bố mua, Thùy dọn dẹp một lúc cũng lên giường chơi với con. Chỗ ở mới không ảnh hưởng đến tuổi ngây thơ, Hiền chìm vào giấc ngủ nhanh, nhẹ nhàng. Nằm bên con, Thùy không sao chợp được mắt, nhìn lên trên mái nhà, những xà gỗ bạc màu bắc ngang như gắng sức chống giữ khung nhà không cho xiên xẹo, khắp nơi mạng nhện căng chéo đan lưới, nhờ bộ óc thông minh khéo léo của đàn nhện. Tiếng chít chít cắn xé nhau của lũ chuột nhà kho bên cạnh lúc râm ran, ào ào, lúc thình thình như chạy loạn. Thỉnh thoảng vài con chạy đuổi nhau trèo lên bàn chân Thùy dưới cuối giường. Thùy lo chiếc màn phòng chống muỗi đốt có thể bị lũ chuột làm rách. Không biết lũ chuột có ngạc nhiên, bực bội khi xuất hiện kẻ lạ mặt xâm nhập lãnh thổ của chúng?

Mệt quá Thùy ngủ thiếp đi lúc nào không hay, đột nhiên đau nhói ngón chân, giật mình bừng tỉnh. Trời ạ, tên chuột nào đã cả gan gặm cắn ngón chân của Thùy?

Một đêm dài với bao sự kiện và suy nghĩ mung lung. Ngày mai điều bất hạnh gì sẽ ập tới? Sẽ ra sao?

Bên ngoài sân ông mặt trời đã thức, Thùy dậy đặt nồi cháo ăn sáng. Tối qua mệt mỏi, buồn chán Thùy không muốn ăn gì. Bây giờ thấy đói bụng, chắc em bé trong bụng thắc mắc đòi ăn. Thùy xoa xoa cái bụng, nói thầm với con:

- Mẹ xin lỗi con.

Chỗ ở mới gần cơ quan và lớp mẫu giáo hơn, thong thả cho Hiền ăn xong, Thùy đưa con đi lớp mẫu giáo, sau đó đến cơ quan sớm hơn mọi ngày một chút. Có vài người cũng đến sớm, nhìn nhau lặng lẽ gật đầu chào. Thùy đi thẳng vào phòng làm việc. Hai ngày nghỉ chuyển nhà hình như không có gì thay đổi trong phòng, chỉ có mấy thùng sách nằm ở giữa phòng, có lẽ mới về, Thùy ngồi xuống ghế cạnh bàn làm việc chờ trưởng phòng. Lúc sau trưởng phòng bước vào, đến gần bàn làm việc của Thùy, nói:

- Giám đốc yêu cầu cô đến gặp ngay.

Ông ta lại gọi nữa? Thùy từ từ đi đến phòng giám đốc, vẫn như lần trước.

- Vào đi!

Giọng khàn khàn từ bên trong vọng ra, Thùy đẩy cửa bước vào chưa kịp hỏi, ông ta nói ngay:

- Cô ngồi xuống chúng ta cần nói chuyện.

Thùy chầm chậm ngồi xuống ghế đối diện với giám đốc, ông nói tiếp:

- Bây giờ chắc chắn chồng cô không đi công tác cùng anh em trong phòng. Không xin phép, không báo cáo, thật vô kỷ luật.

Thùy im lặng không biết nói gì. Giọng ông ta, mạnh hơn:

- Theo chỉ thị của cấp trên, người Việt gốc Hoa từ nay có 7 ngành nghề buộc phải thôi việc trong đó có ngành Văn hóa - Giáo dục và phải đi xây dựng vùng kinh tế mới ở Lâm Đồng.*

Ông nhấn mạnh:

- Chồng cô người Việt gốc Hoa, Ban giám đốc dự định đưa gia đình cô vào vùng kinh tế mới Lâm Đồng, nhưng nay chồng cô tự ý bỏ việc, cô là người Việt, vì vậy cô có hai lựa chọn:

1- Nếu muốn tiếp tục được làm việc bình thường, cô phải viết đơn ly dị chồng và trả con cho anh ta.

2- Nếu không đồng ý điều kiện trên, cô phải làm đơn xin thôi việc. Chúng tôi cho cô suy nghĩ lựa chọn sau một tuần, phải trả lời cho ban giám đốc.

Thùy không tin vào tai mình, nhưng lời tuyên bố bằng cái giọng khàn khàn là sự thật. Thùy như tê cứng, chết lặng, ông ta giục cô về suy nghĩ. Giật mình đứng dậy bước ra khỏi phòng, thẫn thờ như người mất hồn.

Mấy người trong cơ quan nhìn Thùy né tránh, không hỏi han. Về phòng Thùy ngồi yên bất động trên ghế, đồng nghiệp trong phòng liếc nhìn, nhưng im lặng, cho đến khi kẻng báo hết giờ làm việc, có người nhắc giục Thùy mới nhớ ra phải đi đón con.

Một ngày nặng nề qua đi, ra khỏi phòng làm việc Thùy gặp tốp nam nữ học viên lớp thư viện ngắn hạn đi đến gần, họ cười vui, nói chuyện rôm rả. Một cô nhanh miệng chào:

- Chào cô giáo Thùy! Hôm nay lớp chúng em tổ chức liên hoan kết thúc khóa học, sao cô không đến chung vui?

Thùy bất ngờ khi nghe tin, nhưng cố gắng giữ bình tĩnh cười, đáp lời:

- Cảm ơn, rất tiếc tôi có cuộc họp không thể tham dự chung vui cùng các bạn.

Vài người vô tư cười thân mật, một số xì xầm né tránh, nhìn với ánh mắt khó hiểu, nghi ngờ. Thùy bình tĩnh dắt xe đạp ra cổng đi đến lớp mẫu giáo đón con. Về đến nhà, Thùy chuẩn bị nấu cơm tối. Hiền ôm con búp bê, vừa hát vừa vuốt tóc búp bê:

"Đêm qua em mơ gặp Bác Hồ …"

- A, mẹ ơi! Lớp con hôm nay cô giáo dạy bài hát này. Sao các bạn gọi con là "người Việt gốc Hoa" mà người Việt gốc Hoa là gì hở mẹ?

Thùy nghe con hỏi sững sờ, lo ngại. Ngay những đứa trẻ ngây thơ cũng bị đầu độc tư tưởng chia rẽ, phân biệt này sao? Tội nghiệp cho con tôi, rồi còn gì nữa đây? Một mình gánh chịu đủ tủi nhục rồi, con bé đâu hiểu gì, biết ứng xử sao đây? Thùy nghĩ đến chồng, giờ này anh đang ở đâu? Anh có biết mẹ con em cô đơn ở lại phải hứng chịu những áp lực, uất ức trong vô vọng không anh?

Thùy ôm con vào lòng, hôn lên trán, âu yếm nói:

- Bố con là người Hoa nên các bạn gọi con là người Việt gốc Hoa, không có gì đâu. Con ngoan, mẹ yêu con gái mẹ nhất phải không nào?

Hiền cười, hai tay ôm cổ mẹ.

*

* *

Thời tiết sớm bước vào hè sao oi ả khó chịu, cái nóng hầm hập trùm lên đầu khiến cảm giác càng thêm bực bội. Nằm trong căn nhà nhỏ hẹp, không khí ngột ngạt khó thở, làm đầu Thùy thêm căng thẳng như muốn nổ tung khi nhớ đến mấy câu đe dọa của giám đốc sáng nay. "Cô là vợ người Hoa ... cô phải viết đơn ly dị chồng... cô sẽ phải nghỉ việc." Thùy trằn trọc nghĩ đến bé Hiền, ép mình đi vào giấc ngủ, nhưng Thùy là con người đâu phải thần thánh không biết đau. Đã không có được sự thông cảm, động viên, không có sự giúp đỡ chia xẻ của người với người, còn đem lại cho nhau những hằn học, áp lực, tra tấn tinh thần. Lũ chuột nhà bên chạy rầm

rầm, loạn xạ lại chọc tức Thùy đêm nay. Ban ngày chúng ngủ hay sao, đến đêm quấy phá như giặc. Thật đúng, người không thể sống chung với chuột trong cùng một thế giới.

Ngày mai sẽ trả lời giám đốc thế nào? Công việc của mình sẽ giữ được bao lâu? Suy nghĩ, tự hỏi nhưng không có câu trả lời. Thùy thiếp đi, chìm sâu vào giấc ngủ vì quá mệt mỏi. Ông mặt trời thức dậy từ khi nào, như cười đùa chiếu ánh nắng xuyên qua khung cửa dọi vào mặt Thùy. Giật mình bừng tỉnh, nhìn sang bên cạnh Hiền vẫn say sưa, Thùy vội dậy ra mở cửa, ánh nắng dịu dàng ấm áp tràn vào trong nhà, lấy chổi quét hết những rác bẩn trước cửa. Chợt nhìn thấy Liên đi chợ ngang qua, Liên ngạc nhiên hỏi:

- Ôi, chị Thùy, nhà chị ở đây à? Sao hôm nay em mới thấy chị?

Liên, em họ xa với Thùy, làm ở Bưu điện thị xã, Thùy cười, đáp lời:

- Chào em, đi chợ sớm thế? Chị mới chuyển đến được hai hôm nay.

- Em tranh thủ đi chợ mua lạng thịt nạc nấu cháo cho cháu, tí về em qua chị.

- Ừ, lúc về nhớ vào, chị có chuyện muốn nói.

Thùy dự tính sẽ nói hết chuyện với em họ. Thùy biết tình hình hiện nay sẽ còn vướng mắc gặp nhiều trở ngại, không thể sống yên ổn, phải chuẩn bị, tính toán chu đáo. Thùy đánh thức bé Hiền, xếp gọn chăn màn, vệ sinh cho con, chuẩn bị rang cơm ăn sáng. Nghe tiếng gọi bên ngoài:

- Chị Thùy ơi, em Liên đây.

Thùy ra cửa, Liên đang đứng đợi bên ngoài.

- Vào nhà đi em, chị em mình tranh thủ trao đổi trước khi đến giờ đi làm.

Liên theo Thùy đi vào trong nhà, nhìn quanh gian nhà của hai mẹ con với ánh mắt ái ngại, hỏi:

- Tại sao chị phải sống một nơi như thế này?

- Chuyện dài lắm, chị sẽ nói cho em hiểu, hy vọng em sẽ giúp chị.

Liên lấy trong cái làn ra một gói bọc lá chuối khô đưa cho Thùy:

- Em mua cho cháu gói xôi đỗ xanh, chị đưa cho cháu ăn sáng, kể đi em nóng ruột lắm. Bác bên nhà có biết chuyện của chị không?

Thùy gọi bé Hiền đưa cho con gói xôi:

- Dì Liên mua xôi cho con, cảm ơn dì rồi ra kia ngồi ăn để mẹ nói chuyện.

Hiền nhìn Liên khoanh tay nói:

- Con cảm ơn dì Liên.

Nói rồi cầm gói xôi đi ra ghế gần cửa ngồi. Thùy kéo

Liên ngồi xuống giường, nói:

- Chắc em cũng nghe gần đây tình hình giữa Việt Nam và Trung Quốc?

- Em có nghe loáng thoáng nhưng không rõ lắm.

Thùy nói với giọng buồn buồn:

- Nguyên nhân từ đó, chồng chị người Hoa, vì thế mấy tuần nay chị bị cơ quan gây khó khăn, trong công việc cũng như nơi ở. Họ bắt chị chuyển nhà hai lần trong hai tuần, hôm qua còn ép chị phải ly dị chồng và trả lại con cho anh ấy. Nếu chị không đồng ý sẽ bị mất việc.

- Gay go đến thế hả chị. Bây giờ chị định thế nào?

- Chị không nói chuyện này với ai, không biết tin ai được. Chị đang bị theo dõi không dám cho bố biết, ông sẽ lo lắng thêm, cũng không giúp được gì.

- Vậy chị muốn em làm gì, nói đi em sẽ giúp.

Thùy ngồi sát gần Liên, thầm thì:

- Em phải hoàn toàn giữ kín chuyện này, ngay cả chồng em cũng không cho biết, phải giấu thật kín người cùng cơ quan.

- Vâng, em biết rồi.

- Hôm nay em đi làm, bí mật đánh điện tín nhắn tin theo địa chỉ sẽ đưa cho em. Tuyệt đối phải thật kín đáo, lộ ra hỏng hết mọi việc.

- Vâng, em sẽ cẩn thận.

Thùy viết địa chỉ cô em chồng ở Hà nội vào mẩu giấy đưa cho Liên:

- Em đánh điện tín mấy câu ngắn gọn thôi "Về ngay đón mẹ con em". Em chắc chắn giúp chị được không?

Liên lo ngại cho hoàn cảnh của Thùy, buồn rầu nói:

- Em thấy chị gần đến ngày sinh rồi, thương và lo cho chị nhiều lắm, sao tự nhiên xảy ra nhiều chuyện vậy, chuyển nhà mà không bảo tụi em giúp. Bây giờ chỉ một việc nhỏ này em không làm được sao. Hôm nay em đánh điện tín theo địa chỉ xong, có gì em báo, bây giờ em về.

Nói rồi, Liên ôm Thùy an ủi:

- Chị giữ gìn sức khỏe, đi lại cẩn thận.

Tiễn Liên ra cửa, bé Hiền chào dì rồi đi vào nhà, Thùy nhanh nhẹn thay quần áo cho con, chuẩn bị đưa đi mẫu giáo, trong đầu đã dự tính làm mấy việc ngay hôm nay, không thể nấn ná, chần chừ được nữa. Dắt xe đạp ra ngoài, khóa cửa, cho bé Hiền ngồi ghế sau xe đạp, Thùy từ từ cho chân lên bàn đạp, lúc này cái bụng thật vướng víu không thể nhanh vội như trước.

Thùy đến cơ quan vừa đúng giờ, mọi người lần lượt đi vào phòng. Không thấy trưởng phòng phân công việc gì khác, Thùy bắt tay vào công việc như thường lệ, cùng lúc đó ông ta lên tiếng:

- Cô Thùy không cần làm công việc xử lý kỹ thuật

nữa, ra đây thu dọn cho gọn đống sách mới về.

Đây là công việc của nhân viên không có nghiệp vụ, Thùy rất khó chịu, nhưng biết ông ta theo lệnh của cấp trên tìm mọi cách gây áp lực tinh thần, vừa đứng dậy làm theo phân công, đột nhiên cô văn thư đến trước cửa phòng gọi:

- Chị Thùy ơi, lên phòng giám đốc ngay.

Biết trước sẽ như vậy, Thùy bình tĩnh đi ra cửa cùng cô văn thư, nghe rõ những lời thì thầm, bán tán phía sau lưng, Thùy vẫn bình thản, bỏ lại những lời nói không thiện cảm, bất cứ ở đâu cùng có.

Thùy gõ cửa phòng giám đốc, giọng như gắt gỏng:

- Vào đi.

Thùy vừa vào phòng được mấy bước, ông ta đã hỏi ngay:

- Cô đã suy nghĩ kỹ chưa? Đơn ly dị viết xong chưa, đưa cho tôi xem.

Giọng Thùy nghiêm nghị, dứt khoát không e dè, nể nang như mấy lần trước:

- Tôi không viết, thật vô lý, làm trong ngành văn hóa, tự nhiên bắt buộc vợ chồng phải ly dị, bỏ nhau, như vậy có trái với đạo lý không, thưa ông?

- Bởi vì chồng cô là người Hoa, tự ý bỏ việc, vô kỷ luật, là kẻ phản bội. Cô về suy nghĩ thêm, ngày mai lên gặp tôi, như vậy đã quá nhân nhượng với cô lắm rồi.

- Chào ông.

Nói xong, Thùy bước nhanh ra cửa không cần chờ xem thái độ phản ứng của ông ta nữa. Trong lòng bực tức thêm, những lời buộc tội gay gắt của ông ta nghe thật lạnh lùng ghê sợ, trên đường rẽ về tòa nhà Thùy làm việc, gặp nhiều người nhưng không ai hỏi hay thắc mắc, chỉ nhìn lén, rồi túm tụm lại thì thầm. Khi thấy Thùy đi đến gần, họ né tránh sợ sệt như mang bệnh phong hủi hay thứ bệnh truyền nhiễm nguy hiểm lây sang. Đó là những người cùng cơ quan, trước kia mỗi lần bé Hiền theo mẹ đến, các cô, các chú xúm lại tranh nhau bế. Thùy không giận, không trách họ, vì biết hoàn cảnh cuộc sống bắt buộc họ phải cư xử như vậy, không muốn bị liên lụy, giữ an toàn cho chính bản thân. Thùy thấy đau nhói trong lòng, lẻ loi trong một xã hội không còn tình người, những nụ cười thân thiện, chuyện trò vui vẻ giữa người cùng cơ quan nay còn đâu nữa? Lúc này Thùy thấy quyết định của mình là đúng, sẽ viết đơn xin nghỉ việc, không cần cấp trên ra quyết định cho thôi việc. Liên cho biết đã đánh điện về Hà Nội sáng nay, Thùy chờ đợi tin tức bố bé Hiền. Ngồi trong phòng không được làm việc chuyên môn như trước, thỉnh thoảng bị sai khiến như nhân viên tạp vụ. Đồng nghiệp nhìn với ánh mắt dò hỏi, lạnh nhạt tựa như người thừa, cái gai trước mắt họ. Thấy mình bị xúc phạm, không khí trong phòng ngột ngạt, Thùy im lặng đi ra ngoài, ý nghĩ chợt lóe lên trong đầu, đi ra ngân hàng rút hết tiền tiết kiệm, trước sau họ cũng bắt mình phải nghỉ việc. Trên đường gặp Hà, đứng lại nói chuyện:

- Thùy đi đâu đấy?

Hà hỏi trong lo lắng:

- Có chuyện gì nữa em ?

- Chị ơi, em hoang mang, bối rối chưa biết tính thế nào.

- Chỗ ở mới đã ổn định chưa? Công việc sao rồi?

Thùy xoa xoa bụng, ghìm lòng cố ngăn dòng nước mắt trào ra, lâu nay cần sự cảm thông, an ủi nhưng không có, nay nghe Hà hỏi, cảm xúc trào dâng trỗi dậy, tưởng bấy lâu nay đã đóng băng vì hoàn cảnh trớ trêu. Thùy run run nói:

- Ban giám đốc bắt em ly dị chồng, trả con lại cho anh ấy, nếu không sẽ phải nghỉ việc. Chị biết, em gần đến ngày sinh nở rồi, ba mẹ con em sẽ sống ra sao nếu mất việc?

- Sao nhẫn tâm đến thế được, vậy bây giờ em định thế nào?

- Chị bảo em nên làm gì?

- Thùy ơi, cùng phố nhà chị có gia đình người Hoa đã chạy xuống Hải Phòng đi nước ngoài rồi em à.

- Thật vậy hả chị? Họ có làm trong cơ quan nhà nước không?

- Không, gia đình họ làm nghề kéo xe ba gác thôi. Con trai đi bộ đội được xuất ngũ, nhưng cũng bị theo dõi không cho làm việc gì cả. Bà mẹ và hai người con trai đã chạy từ hôm qua, theo chị, em sẽ không sống được yên ổn đâu.

- Vâng, em cũng nghĩ vậy. Em xin nghỉ việc kết hợp nghỉ đẻ, ở lại cũng thêm khó thôi. Chị giữ kín không nói với ai biết chị nhé.

- Em yên tâm, không giúp gì được cho em, phải chi gánh nặng chị có thể gánh giúp, việc này biết đành bó tay.

Thùy nhìn Hà cảm động:

- Chị hiểu, thông cảm, không xa lánh em là giúp em rồi. Trong cùng cơ quan, hàng ngày nhìn mặt nhau còn xa lánh, không quan tâm hỏi han. Em có làm gì nên tội đâu. Mấy mẹ con em sẽ sao đây? Em lo nhiều lắm chị ạ.

Hà bình tĩnh khuyên nhủ:

- Chị tin em làm được, nhớ giữ gìn sức khỏe và bé trong bụng đấy.

Hai người chia tay nhau trong bịn rịn. Thùy đi thẳng đến ngân hàng, gần đến giờ nghỉ trưa, lác đác mấy người chuẩn bị đứng dậy, đến trước ô cửa cô gái với khuôn mặt tròn tròn, trông hiền lành đang cặm cụi viết, Thùy lên tiếng:

- Chào em!

- Dạ, chị cần việc gì?

Thùy cười, dịu dàng đáp lời:

- Em làm ơn cho chị rút tiền tiết kiệm.

- Vâng, chị cho em xem sổ tiết kiệm và chứng minh thư.

Cô gái lật xem giấy tờ, hỏi tiếp:

- Chị muốn rút ra bao nhiêu?

- Em cho chị rút hết tất cả số tiền trong đó.

- Rút hết hả chị? Vậy chị sẽ không được tính lãi xuất.

- Chị biết, nhưng gần đến ngày sinh cháu, chị cần số tiền này.

Nhận đủ tiền, Thùy cẩn thận cất vào túi, chào cô nhân viên, chậm rãi bước ra cửa đi đón bé Hiền. Trưa mùa hè nắng chang chang như đổ lửa, cây xanh ven đường ủ rũ cúi đầu, mặt Thùy đỏ như trái gấc chín được núp dưới chiếc nón Hà Đông. Cái bóng tròn tròn trên con đường nhựa nhiều ổ gà, từ từ bám theo bước chân chầm chậm mệt mỏi của Thùy, hơi nóng từ con đường bốc lên mùi nhựa đường cháy khét khó chịu. Tất cả như vô tình vây quanh, bóp chặt thể xác và tâm trí Thùy.

Trưa nay, Thùy nấu mỳ sợi, bón cho con ăn, trong đầu dự tính vài việc cần giải quyết nhanh gọn. Vấn đề đầu tiên là Tiền, phải có tiền, những gì có thể bán được sẽ bán, tuy nhiên phải thận trọng kín đáo không để ai biết ý định.

Suốt buổi chiều trong giờ làm việc, bị sai khiến làm việc vặt linh tinh, Thùy ngán ngẩm, nặng trĩu lo âu; - "không biết chồng đã nhận được điện tín chưa? Phải viết đơn xin nghỉ đẻ trước, sau đó làm đơn xin nghỉ việc luôn"-. Không có việc gì làm, Thùy lững thững ra trước cửa phòng cho đỡ nóng, nhìn thấy Chín -kế toán trưởng- đang đứng uống nước, Thùy đến gần gợi chuyện:

- Em chào chị, hôm nay nóng quá chị nhỉ?

Chín, ngoài ba mươi nhăm tuổi, người cao, mảnh khảnh, mái tóc đen dài ngang lưng, có con gái cùng tuổi bé Hiền, trước kia thỉnh thoảng cho con gái đến cơ quan, hai bé chơi với nhau hợp ý, thân thiết. Chín cười hỏi lại:

- Thùy khỏe không em? Khi nào đến ngày sinh em bé?

- Dạ, cũng gần rồi chị.

- Bụng cũng xuống rồi, sao em không xin nghỉ sớm?

- Còn hơn tháng nữa, không biết nghỉ sớm được không chị?

- Em viết đơn xin nghỉ, chị sẽ thu xếp tiền nghỉ đẻ cho em, hoàn cảnh của em chị hiểu.

- Vâng, em cảm ơn chị. Mai hay ngày kia chị vẫn đi làm chứ?

- Ừ, chị vẫn ở phòng Tài vụ.

Chín đến gần ghé tai Thùy, nói nhỏ:

- Hiện đang có nhiều tiền mặt, em làm đơn nhanh lên, chị sẽ giúp.

Thùy cảm ơn Chín, hai người đi về phòng làm việc theo hai hướng khác nhau. Một làn gió mát lướt qua mái tóc cũng phần nào tạm thời xua đi cái nóng hầm hập của chiều mùa hè. Trong phòng không một ai ngó ngàng hay để ý, Thùy lấy tập giấy trắng trên bàn, bắt đầu viết đơn nghỉ việc và đơn nghỉ đẻ. Thùy nghĩ đến Đào, người bạn học năm lớp 9, vì nhà nghèo, phải nghỉ học ở nhà làm ruộng giúp cha mẹ. Tuần trước đi chợ gặp Đào gánh rau ra chợ bán. Ngẫm cảnh Đào, Thùy thương bạn lại thương cho mình. Anh lớn Đào nhập ngũ đã gần chục năm chưa thấy tin tức. Người yêu Đào cũng trong quân ngũ, hai gia đình đã ăn hỏi, giao ước cuối năm tổ chức cưới, bây giờ gặp trắc trở từ khi xảy ra chiến tranh Trung - Việt. Người yêu Đào người Việt gốc Hoa, phải xuất ngũ về địa phương với mẹ già và hai người anh. Từ khi trở về, ngày nào cũng phải lên Ủy ban huyện trình diện, điểm danh, không được đi ra khỏi huyện. Đi xin việc, không nơi nào dám nhận, chi bộ đảng nơi Đào sinh hoạt bắt Đào phải hủy hôn ước. Là đảng viên, không được vi phạm đường lối, chính sách, phải chấp hành nghiêm chỉnh nghị quyết của đảng. Tình yêu nay trở thành tình địch. Đào không dám chống lại để giữ bình yên cho gia đình, miệng cười, nhưng con tim ngày ngày rỉ máu, đêm đêm khóc thầm uất nghẹn nhưng phải kìm nén không phát ra thành tiếng, sợ có người theo dõi. Tại sao? Tại sao lại bị đối xử như vậy? Có biết bao nhiêu người Việt dính dáng quan hệ với người Hoa phải chịu chung hoàn cảnh giống như Đào và Thùy trong thời kỳ này?

Cầm hai lá đơn đến phòng giám đốc, không một chút đắn đo, do dự, 'cạch…cạch…cạch...' Thùy gõ cửa. Tiếng người bên trong vọng ra:

- Ai đó? Vào đi.

- Thưa giám đốc.

Ông ngẩng đầu lên nhìn:

- Cô Thùy có việc gì đấy?

Thùy đến gần bàn làm việc, đặt hai tờ đơn lên trên mặt bàn, bình thản nói:

- Thưa giám đốc, tôi gửi ông đơn xin nghỉ đẻ và thôi việc của tôi.

Cầm tờ giấy lên đọc nhanh, ông ta nhếch mép, cười:

- Vậy cô quyết định xin nghỉ việc? Đã suy nghĩ kỹ chưa?

Ông dằn giọng:

- Được rồi, tôi và ban giám đốc sẽ xem xét yêu cầu của cô, ngày mai sẽ có quyết định chính thức.

- Thưa giám đốc, nhân đây tôi cũng nói luôn. Tôi gần đến ngày sinh nở, vì thế tôi cũng kèm đơn xin nghỉ đẻ theo chế độ thai sản, mong giám đốc lưu ý cho, đến hôm nay tôi có đủ mười ba năm thâm niên công tác trước khi nghỉ việc.

- Cô yên tâm, chúng tôi sẽ xem xét cẩn thận.

- Vâng, cảm ơn ông.

Chào giám đốc rồi từ từ đi ra cửa, Thùy cảm thấy lòng nhẹ nhõm hơn. Chưa biết sau này sẽ ra sao, nhưng trước mắt thể hiện rõ sự dứt khoát của mình cho lãnh đạo biết. Đi ngang qua các phòng ban, Thùy thấy vài cái đầu ngó ra nhìn, rồi thụt nhanh vào, những ánh mắt tò mò, nhìn trộm, xì xào sau lưng, giờ đây Thùy không quan tâm, mắt nhìn thẳng hiên ngang đi về phòng làm việc như không hề có chuyện gì. Hết giờ làm, mọi người lục đục đứng dậy ra về, Thùy hòa vào dòng người hướng ra cổng, tay dắt xe đạp đến lớp mẫu giáo đón con, để lại phía sau lưng những lời bàn tán, tiếng vo ve của lũ ruồi nhặng đang đánh hơi tìm kiếm.

Hai mẹ con ăn cơm xong, ông mặt trời run rẩy lui dần sau dãy núi, bên ngoài đường phố đã lên đèn. Một màu xám đen dần dần phủ kín bầu trời, lại một đêm nữa, như bao đêm cô đơn khác của Thùy. Không còn cái nóng hầm hập ban ngày oi ả, bức bối đến khó chịu, Thùy mặc áo trắng rộng cổ, mồ hôi chảy thấm ướt lưng, nóng, cái nóng ngột ngạt khó thở cho dù chiếc quạt máy con vẫn đang quay vù vù. Nóng len lỏi, cào cấu tâm can khiến lòng Thùy thêm bừng bừng như lửa đốt, Thùy quyết tâm tối nay phải đan xong áo giao cho Hà, đợt hàng cuối cùng. Bé Hiền ngồi bên cạnh bàn chăm chú tập tô các chữ A, B, C vừa viết vừa ngáp, Thùy nhìn đồng hồ gần 9 rưỡi, bảo con:

- Đến giờ đi ngủ rồi con, ngày mai tập viết tiếp.

Hiền ngoan ngoãn lên giường nằm xuống cạnh mẹ, nũng nịu:

- Mẹ hát bài "Con cò ..." ru cho con ngủ nhé.

- Ừ, bây giờ cò con ngủ ngoan đi, cò mẹ đan xong sẽ ngủ với con.

Bóng người mẹ trẻ ngồi đan áo cạnh bé gái đang thiêm thiếp, tiếng ru khẽ khẽ trong đêm khuya vắng, tĩnh mịch, nghe càng thêm u buồn.

"À..a à... ơi... Con cò lặn lội bờ sông ..."

Cò nhỏ đã chìm vào giấc mơ đẹp, người mẹ vẫn một mình lặn lội thân con cò trong đêm khuya. Sẽ còn bao nhiêu đêm như thế trong đời? Dòng sông vẫn chảy, con người vẫn phải sống ngụp lặn trong dòng đời để tồn tại.

Chợt có tiếng động ngoài cửa, rồi âm thanh khẽ khẽ: "cốc...cốc... cốc..."

Thùy giật mình run run, hỏi:

- Ai đó?

- Anh đây, mở cửa cho anh?

Một giọng nói qua khe cửa vọng vào.

- Ai?

- Anh đây em, bố con Hiền, mở cửa nhanh lên.

Nhận ra tiếng của chồng, Thùy vội dậy đi ra mở cửa. Bóng người đi nhanh vào trong nhà, Thùy vừa mừng vừa sợ, vội ngó đầu ra ngoài nhìn xung quanh rồi đóng cửa cài then cẩn thận. Chồng Thùy, ôi, anh đã về! Nhìn chồng, Thùy khe khẽ hỏi:

- Mẹ con em mong anh về, anh nhận được điện của em chưa?

- Ừ, may quá thuyền chưa lấy đủ người nên chưa đi, phải chờ đợi nên anh về Hà Nội nhận được điện của em, vội ra ga về chuyến tầu đêm. Tình hình ở nhà thế nào?

Thùy lắc đầu, nét mặt buồn chán:

- Từ ngày anh bỏ đi, cơ quan gây khó khăn cho em, tra hỏi về anh, gây áp lực trong công việc. Anh có biết họ bắt em chuyển nhà sau khi anh bỏ đi. Bắt em viết đơn ly dị và trả con cho anh, hoặc mất việc. Anh thì…

Nói đến đây, Thùy nghẹn nấc lên không nói được nữa. Anh ôm vợ vào lòng, thì thầm:

- Em không thể ở lại đây được, mình phải xuống Hải Phòng đi thuyền chạy thôi. Nhưng phải có tiền em ạ, phải có đủ giấy tờ kèm theo hai ảnh chụp. Thuyền đang lấy thêm người, cố gắng thu xếp càng nhanh càng tốt. Em thấy thế nào?

- Em cũng tính đến khả năng này. Trước mắt anh

không được ra ngoài, phải ở yên trong nhà. Em đã đưa đơn xin nghỉ việc, ngày mai em tìm người bán vài thứ mình có. Em rút hết tiền trong ngân hàng rồi.

- Thu xếp thật kín đáo, cẩn thận, anh tin ở em.

Đêm đó hai vợ chồng thì thầm bàn tính, từ bên ngoài chỉ nghe thấy tiếng sột soạt, chạy rầm rầm loạn xạ của lũ chuột, nhờ đó, nếu có kẻ nào theo dõi rình mò cũng không thể ngờ bên trong có hai nạn nhân đang thấp thỏm, hồi hộp, lo lắng, bàn bạc, tính toán cho số phận của mình.

Trời còn mờ mờ chưa sáng rõ, Thùy vội đạp xe đến nhà Hà, cách khoảng nửa cây số. Hà đang chuẩn bị ăn sáng nghe tiếng gõ cửa và giọng nói gấp gáp:

- Chị Hà ơi, mở cửa cho em.

Hà mở cửa, ngạc nhiên khi nhìn thấy Thùy, lo lắng hỏi ngay:

- Thùy hả em, có việc gì gấp thế?

- Chị cho em vào trong nhà mình nói chuyện.

Hai người đi nhanh vào bên trong sân, Thùy thì thầm nói nhanh:

- Chị ơi, em đang cần gấp một số tiền mặt, mấy tấm gỗ xẻ em gửi ở nhà chị định đóng giường, đóng tủ, bây giờ em phải bán đi lấy tiền.

Hà không ngạc nhiên khi nghe Thùy nói, ôn tồn đáp:

- Chị cũng đang định hỏi em để lại số gỗ đó cho chị dùng trước, rồi em mua sau, vì hiện tại em chưa ổn định nhà cửa. Vậy em bán luôn cho chị được không?

Thùy vui mừng, nói:

- Trời ơi, may cho em quá rồi, mong chị thông cảm, em cần tiền ngay hôm nay được không?

- Em yên tâm, chị hiểu. Tý nữa chị đi rút tiền, chiều đưa cho em.

- Việc này chị giữ kín cho em, chị nhé.

Thùy khẽ nói thêm.

- Chị biết, em yên tâm. Em cần thêm bao nhiêu? Nhiều thì không có nhưng chị sẽ giúp mẹ con em với khả năng của chị.

Thùy bất ngờ và thực sự cảm động:

- Mấy năm nay, sau khi em bị mất đứa con đầu lòng, chị đã thương yêu coi em như đứa em gái, luôn bên em, giúp đỡ em vượt qua bao nhiêu sự cố, em không dám nghĩ sau này khi phải xa chị, em sẽ nhớ chị nhiều lắm.

Thùy nói trong nước mắt và tiếng nấc nghẹn trong cổ họng. Hà ôm lấy Thùy, vòng tay của người chị như muốn che chở cho đứa em tội nghiệp mà Hà không làm được. Rưng rưng nước mắt, Hà nói:

- Mạnh mẽ lên em, chị em mình hiểu nhau là đủ. Bây giờ em về nhà chuẩn bị những gì cần thiết, tối chị qua nhà em. Lau nước mắt đi, không được để ai nhìn thấy em khóc, nghe chưa.

Thùy ngoan ngoãn vâng lời, miệng chào, tay lau nước mắt, đi ra cửa.

Về đến nhà, Hiền đang chơi với bố, nó vui lắm, liến thoắng kể chuyện cho bố nghe. Thùy nhẹ nhàng nhắc con:

- Hiền ngoan và thương bố, thương mẹ phải không?

- Dạ, thương nhiều nhiều lắm.

- Vậy nghe lời mẹ dặn. Hôm nay con ở nhà với bố, nhưng hai bố con không được cười đùa nói to, nếu không họ bắt bố con đi. Con nhớ lời mẹ không?

Nghe nói bố sẽ bị bắt đi, Hiền cúi đầu lo sợ, khẽ đáp:

- Vâng ạ, con nhớ. Hôm nay con không đến mẫu giáo, phải không mẹ?

- Ừ, con ở nhà, mẹ có việc ra ngoài rồi mẹ về.

Dắt xe đạp ra cửa, Thùy không quên nhắc chồng:

- Em tranh thủ đi chợ mua vài thứ, anh ở nhà nấu gì cho hai bố con ăn sáng, còn nhiều việc phải làm.

- Được rồi, anh biết.

Nghĩ nay mai phải đi, Thùy mua tạm mớ rau, lạng thịt lợn. Rẽ sang bên phía bán tạp hóa, Thùy hỏi mua chục hộp sữa đặc 'Ông Thọ' phòng khi cần đến. Nghĩ vậy, Thùy lấy bàn tay xoa nhẹ trên bụng như thầm tâm sự với con:

- Nằm ngoan trong này nghe con, đem chị em con ra đi mẹ không yên chút nào, lúc nào cũng thấp thỏm lo lắng. Mẹ đâu dám nghĩ "nếu như" mỗi khi nhớ lại ngày mẹ sinh thằng anh con, cũng chỉ vì bệnh viện có những người vô trách nhiệm, thờ ơ, cẩu thả, nên anh con bị chết ngạt trước khi chào đời.

Bất ngờ một cú thúc mạnh bên sườn, Thùy giật mình buông tay, bụng gồ lên, nổi phồng.

- Ôi, con nghe trách mẹ sao? Đâu phải lỗi do mẹ, khi đó mẹ không biết gì, tin tưởng tuyệt đối, giao phó y bác sĩ, y tá bệnh viện, "thôi cho mẹ xin, mẹ xin..."

Thùy xoa xoa bụng an ủi dỗ dành. Đi sang quầy bên, người bán hàng trẻ tuổi, quen cũ, Thùy ngồi xuống bên cạnh thì thầm, một lúc sau hai người vui vẻ chia tay, hẹn tý nữa gặp lại. Chị ta đồng ý mua vài thứ ngay hôm nay, Thùy biết mình bán giá rẻ, nên chị ta vui vẻ, vì thời gian quá gấp, đành chịu bán với giá bèo bọt. Ở nhà còn nhiều hàng hóa Trung Quốc, Thùy giữ gìn cẩn thận bấy lâu nay: nước hoa, kem dưỡng da bôi mặt. khăn tay, để dành không dám dùng, đem theo không được. Lại còn mấy cân len đẹp màu xanh sỹ lâm, Thùy rất thích định đan áo cho con, mấy bộ ấm chén đồ cổ, mấy chiếc chăn bông Trung Quốc... tất cả đều phải tìm cách xử lý cho sạch, góp nhặt thêm chút tiền. Thùy không quên dành vài thứ biếu Hà, chị Chín kế toán, thủ quỹ. Ngay hôm nay, hai mẹ con phải đi chụp ảnh nộp cùng giấy tờ, nhiều việc cần làm lắm. Thùy sẽ đến nhờ ông chồng bà dì họ xa, làm nghề chụp ảnh, như vậy mới lấy được ngay.

Vừa đi vừa tính toán trong đầu những việc cần làm, Thùy về đến nhà, hai bố con đã ăn xong, đang thay quần áo cho Hiền.

- Bố con anh ăn rồi, phần em bát mỳ trên bàn, từ sáng đến giờ đi bao nhiêu nơi chắc em đói lắm.

- Em cũng mệt và đói nữa. Em mua cho con bánh giò, trưa nay anh cho con ăn. Em ăn xong đến cơ quan xem có giấy quyết định chưa, anh ở nhà sắp xếp các thứ mình có thể bán. Em đã tìm được mối, tuy rẻ nhưng mình không còn thời gian gọi người bán lẻ nữa. Nếu ai hỏi, nói cần tiền về quê ngoại sinh nở. Ở cơ quan về, em dẫn con đi chụp ảnh.

- Ừ, nhớ đi lại cẩn thận.

Thùy đến cơ quan đúng giờ làm việc, cảm giác hôm nay như có điều gì khác với mọi ngày, bước vào phòng làm việc, Thùy chào mọi người:

- Em chào trưởng phòng, chào mọi người!

- Chào cô Thùy, nghe nói cô Thùy xin nghỉ đẻ phải không?

Thùy nghĩ, "sao mà biết tin nhanh vậy" nhưng cười:

- Vâng, hôm qua em nộp đơn cho giám đốc, gần đến

kỳ sinh thấy mệt mỏi quá, em đưa cháu về bên ngoại nghỉ đẻ cho khỏe.

Đang nói chuyện, cô văn thư đi vào gọi Thùy:

- Chị Thùy ơi, giám đốc cho gọi chị.

- Ừ, cảm ơn em.

Thùy lặng lẽ đi ra ngoài hướng về phía phòng giám đốc. Cảm giác sáng nay đi đến nơi này không như mọi lần trước, không thấy hồi hộp, lo lắng, Thùy bình tĩnh gõ mạnh tay vào cánh cửa.

Cốc…cốc…cốc... Vẫn giọng khàn khàn từ bên trong:

- Vào đi!

Thùy đẩy cửa bước vào, giám đốc ngẩng lên nhìn, tay nâng gọng kính:

- À, cô Thùy, ban giám đốc đã xét duyệt đơn của cô, đồng ý cho cô được nghỉ đẻ và nghỉ việc luôn, giải quyết chế độ thâm niên sau mười ba năm công tác của cô.

Ông vừa nói vừa đưa cho Thùy hai tờ quyết định, nói tiếp:

- Cô đến phòng tài vụ, đưa quyết định này cho kế toán trưởng ký duyệt lĩnh tiền, nhớ bàn giao công việc trước khi nghỉ. Quyết định được thi hành từ ngày hôm nay, cô không còn là cán bộ của Ty Văn hóa nữa.

- Vâng, cảm ơn ông. Tôi hiểu, ông ở lại mạnh khỏe.

Thùy quay lưng bước đi, tự tin, bình thản không chút lưu luyến. Vậy thế là hết! Mười ba năm công tác! Mười ba năm đóng góp tuổi trẻ cho chính quyền địa phương, cho nhà nước XHCN, chấm dứt nhanh gọn chỉ vì hai quốc gia láng giềng hục hoặc, đánh nhau vì chuyện gì Thùy không hiểu nổi! Nhưng dù sao họ cũng còn trả tiền thâm niên sau những năm công tác và chế độ thai sản theo pháp luật, chưa đến mức độ cạn tàu ráo máng, ngồi xổm lên luật pháp của ban giám đốc dành cho một cán bộ trình độ đại học sau mười ba năm làm việc. Chắc chắn cuộc sống của những người bắt phải nghỉ việc ra sao, họ không quan tâm, hai bàn tay bẩn tự phủi vào nhau, hết bẩn.

Thùy đi thẳng đến phòng tài vụ dãy nhà bên cạnh. Từ xa đã nhìn thấy Chín đang nhìn ra cửa, cười khi Thùy bước vào bên trong phòng:

- Thùy đấy em? Có quyết định rồi à?

- Sao chị biết nhanh thế?

Thùy ngạc nhiên hỏi.

- Tin tức truyền miệng nhanh hơn tia chớp, em không biết sao?

Thùy ngượng nghịu đáp:

- Đúng, em khờ thật.

Thùy cười đưa hai tờ quyết định, Chín nhìn lướt qua rồi lấy bút ghi 'đồng ý chi tiền' rồi ký tên, nói:

- Em đến thủ quỹ lấy tiền. Khi nào em nghỉ?

- Dạ, bắt đầu từ hôm nay. Giờ nghỉ trưa em gặp chị được không?

- Ừ, giờ nghỉ trưa nay chị em mình gặp nhau.

Mấy người trong phòng tài vụ hỏi chuyện nghỉ việc của Thùy, mỗi người mỗi ý kiến, Thùy biết họ không quan tâm chỉ vì tính tò mò tọc mạch, thói xấu truyền thống của người Việt. Tuy vậy, Thùy phải cố giữ nét mặt bình thản, tiếp tục chuyện phiếm. Lúc sau, chào mọi người, Thùy ra về, rẽ vào phòng làm việc chào tạm biệt những người cùng làm. Thùy muốn ra đi một cách đoàng hoàng, dù biết họ không quan tâm, vài người làm ra vẻ ngạc nhiên, sững sờ, nhưng không hề thắc mắc. Thái độ hờ hững, lạnh nhạt khiến Thùy rùng mình, ghê sợ, không thể giải thích nổi, trước mắt còn nhiều việc cần làm, nên không để tâm vào những việc vô ích.

Buổi trưa trời càng thêm nóng bức, sao Thùy thấy lạnh trong lòng, đạp xe nhanh về nhà lấy gói quà dự định biếu Chín thay lời cảm ơn và tạm biệt. Hơi nóng từ con đường nhựa bốc lên phả vào mặt càng thêm khó chịu, một đoạn đường ngắn mọi khi, sao hôm nay nặng nề dài quá vậy. Về đến nhà, hai bố con đang nấu cơm, líu ríu dưới bếp, nghe tiếng mở cửa, Hiền chạy ra đón mẹ. Bình nhìn vợ, nói:

- Anh nấu cơm sắp chín, ăn cơm xong hãy đi.

Thùy lấy gói quà cho Chín, bảo chồng:

- Em phải đi ngay, hẹn gặp chị Chín giờ nghỉ trưa. Xong việc em về, nếu con đói, anh cho con ăn trước, em về ăn sau rồi hai mẹ con đi chụp ảnh.

Thùy tất bật đi ngay cho kịp giờ, không thể lỗi hẹn với người ta được. Đưa gói quà cho Chín, bao con mắt chăm chăm nhìn, có người đến gần hỏi nhỏ "có gì bán không." Lạ thật, hàng ngày xa lánh như sợ lây bệnh, sao bây giờ lại đến gần hỏi mua, không sợ bị lây nhiễm hay sao? Họ từ lâu biết Thùy có nhiều đồ dùng hàng Trung Quốc, Thùy tự hỏi: "họ sợ người, nhưng đồ vật thì thích, không sợ"? Thùy mỉm cười nhìn họ, lắc đầu:

- Không, tôi không có gì bán, sao lại hỏi tôi?

Họ nhìn với ánh mắt nghi ngờ không tin, Thùy không để tâm, tạm biệt Chín, lên xe, đạp nhanh về nhà, bỏ lại phía sau những lời xì xào to nhỏ.

Bữa cơm trưa đơn giản trong gian nhà lá rách nát, nhưng hôm nay sao ấm cúng, khác hẳn đối với hai mẹ con. Bé Hiền vui nhất, tự ăn một mình, vừa ăn vừa nhìn bố lại nhìn sang mẹ cười. Thùy nhắc con:

- Ăn nhanh đi, mẹ đưa con đến nhà ông Tân chụp ảnh.

Nghe nói chụp ảnh, Hiền thích lắm, nên ăn nhanh không cần giục nữa. Ăn xong, Thùy lấy xe đạp đèo Hiền đi ngay cho kịp. Gần 1 giờ trưa, trời nắng gắt hơn, nhưng bắt buộc phải đem con đi dưới thời tiết khắc nghiệt này, vì đã hỏi trước ông chủ tiệm, giờ trưa vắng khách, đến nơi mẹ con Thùy được chụp ảnh liền. Ảnh chụp rõ mặt, theo mẫu giấy chứng minh thư, không cần cầu kỳ, chủ yếu có ảnh kèm theo giấy tờ nộp cho chủ thuyền là được. Như bao người khách chụp ảnh trả tiền, ông chủ hiệu không quan tâm, thắc mắc tại sao chụp ảnh lấy ngay, người làm ăn buôn bán là vậy, Thùy thấy thoải mái không bị vặn hỏi như người trong cơ quan nhà nước.

Về đến nhà đã xế chiều. Từ sáng đến giờ đi đi lại lại như con thoi, chưa được nghỉ ngơi, cái bụng càng xệ xuống thấp hơn, Thùy ngả lưng xuống giường, lúc này mới thật sự thấm mệt, sau một ngày không ngừng nghỉ. Nhìn vợ, Bình lo lắng hỏi:

- Em mệt lắm phải không? Nằm nghỉ ngơi đi, anh nấu cơm xong sẽ gọi.

Rồi quay sang dặn dò bé Hiền:

- Con khe khẽ chơi với búp bê, im lặng cho mẹ ngủ.

Hiền ngoan ngoãn ôm búp bê ngồi chơi trên giường cạnh mẹ. Nằm được nửa tiếng, chợt nhớ có hẹn với cô hàng xén ở chợ tối nay đến lấy hàng, Thùy không ngủ nữa, kiểm tra lại các đồ cần bán. Thấy vậy, Bình đến gần hỏi nhỏ:

- Hôm nay tình hình thế nào em?

Thùy cười đầy vẻ tự tin:

- Tốt anh à, giải quyết xong mọi việc ở cơ quan, có

giấy quyết định nghỉ đẻ và thôi việc, lĩnh được tiền hết rồi. Đã có hai ảnh chụp, tối nay bán gọn các thứ trong nhà, tổng cộng tất cả cũng đủ nộp tiền thuyền cho hai mẹ con. Ngày mai em hỏi xem ai mua giường, giường mình là gỗ lát hoa, đóng kiểu Hồng Kông còn mới, em tin sẽ được giá. Đôi thùng gánh nước bằng xác máy bay của nhà mình cũng có thể bán được tiền đấy.

- Thế à?

- Được chứ, thời buổi khó khăn, cái gì cũng ra tiền. Cố gắng gom góp, vì bây giờ tiền quan trọng nhất. Ngày mai em đi mua thêm vải may tã lót cho em bé, vài xô màn dùng sau khi đẻ, nhiều thứ lặt vặt lắm.

- Liệu một hai ngày nữa mình đi được không?

- Anh có biết chính xác khi nào thuyền xuất phát?

- Trước khi về Hà nội, chủ thuyền không nói chính xác ngày, chỉ bảo khoảng một tuần, thuyền sẽ nhổ neo.

- Như vậy phải thu xếp ngày mai xong hết mọi thứ. Em muốn về nhà báo cho bố biết.

Bình đồng ý ngay:

- Anh cũng định vậy, tối mai chúng mình về báo cho bố, chắc bố sẽ buồn lắm.

Bình nhìn thấy nét mặt vợ buồn, liền nói lảng sang chuyện khác. Chợt có tiếng người gọi bên ngoài:

- Chị Thùy ơi, có nhà không?

Nghe tiếng gọi, Thùy từ từ đi ra cửa:

- Ai hỏi gì đấy?

- Em Thu đây.

Nhận ra tiếng của Thu, cô bạn hàng xén ngoài chợ, Thùy mở cửa:

- Vào đi em.

Hai người đã thỏa thuận hôm trước, việc mua bán diễn ra thuận tiện, nhanh chóng. Người đưa, người xem hàng rồi lẩm nhẩm đếm, tính tiền. Nhìn những cuộn len đẹp, giữ gìn cẩn thận Thùy hy vọng sẽ có ngày đan áo cho mình và cho con, vậy nay phải bán đi, tiếc lắm, hoàn cảnh bắt buộc, đành chịu vậy. Thu dồn tất cả vào trong bao túi vải to, Thùy hỏi:

- Em có thể đem hết tất cả đi trong tối nay không?

- Vâng, em cũng muốn vậy, ngày mai mới có hàng bán, chị yên tâm.

May mắn nhà Thu cách không xa, gần cây số, hơn một giờ sau mọi việc xong xuôi như ý muốn. Gian nhà trở lại yên tĩnh, sự yên tĩnh nặng nề bám theo suy nghĩ của từng người. Không biết người đàn ông như Bình đang nghĩ gì? Bé Hiền đang thầm thì với búp bê, riêng Thùy, trong đầu ngổn ngang bao nhiêu suy nghĩ, cảm xúc lẫn lộn, nhiều việc xảy ra trong ngày. Người phụ nữ trẻ, mang thai gần đến tháng sinh nở, không phút giây nào được thanh thản, phải cố gồng mình chịu đựng áp lực tâm lý, tinh thần luôn trong trạng thái căng thẳng, phải kìm nén, giữ kín ở trong lòng, cam chịu. Thùy ngồi ngẩn người như khúc gỗ, tất cả từ từ tuột khỏi tay, các đồ vật vô tri vô giác cũng phải xa Thùy, ngày mai rồi sẽ ra sao? Thùy không biết và không dám nghĩ tới.

Tiếng của Bình cắt ngang dòng suy nghĩ của Thùy:

- Anh nấu xong rồi, ra ăn cơm đi em.

Thùy giật mình, Hiền cùng ngẩng lên nhìn xem thái độ của mẹ. Nhìn con, Thùy trở về với thực tại, đau nhói trong lòng vì thương con, cố giữ giọng bình thản nói:

- Bố gọi kìa, mẹ con mình cùng ăn cơm nhé.

Hiền hớn hở cầm tay mẹ đi ra bàn ngồi. Trên bàn đĩa rau muống luộc, đĩa trứng tráng, bên cạnh ít lạc rang muối trong cái bát bạc màu, cũ kỹ. Bữa cơm đơn giản của những con người bất hạnh mấy ngày cuối cùng trong gian nhà cũ nát, không khí yên bình, họ khe khẽ nói chuyện, như muốn che giấu những hồi hộp, lo âu trong lòng. Bên ngoài, thỉnh thoảng có đợt gió lướt qua, nghe rõ tiếng lá cây xào xạc gọi nhau trong đêm, trời vẫn tối đen như mực, phải chăng báo hiệu những gì sắp đến với họ?

Thời gian những ngày cuối trước khi đi xa sao dài, chậm chạp thế. Tối nay vợ chồng Thùy đưa con về chào tạm biệt bố. Suy nghĩ chuẩn bị sẽ nói với bố, sao khó khăn đến vậy. Chưa gặp, chưa nói đã thấy nghèn nghẹn trong cổ họng, mắt đã ươn ướt, cuối cùng buổi tối cũng tới. Con đường đi về nhà bố không có gì thay đổi, có ba cây số, trước đây thuở còn cắp sách học cấp III, hàng ngày Thùy và các bạn đã đi mòn gót chân. Đoạn đường phía trước cầu Gia Bẩy bắc qua sông Cầu còn in rõ những cảnh đổ nát, tan hoang sau trận bom chùm, bom bi do máy bay Mỹ đánh phá. Hồi ấy Thùy và các bạn hình như không biết sợ, vẫn đạp xe qua những chỗ có xác người, thân thể bị gãy, đứt nằm ngổn ngang dọc đoạn đường. Bao nhiêu năm đã trôi qua, con đường rải lớp nhựa bằng phẳng xóa mờ hết những dấu vết chiến tranh. Đoạn đường thân quen đối với Thùy bao nhiêu năm nay trong hòa bình, Thùy sắp phải xa do chiến tranh Trung – Việt. Qua cầu hơn hai cây số nữa đến nhà bố, hàng cây bạch đàn hai bên đường rung rung theo gió, như vẫy chào vĩnh biệt, ánh đèn điện đường mờ mờ dọi chiếu in bóng vợ chồng Thùy và bé Hiền lầm lũi trên chiếc xe đạp, thỉnh thoảng vài người đi lại, con đường vắng vẻ, hun hút, lạnh lẽo trong đêm khuya.

Ngôi nhà lá ba gian đã hiện rõ dần trước mắt dưới ánh đèn, không gian thật vắng vẻ, yên tĩnh, không có tiếng xe cộ chạy ồn ào như ở trung tâm. Vợ chồng Thùy đi vào trong sân, con Tô vẫy đuôi chạy quanh kêu gâu, gâu, mừng rỡ nhận ra người quen, bố Thùy ra ngoài, nhìn thấy con cháu về, ông vui mừng. Thùy lên tiếng:

- Bố ăn cơm chưa? Chúng con cho cháu về thăm ông.

- Bố ăn cơm xong lâu rồi. Sao đến muộn thế?

Bình chào bố vợ, dựng xe đạp cạnh hè, Thùy và bé

Hiền bước vào trong nhà. Ông dắt tay Hiền đi vào cùng, mắng yêu:

- Chó con của ông buồn ngủ hay sao mà mặt ỉu xìu thế?

Hiền nhắc con:

- Hiền trông thấy ông, con quên rồi sao?

Hiền khe khẽ nói:

- Cháu chào ông ngoại ạ!

Ông bế Hiền vào nhà, hai ông cháu ngồi xuống ghế. Thùy hỏi bố:

- Mợ con không có nhà?

Vừa lúc bà Bẩy dưới bếp đi lên, đáp lời:

- Mợ bận thu dọn ở bếp, hai vợ chồng về chơi thăm ông?

- Dạ, con về thăm, nhân tiện có việc muốn thưa với ông bà.

Ông rung rung Hiền trên đùi, chờ đợi. Ngập ngừng một lúc, Thùy khó khăn lắm mới bắt đầu:

- Thưa bố, thưa mợ! Chắc bố cũng có nghe tin xảy ra đánh nhau giữa Trung Quốc và Việt Nam ở biên giới.

Ông già bình thản nói:

- Cũng có nghe. Một, hai gia đình người Hoa ở quanh

đây cũng gồng gánh chuyển về Trung Quốc ở.

Thùy nói tiếp:

- Tình hình ở cơ quan con không được thuận lợi. Anh Bình người Hoa, gia đình con phải đi vào Lâm Đồng, vùng kinh tế mới, con phải ly dị chồng, hoặc nghỉ việc. Chúng con suy nghĩ và quyết định sẽ xuống Hải Phòng đi thuyền chạy ra nước ngoài, không thể ở đây được nữa.

Nghe Thùy nói vậy, ông không tin ở tai mình, sửng sốt hỏi lại:

- Con nói sao?

- Dạ, chúng con sẽ phải ra đi bố ạ.

- Nhưng con đang mang thai gần đến ngày sinh rồi. Hiền còn bé, đi thuyền vượt biển sao được. Con suy nghĩ kỹ chưa?

Thùy cố trấn tĩnh, nói:

- Con biết. Nhưng không đi không được, không còn lựa chọn nào khác bố ạ. Con đã chuẩn bị tiền nộp cho chủ thuyền, bố hiểu cho hoàn cảnh của con.

Nghe Thùy quyết định dứt khoát vậy, ông biết tính con gái, ngăn cản cũng không được. Ông ngồi chết lặng, đôi mắt đờ đẫn nhìn con không biết nói gì nữa. Mãi sau, ông nghẹn ngào, giọng như lạc hẳn đi:

- Bố biết, thuyền theo lái, gái theo chồng. Các con gặp nạn, nhưng bố bất lực, không có đồng nào giúp các con. Có lỗi với con cháu, bố khổ tâm lắm. Xa xôi như vậy, lênh đênh trên biển rồi sẽ ra sao? Bố thực sự lo cho các con.

Nhìn bố mắt đỏ hoe, Thùy đau xót, ân hận chưa báo hiếu được, nay lại bỏ cha già ở lại. Hai đứa em trai còn trong quân ngũ không biết sống chết ra sao? Chúng không biết những gì xảy đến với gia đình người chị gái.

Không khí lúc này thật nặng nề, mọi người ngồi im lặng. Bà mợ vẫn ngồi yên, không nói câu nào từ lúc đầu. Ông lên tiếng trước:

- Vậy khi nào các con đi?

- Dạ, sáng mai, chúng con phải đi sớm, sợ thuyền họ nhổ neo, mình sẽ không kịp.

Ông ôm chặt bé Hiền không muốn rời ra, như sợ sẽ mất cháu ngay bây giờ. Ngồi một lúc sau, Thùy xin phép bố, mợ ra về sáng mai đi sớm. Tiễn con ra cổng, ông nói với Thùy:

- Sớm mai bố sẽ ra bến xe đưa các con đi.

Bé Hiền chào ông, vợ chồng Thùy buồn rầu dắt xe đạp, chào bố ra về. Thùy vừa đi vừa ngoái đầu nhìn căn nhà thân thương một lần cuối. Trong đầu nghĩ: "không biết đến khi nào mới trở về thăm bố và về lại nhà?"

Gần 5 giờ sáng, Thùy đã chuẩn bị xong. Biết không thể đem theo được hết, Thùy vẫn cố gắng cho tất cả vài thứ cần thiết, quần áo vào một bao tải bằng vải chắc chắn, một cái va-li đựng quần áo Hiền, tã lót cho em bé, mấy hộp sữa 'Ông Thọ'- đồ ăn cho con-. Ba người ra bến xe ô tô thị xã đi Hà nội.

Trời lất phất mưa càng làm cho không khí thêm oi bức, ngột ngạt, khó chịu. Bố Thùy đã có mặt ở bến xe từ sớm đợi. Sáu giờ sáng chuyến xe đầu tiên trong ngày khởi hành chạy về Hà Nội. Từ xa nhìn thấy bố đang đi đi lại lại vẻ nóng ruột, Thùy xót xa thương bố vô cùng. Bình vác túi vải to, dài, một tay xách va-li nhỏ. Thùy tay dắt bé Hiền, bố Thùy lật đật đi nhanh đến đón cháu. Những giọt nước mắt hòa cùng nước mưa chảy ướt đầm khuôn mặt ông. Lần đầu tiên Thùy nhìn thấy bố khóc. Một người rất nghiêm khắc và cũng rất tình cảm với con cháu. Ông nói với Hiền:

- Cháu của ông đi mạnh khỏe, ngoan, nhớ nghe lời cha mẹ.

Hiền thấy ông khóc, lo lắng, bàn tay bé nhỏ vuốt vuốt nước mắt cho ông, nói như dỗ dành:

- Ông đừng khóc, cháu đi chơi mấy ngày rồi về mua kẹo cho ông, ông phải ngoan nhé.

Ông ôm Hiền ghì chặt vào ngực, nghẹn ngào:

- Ông biết rồi … ừ.. ông biết rồi.

Không ai nói gì trong lúc này. Muốn nói nhiều, nhiều lắm, nhưng tắc nghẽn ở trong, không thốt được ra lời. Thùy cố bình tĩnh nói:

- Bố ở lại giữ gìn sức khỏe, chúng con đi. Con sẽ tìm cách liên lạc cho bố biết tin.

Ông nhìn từng người, từng người như muốn khắc sâu hình ảnh con cháu giây phút chia tay này. Có những cuộc chia tay, tạm biệt còn biết ngày gặp lại, nhưng lần chia tay này không hẹn ngày về, phía trước tương lai thật mờ mịt, mung lung.

Chia ly nào không rơi nước mắt

Biệt ly nào không đau thắt tim gan?

Biết rằng phía trước gian nan ...

Người phụ xe thúc giục mọi người lên xe gấp. Tay cầm tay, mắt nhìn mắt. Thùy bặm chặt môi, mắt đẫm lệ nhìn bố lần cuối, hình ảnh người cha nhòa trong nước mắt, hoà với nước mưa. Ông trời như thấu hiểu, chia xẻ nỗi lòng cùng những con người khốn khổ. Bình chào bố vợ, vác túi, va-li bước lên xe, Thùy cho Hiền lên xe trước, từ từ rời bàn tay bố, bước lên xe trong bịn rịn, lưu luyến.

Xe chuyển bánh, bố Thùy đứng lặng người như cây gỗ, thẫn thờ, day dứt. Năm Thùy chưa đầy mười sáu tuổi, đã xa gia đình, xa bố đi làm. Bây giờ Thùy và gia đình bé nhỏ lại đi xa, bỏ ông ở lại. Nhưng lần này không biết ngày về, ông không muốn con ra đi trong vô vọng. Ông là người cha bất lực, có lỗi, khẽ vẫy tay tạm biệt những người thân yêu của mình, ông lẩm nhẩm cầu chúc con cháu được bình an, may mắn, tai qua nạn khỏi. Qua khung cửa sổ, bóng ông mờ dần, khuất hẳn sau hàng cây bàng ven đường, những dẫy phố thân quen, những con đường in giữ vết chân thuở học trò. Vĩnh biệt, vĩnh biệt tất cả! Tim Thùy đau nhói, trong đầu lẫn lộn bao suy nghĩ …

Một ngày giữa tháng 4 năm 1979…

----

*Ghi chú: Theo chỉ thị của tập đoàn Lê Duẩn, Lê Đức Thọ tháng 2-1979 người Việt gốc Hoa và vợ con họ không được làm việc trong 7 ngành: Ngoại giao, Văn hóa - Giáo dục, Y tế, Giao Thông vận tải, Lương thực - thực phẩm, Kinh tế, Quân đội.

CHƯƠNG 4
HÀ NỘI

Một ngày giữa tháng 4 năm 1979 ...

Xe vẫn bon bon trên đường, những dẫy nhà hai bên phố vùn vụt lướt nhanh phía sau, qua thị xã thân quen từ lâu mà sao người Thùy cảm thấy tê cứng, lặng yên không nhúc nhích. Cảm giác hẫng hụt như vừa đánh mất thứ gì quý giá nuối tiếc, ngẩn ngơ. Bé Hiền ngủ say trong lòng Bình, thỉnh thoảng nhìn sang vợ, không yên tâm lo cho sức khỏe của Thùy và đứa con trong bụng. Bình nói với vợ:

- Em tranh thủ chợp mắt đi kẻo mệt, gần đến Hà Nội anh gọi.

Thùy nhắm mắt trong vô thức. Bao nhiêu hình ảnh, sự việc mấy ngày qua hiện rõ như những thước phim quay chậm trong đầu. Thùy phải bỏ quê hương, nơi chôn nhau cắt rốn, phải rời xa cha, anh em ruột thịt, ra đi mà không biết sẽ đi đến đâu, về đâu? Điều gì sẽ xảy ra ở phía trước? Những suy nghĩ xáo trộn, miên man Thùy thiếp vào giấc ngủ chập chờn trong tiếng động cơ xe ô tô chạy đều đều trên con đường vắng buổi sớm mai. Trên xe người ngả đầu mắt nhắm lại, nửa thức nửa ngủ, người há hốc mồm ngáy, say sưa thật vô tư, tay khư khư ôm chặt túi đồ. Hai bố con Hiền ngủ gà ngủ gật, người lái xe nhấn chân phanh từ từ lượn vòng đưa xe vào bến, rồi đạp mạnh, xe dừng hẳn. Tài xế thở phào kết thúc chặng đường dài tập trung căng thẳng, hết giờ làm được về với vợ con. Thùy giật mình tỉnh giấc, vì xe phanh gấp, đánh thức tất cả hành khách. Tiếng phụ xe nói to:

- Xe đến bến Kim Liên, đến Hà Nội rồi. Mời bà con lấy đồ đạc xuống xe.

Trong xe trở nên nhộn nhạo, mất trật tự. Ai cũng muốn xuống trước, xô đẩy, tranh giành lối đi, bước qua mặt nhau. Giây thần kinh xấu hổ bị tắc nghẽn, khi thói quen tật xấu đã thành nếp sống của người Việt nơi công cộng. Thùy mang thai bụng to vượt mặt, bé Hiền ngồi bên cạnh, một bà hơn ba mươi lăm tuổi vẫn cố tình đẩy Thùy sang bên, đưa cái chân như chân voi định trèo qua, tay cầm cái túi to đập cả vào đầu Thùy. Bình đứng bật dậy, tay gạt người đàn bà, miệng quát:

- Này bà kia, không có mắt à?

Người đàn bà vẫn tiếp tục leo qua, miệng lẩm bẩm:

- Làm ơn, làm ơn…

Thùy không muốn xảy ra xô xát to chuyện, né tránh cho bà ta bước qua. Bình bế Hiền xuống theo, một tay đỡ Thùy từ từ đặt chân vào bậc cửa xe bước xuống đường. Ba người đứng yên ngây người ra nhìn quang cảnh lộn xộn, tấp nập xung quanh. Thùy nhắc chồng:

- Nhà cô Đức ở xa không anh?

Bình nhìn xung quanh, miệng trả lời:

- Cũng không xa lắm, nhưng không thể đi bộ được, anh gọi xích lô đi cho tiện.

Không phải tìm đâu xa, ở bến xe, ga tàu nơi kiếm ăn của người đạp xích lô, lượn lờ suốt ngày như giăng lưới. Khách từ trên xe xuống, các chủ xe đã tranh nhau chào mời, lôi kéo đến bực mình. Nhìn thấy vợ chồng Thùy và con nhỏ, một xích lô đạp nhanh đến mời:

- Hai bác đi về đâu, lên xe em bác ơi? Xe em đệm mới, ngồi êm thoải mái.

Bình hỏi:

- Đến Hàng Bài bao nhiêu tiền? Hai người lớn, một trẻ nhỏ. Hành lý một bao tải, một va-li xách tay.

- Xin bác cho ba đồng.

- Đắt thế. Có một đoạn đường thôi mà.

- Bác gái bụng to em phải đạp cẩn thận chứ. Vậy em xin bác hai đồng rưỡi được không?

- Thôi được. Giữ xe cẩn thận, tôi đưa nhà tôi lên

trước.

Người đạp xích lô biết không thể bịp được nên đành xuống giá. Bình dìu vợ bước lên trước, bế Hiền lên sau, xích lô đặt bao tải ngang sàn xe, va-li con để dưới chân. Xong xuôi anh ta nhanh nhẹn nói:

- Các bác xong chưa? Em bắt đầu đi nhé!

Chiếc xích lô từ từ rời bến xe hòa nhập vào dòng người xe đạp trên đường phố tấp nập đi làm. Tiếng chuông xe đạp, xe xích lô, tiếng rao bán quà sáng của các bà, các cô vang lanh lảnh, náo nhiệt thủ đô:

- Ai bánh khúc, bánh dày đỗ đây!

- Ai xôi bắp, xôi lạc, xôi vò thơm ngon, nóng dẻo đây!

- Ai bánh mỳ nóng ròn đây...ây...!

Thùy quay đầu ra phía sau nhìn người xích lô:

- Anh tài ơi, làm ơn dừng xe giúp tôi một chút.

Nhìn sang bên vỉa hè, mấy chị bán xôi đang rao chào mời ríu rít. Thùy vẫy tay gọi một chị:

- Chị ơi, cho tôi mua ba gói xôi đậu xanh.

Thùy móc túi trả tiền, Bình cầm ba gói xôi, đưa cho Hiền trước, rồi đưa cho Thùy. Xích lô tiếp tục đạp, bé Hiền tay cầm xôi, nhưng mắt vẫn nghiêng ngó nhìn khắp nơi, như con chim nhỏ bay lạc vào trong thành phố rộng mênh mông. Người đi bộ, kẻ gồng gánh, bê vác bao tải hàng tấp nập đông vui, đủ các âm thanh pha lẫn vào nhau. Bé Hiền lần đầu đến Hà Nội thấy nhiều điều khác lạ so với quê nhà. Nhìn thấy tàu điện chạy ngang không có tiếng máy ầm ầm nổ, Hiền ngạc nhiên chăm chăm nhìn theo. Tàu đi đến chỗ đông, người lái giật dây chuông rung lên kêu leng keng, báo cho mọi người chú ý có tàu đang đến. Tiếng leng keng tầu điện khuấy động đường phố thêm ồn ào náo nhiệt, Hiền thích lắm cười khanh khách. Thùy âu yếm nhìn con mỉm cười, bất giác nhớ lại mấy năm Thùy học ở Hà Nội, hàng tháng sau khi lĩnh tiền Thùy và các bạn cùng lớp rủ nhau ra chợ Đồng Xuân ăn bún chả, bún ốc, lâu dần thành nghiện. Cũng có lần thách đố nhau nhảy tàu điện trốn vé. Thùy chạy phía sau bám lên thành cửa xe nhảy lên, phải thật nhanh và đúng lúc, không nhanh sẽ bị hụt. Tàu chạy được một đoạn lại thi nhau nhảy xuống, ai lên trước xuống trước là thắng cuộc. Lần đó Thùy được một bữa bún chả miễn phí. Kỳ niệm nghịch ngợm ấy Thùy vẫn nhớ, tự cười khi nghĩ đến khoảng khắc đẹp của thời sinh viên nghèo.

Hiền vẫn chăm chú nhìn tàu điện chạy, chỉ tay về đường ray phía trước nói với mẹ:

- Mẹ ơi, nhìn hai con rắn đen đen cũng chạy đuổi theo tàu điện kia mẹ.

Thùy hỏi con:

- Rắn nào? Ở đâu con?

Hiền cười trêu mẹ:

- Đó, hai con rắn đó.

- Con yêu của mẹ ơi, cũng khéo nghĩ quá. Hai đường ray bằng sắt giúp cho tàu điện chạy, không trật bánh xe ra ngoài.

Hiền ngượng nghịu:

- Thì trông cũng giống con rắn mà mẹ.

Bánh xe tàu điện bám chạy trên hai đường ray như hai con rắn đen ngoằn nghèo lượn vòng theo con đường đến ga tầu điện sát bờ Hồ Gươm.

Hiền thích thú gọi mẹ:

- Mẹ ơi! Nhìn kìa, có cái nhà be bé ở giữa hồ mẹ ơi! Có người ở bên trong không mẹ?

Thùy nhìn con, cười:

- Tháp Rùa đấy, không phải nhà, không có người ở, chỉ có bàn thờ con ạ.

Hiền lại kêu:

- Mẹ ơi! Trông kìa, có cái cầu màu đỏ ở đằng kia, đẹp hơn cầu đi về nhà ông ngoại. Cầu gì đấy mẹ?

- Cầu Thê Húc, bằng gỗ, sơn màu đỏ, con nhìn cầu giống con gì nào?

Hiền nheo mắt, nghĩ một lát, bảo:

- Con thấy giống con Rồng đỏ trong truyện cổ tích, rồng đang nằm ngủ.

Thùy xoa xoa đầu con:

- Ôi, con gái tôi như họa sĩ rồi. Nhiều người ví cầu Thê Húc như 'dải lụa mềm' màu đỏ vắt ngang góc Hồ Gươm con ạ.

- Con muốn đến cầu Thê Húc chơi. Mẹ đã đến cầu đó chưa?

- Mẹ đến rồi, khi khác mẹ cho con đi lên cầu, bây giờ mình phải đến nhà cô Đức trước.

Thùy nhìn về hướng cầu Thê Húc. Hồ Gươm sáng đầu hè thật bình yên, phẳng lặng, một lớp sương mỏng mờ mờ vẫn còn phủ trên mặt hồ. Hàng liễu mềm mại uyển chuyển, nghiêng mình hai bên bờ soi bóng. Cầu Thê Húc màu đỏ son nối bờ Hồ ra hòn đảo nhỏ xinh xắn, nơi có đền Ngọc Sơn trầm lặng, linh thiêng. Thuở học ở Hà Nội, sắp đến kỳ thi học kỳ, thỉnh thoảng Thùy cùng các chị lớn tuổi trong lớp đến đền Ngọc Sơn cầu may mắn. Nửa tin nửa ngờ, nhưng đi cũng để được ngắm nhìn cảnh đẹp thiên nhiên dịu dàng, tĩnh lặng. Đến tòa nhà tọa lạc tại Đảo Ngọc nằm giữa lòng Hồ Lục Thủy (tên ngày xưa của Hồ Hoàn Kiếm), màu xanh lá cây, màu rêu dong của nước hồ hòa quện bên sắc đỏ của cây cầu, tạo nên vẻ đẹp huyền bí, thơ mộng. Thủy chợt nghĩ: "ngắm nhìn màu xanh Hồ Hoàn Kiếm hôm nay, ngày mai ta lại đi vào thế giới màu xanh của biển… dắt dẫn đi về đâu, chân trời nào?" Thùy miên man ngập chìm trong ký ức và suy nghĩ.

Xích lô vẫn đạp đều dọc bờ hồ. Lác đác vài người tập thể dục, đi bộ, ven bờ hồ có vài quán trà người ngồi cạnh cái bàn nhỏ với mấy chiếc ghế con hợp với những ai thích nhâm nhi chén trà buổi sớm và rít vài hơi thuốc lào thay quà sáng. Vừa nhấp ngụm nước trà mạn nóng, cảm nhận cái vị chan chát đầu lưỡi rồi từ từ thấm dần vị ngọt dịu đưa xuống cổ họng, rít một điếu thuốc lào, tiếng kêu từ lõ điếu nghe ròn tan, ngửng mặt lên trời, nhả làn khói xanh vào không gian, mơ màng, rồi cúi xuống ngắm nhìn mặt nước hồ lặng lẽ, bình thản trước mặt. Hình như họ đang nhớ về quá khứ huy hoàng, vui vẻ, về một nơi xa lắm, quên đi hiện tại cuộc sống khó khăn, bon chen, phức tạp, không nói, thầm lặng mà cảm thấy khoan khoái, dễ chịu hơn ngồi một mình ở nhà. Thùy lại liên tưởng đến bố, nếu sống ở gần, chắc bố cũng sẽ thích ngồi uống trà bên bờ hồ cùng với mấy ông bạn già, không phải lẻ loi một mình thưởng trà mỗi sáng.

Hòa vào dòng người, xích lô chạy bám theo đường phố đông vui, phía trước là cửa hàng Bách hóa tổng hợp Tràng Tiền, chiếm vị trí rộng, lượn vòng ngã tư đầu phố. Xích lô chạy từ từ, bé Hiền không dời mắt khỏi những hình người gỗ mặc bộ đồ vét sang trọng, cô thiếu nữ xinh đẹp lộng lẫy trong tà áo dài tha thướt, bé gái mặc váy hoa màu đứng sát cửa ra vào. Sau quầy hàng, trong tủ kính bầy nhiều mặt hàng mẫu: những xúc vải màu sặc sỡ khác nhau, đồ dùng gia đình, đèn điện sáng trưng.

Hiền hỏi mẹ:

- Mẹ ơi! Của hàng to lớn, đẹp quá mẹ nhỉ. Chắc bên trong nhiều quần áo đẹp bán, nhiều búp bê đẹp nữa. Mẹ vào trong đó chưa mẹ?

- Mẹ vào vài lần, ngày học ở Hà Nội mẹ nghèo lắm, ăn còn không đủ nói gì mua quần áo đẹp. Cửa hàng này dành cho người có tem phiếu Hà Nội con ạ.

Nghe mẹ nói vậy, bé Hiền tiu nghỉu, hết hào hứng. Thùy nhớ lại cách đây hơn mười năm, thuở còn trẻ mới đi làm, Thùy cũng được theo anh Minh xuống Hà Nội mua sách, đông như kiến, người và xe chen nhau, ngoài cửa hàng sách trung tâm Tràng Tiền còn có nhiều hiệu sách nhỏ trong các quận, các phố, thật vất vả tìm, chọn mua sách đem về thư viện của trường. Ghé vào cửa hàng bách hóa tổng hợp ngắm nhìn, tò mò chứ không dám nghĩ gì mua sắm, quá xa lạ, một khoảng cách vô hình ngăn cách giữa người thủ đô và người dân tỉnh lẻ. Thời gian học ở Hà Nội cũng vậy, vừa bận học, vừa nghèo, nghĩ lại Thùy tự cười thầm, nhớ một chuyện xảy ra mấy năm trước ở cửa hàng Bách hóa tổng hợp Tràng Tiền này.

Ngày đó Thùy cùng đoàn Ty Văn hóa được cử về Hà Nội công tác, giờ nghỉ trưa rủ nhau vào Bách hóa tổng hợp Tràng Tiền làm khách ngó, lượn ngắm giải trí mắt, tiêu khiển thời gian. Hai anh bạn trong nhóm kéo nhau ra một góc thì thì thầm thầm, gật đầu cười, nhất trí một việc gì bí ẩn? Anh Vinh, dân tộc Mường, tay chơi guitar giỏi kiêm ca sĩ trong đoàn văn công của tỉnh, lấy chiếc khăn quàng cổ màu chàm quấn lên đầu, kéo ống tay áo thêu màu sắc hoa văn xuống, nhìn biết ngay người tỉnh lẻ. Vinh và Thắng ngó ngó nghiêng nghiêng nhìn các mặt hàng trong tủ kính. Cô nhân viên cửa hàng để ý nhìn, theo dõi người thanh niên nét mặt ngây ngô, thật thà, đầu quấn khăn thổ cẩm chăm chú nhìn vào tủ kính, sau đó đứng trước mặt cô nhìn chằm chằm không nói gì, hễ cô đi đâu Vinh bám sát theo, rẽ trái, rẽ phải cũng theo. Cô ta đứng lại, Vinh cũng đứng, như cái đuôi. Cứ như vậy khiến cô bực mình khó chịu, quay lại hỏi:

- Anh này hay nhỉ, sao cứ đi theo tôi?

Vinh ngó người, mặt ngây tán tàn, như không hiểu, vẫy tay gọi Thắng có ý hỏi, hai người nói xí xố xị xộ với nhau bằng ngôn ngữ dân tộc. Thắng cười giải thích với cô:

- Xin lỗi chị! Anh ấy không biết nói, không biết nghe tiếng phổ thông đâu?

Cô nhân viên hỏi Thắng:

- Vậy anh ta người gì, ở đâu?

- Ở mãi Hà Giang trên đỉnh núi đá tai mèo, hôm nay được xuống tham quan Hà Nội lần đầu đấy.

Cô nhân viên vui vẻ giới thiệu, nhìn Vinh:

- Vậy anh thích và muốn mua món hàng nào?

Thắng xí xố hỏi, Vinh gật gù chỉ chỏ vào trong quầy tủ. Cô gái nhìn theo hướng tay Vinh, cô chỉ vào bánh xà phòng thơm, hỏi:

- Cái này?

Vinh lắc đầu, Thắng bảo không phải.

Cô gái chỉ vào miếng vải hoa:

- Hay cái này, may áo cho người yêu?

Vinh cũng lắc đầu. Cô giới thiệu, chỉ vào từng thứ trong quầy. Vẫn chưa đúng ý Vinh.

- Vậy cuối cùng anh muốn mua gì?

Thắng lại xí xố xì xộ tràng giang, sau đó nói với cô bán hàng:

- Anh ta thấy cái hộp kia đẹp có hình Điện Biên Phủ hỏi có mua được không?

Cô nhân viên cười:

- Có thế mà không bảo, cứ nhìn chằm chằm, đi đâu theo đấy, ngượng cả người. Anh hỏi anh ấy muốn mua cái gì.

- Anh ấy muốn mua thuốc lá Điện Biên.

Cô nhân viên trả lời dứt khoát:

- Không được, phải có tem phiếu Hà Nội và giấy giới thiệu đặc biệt mới được mua thuốc lá Điện Biên.

- Vậy thì thôi, anh ấy là người dân tộc rẻo cao, nhìn thấy thích muốn mua thôi. Anh ta đâu có nghiện thuốc lá, hút thuốc phiện nhà trồng ấy chứ.

Thắng lại xí xố, rồi đi chỗ khác xem nồi niêu xoong chảo. Vinh không nói gì, vẫn cứ đứng trước mặt và nhìn chằm chằm, khó chịu quá, cô bán hàng gọi:

- Anh gì ơi, giúp tôi một tí được không?

Thắng quay lại quầy hàng, cô nhân viên bảo:

- Thôi, 'đất không chịu giời, giời chịu đất vậy.' Tôi đồng ý bán cho anh ta một bao, xong rồi đi chỗ khác, không đứng trước mặt tôi nữa, khó chịu lắm.

Lại xí xố xị xộ, Vinh gật đầu. Cô bán hàng lấy một bao thuốc lá Điện Biên đưa cho, Vinh lắc đầu chỉ bao bên cạnh.

- Không được, Điện Biên bao bạc thuộc hàng phân phối cao cấp.

Thắng lại xí xố, Vinh vẫn cứ chỉ vào bao thuốc bao bạc, bực mình vì 'ông Mường' này, cô đành lấy bao Điện Biên bao bạc đưa, Vinh lắc đầu, giơ hai ngón tay.

- Không được, một bao quá ưu tiên rồi.

Vinh xí xố với Thắng, Thắng nói:

- Không, anh ấy muốn mua hai bao. Anh ấy bảo nó đẹp mua về để chơi thôi, tặng cho vợ nữa. Người thiểu số quý vợ lắm, đi đâu mua gì cũng phải có phần vợ.

Chắc không chiều anh chàng này, nó ám suốt buổi còn bán hàng gì được nữa.

- Thôi được, hai bao thuốc đây, đồng mốt hai bao.

Vinh móc túi lấy ra một nắm tiền đặt lên bàn cho cô tự đếm. Cầm hai bao thuốc lá trong tay, đút vào túi dệt thổ cẩm cẩn thận, cười sung sướng, trước khi ra khỏi cửa, Vinh móc túi dệt thổ cẩm lấy ra một bao thuốc đưa cho Thắng, quay đầu chào bằng tiếng phổ thông:

- Cảm ơn chị bán hàng nhé.

Hai chàng trai lừa cô bán hàng Tràng Tiền với vở kịch câm có một không hai. Chứng kiến cuộc mua bán của bọn họ muốn phì cười mà phải kìm nén trong bụng. Mấy cô nhân viên bán hàng chắc vẫn còn đang cười vì nghĩ hôm nay gặp anh chàng dân tộc cù lần, ngốc nghếch! Khi đã ra bên ngoài phố, đều phá lên cười, Vinh và Thắng ôm nhau cười khoái trí, thành công xuất sắc vở hài kịch tự biên tự diễn, chuyện đã lâu lắm rồi nghĩ lại quá khứ vẫn không nhịn được cười. Ngập chìm trong ký ức thời trẻ, chợt tiếng gọi của Bình cắt đứt dòng suy tư của Thùy:

- Đến nhà cô Đức rồi em ơi!

Thùy giật mình, trở lại thực tại. Xích lô dừng lại ở giữa phố Hàng Bài, đường phố to rộng, hai bên phố dẫy nhà hai tầng xây giống nhau, quét vôi màu vàng. Bình xuống xích lô, lấy túi vải, va-li để xuống vỉa hè, bế bé Hiền đặt đứng bên cạnh túi, đỡ vợ bước xuống. Nhà mặt phố hầu hết đều kinh doanh nho nhỏ, bán nước giải khát, quán nước trà, quầy tạp hóa... bầy chiếm cả một phần vỉa hè để mưu sinh, người trong nhà nhìn ra đường phố vẻ mặt thờ ơ, lãnh đạm. Thùy nhìn xung quanh thấy ớn lạnh, cảm giác ghê sợ cuộc sống đô thị. Bình đưa vợ con đến trước căn nhà cửa sơn màu nâu đã xỉn, nửa khép nửa hở, gõ cửa, gọi:

- Có ai ở nhà không?

Một cái đầu thò ra, vẻ mặt mệt mỏi, giọng ngái ngủ:

- Anh chị xuống rồi à? Vào nhà đi.

Bước vào trong nhà nghe có tiếng loạt soạt, nhìn kỹ thấy người em rể đang thu dọn, đóng gói đồ, vẻ bận rộn, ngẩng lên gật đầu chào, nói câu xã giao:

- Chào anh chị! Anh chị mới xuống?

Trong nhà ngổn ngang túi đen, túi xách tay, không có bàn ghế, giường tủ, Thùy không biết đứng ngồi như thế nào. Thấy đứng mãi không tiện và đang mệt mỏi, Thùy lên tiếng:

- Chúng tôi vừa đi xe xuống, rẽ vào thăm cô chú và hỏi xem tình hình thuyền bè thế nào?

Đến lúc này cô em chồng mới nói:

- Chắc anh chị phải xuống Hải Phòng ngay, sợ thuyền lấy đủ khách, họ sẽ nhổ neo sớm. Anh chị đi trước, chúng em còn chờ giải quyết xong nhà cửa, nếu không kịp bọn em đi thuyền sau.

Thấy thái độ vợ chồng cô em chồng lạnh nhạt, không muốn nán lại phút nào nữa, Thùy quay sang chồng, nói ngay:

- Cô chú ấy đang bận, mình ra ga đi tàu về Hải phòng thôi anh.

Từ lúc vào nhà, Bình đứng yên một chỗ quan sát,

không lên tiếng, nghe vợ nói thế đồng ý ngay, dắt con đi thẳng ra cửa. Đức theo sau không nói câu nào, khi ba người đã bước ra ngoài, Đức vừa nói với theo vừa đóng sập cửa:

- Anh cố gắng đi ngay cho kịp tàu trưa.

Bé Hiền mệt mỏi và buồn ngủ, mặt buồn buồn. Nhìn nét mặt con, Thùy thương vô cùng. Cứ nghĩ vào nhà cô em chồng sẽ được nghỉ ngơi một chút sau chuyến đi gần 100 cây số, được ăn uống và tham gia bàn bạc chuyện thuyền bè đi như thế nào. Thùy vừa đói vừa khát, cái bụng càng thêm nặng nề, vướng víu, khó chịu nhưng phải cố gắng vừa đi vừa nhìn, tìm xích lô. Bình vẫn im lặng đi bên cạnh, không biết có phải cảm thấy xấu hổ thay cho cô em đối xử lạnh nhạt như người dưng nước lã với chị dâu hay không, nên chầm chậm bước bên cạnh bé Hiền đầu cúi xuống. Chính lúc này Thùy càng nhớ lời nhắc nhở của bố:

- Con ơi, dù bất cứ đi đâu, ở đâu cũng phải nghĩ thương bản thân trước. Không ai thương mình bằng chính bản thân mình đâu con ạ.

Thùy nhớ bố vô cùng, lại nghĩ giá như có em trai đi cùng tốt biết bao. Tiếng chuông xe xích lô trên đường kêu leng keng, Bình vẫy tay, xe xích lô dừng ngay sát vỉa hè:

- Các bác đi về đâu?

- Ga Hàng Cỏ, bao nhiêu?

- Xin bác hai đồng.

Bình gật đầu đồng ý, người xích lô đẩy xe ghé sát sàn xe vào chỗ Thùy đứng, chờ Bình đỡ Thùy lên xe và sắp xếp đồ đạc. Thùy ngạc nhiên sao chồng mình không mặc cả, dễ tính thế? Phải chăng muốn thoát khỏi ngôi nhà không thân thiện càng nhanh càng tốt? Người xích lô trẻ tuổi, xe chạy băng băng, chả mấy chốc xe qua Cửa Nam rẽ sang ga Hàng Cỏ. Bên ngoài nhà ga đã thấy khung cảnh náo nhiệt, hỗn độn, giữa đường hai đoàn tàu điện đang đỗ tránh nhau. Xe xích lô dừng lại, Bình xuống trước, bế bé Hiền xuống, lấy túi và va-li đặt xuống bên cạnh, quay lại đỡ Thùy từ từ bước khỏi xe. Trả tiền xích lô, Thùy nói với chồng:

- Mình tìm xem có quán nước, em khát lắm rồi, chắc anh và con cũng vậy.

Nhà ga Hàng Cỏ do người Pháp xây, khánh thành năm 1902. Chính phủ Pháp xây dựng công trình này nhằm kiến thiết cơ sở hạ tầng ở Đông Dương, phục vụ ý đồ khai thác thuộc địa, năm 1975 chính phủ đổi tên thành ga Hà nội. Nhà ga là tòa nhà hai tầng to, rộng, hoành tráng. Giữa tòa nhà ghi chữ Ga Hà Nội trong khung xi măng, bên trên là chiếc đồng hồ tròn to, đường kính hơn 1 mét cho hành khách xem giờ. Thùy ngước nhìn đồng hồ chỉ 11.32 phút. Xung quanh trước nhà ga tấp nập người đi lại, xe máy, xe đạp, xe xích lô chở hàng, xe ô tô tải … đủ các loại xe chen lấn nhau. Người giàu xúng xính quần áo sang trọng, lịch sự xách va-li căng phồng, người làm thuê ăn mặc lôi thôi, quần áo cũ bạc màu bê vác hàng thuê. Người gồng gánh thúng mủng, lồng gà, vịt, lợn chuẩn bị lên tầu, thỉnh thoảng người ăn xin quần áo rách tả tơi, nhem nhuốc chìa chiếc nón mê, miệng luôn cầu xin "ông đi qua bà đi lại bố thí cho kẻ hèn này dăm xu một hào" tạo nên cảnh hỗn độn, náo nhiệt sôi động không lúc nào ngừng.

Nhìn thấy hàng nước ở góc bên phải sân nhà ga, Thùy dắt bé Hiền, Bình vác túi vải, xách va-li đi lại quán. Bà hàng nước cười niềm nở, tay quạt liên tục mồ hôi vẫn chảy ròng ròng trên mặt:

- Mấy bác chắc từ xa về, muốn đi tàu à? Trông bác gái mệt mỏi quá, gần đến ngày sinh chưa bác?

Thùy gượng cười, nói:

- Vâng, chúng em đi Hải Phòng về quê ngoại để sinh em bé.

Bà hàng nước nhìn thông cảm, gợi ý:

- Xếp hàng mua vé lâu đấy, mua của bọn con phe sẽ nhanh, giá vé lại rẻ.

Bình đáp lời:

- Vâng, cảm ơn bác. Bác cho em mấy cốc nước chè tươi và mấy bánh mỳ kẹp thịt.

Thùy nhớ ra hỏi:

- Bác cho em mua thêm nước chè xanh hay nước đun sôi để nguội, em cho vào bình toong đem theo uống dọc đường.

- Có ngay, có ngay đây.

Thùy đưa bình toong cho bà rót vào, hỏi:

- Quanh đây có hàng phở không bác?

- Có đấy, bên kia đường có hai, ba cửa hàng, nhưng đắt lắm.

Thùy cầm bình nước, trả tiền quay sang hỏi Hiền:

- Con gái, con muốn ăn bánh mỳ hay tý nữa đi ăn phở?

Bé Hiền khe khẽ bảo:

- Mẹ ơi con buồn đi tiểu.

Thùy vuốt tóc Hiền thấy trán con ướt đẫm mồ hôi, xót xa thương con vô cùng, từ sáng đến giờ Hiền không kêu than một lời, ngoan ngoãn đi theo bố mẹ, Thùy an ủi con, cũng như tự an ủi mình:

- Con ngoan của mẹ, mẹ biết con mệt và buồn ngủ, phải không? Chịu khó một chút con nhé. Đi vào trong nhà ga, mẹ cho con đi tiểu, lau mặt cho mát, chờ bố xếp hàng mua vé tàu.

Nói rồi, Thùy chào bà hàng nước, đứng dậy dắt Hiền đi vào trong nhà ga. Bình vác túi, cầm va-li đi theo vợ con. Nơi bán vé có ba ô cửa, nhiều người đang đứng xếp hàng trước quầy, Bình đứng vào hàng xếp nốt, trong khi mẹ con Thùy đi vệ sinh. Nhà vệ sinh có nhiều ngăn, may quá bên phụ nữ chỉ có vài người bên trong. Một lúc sau Thùy và bé Hiền đi ra thấy Bình đứng gần đến ô cửa bán vé, cách năm, sáu người đến lượt. Thùy nhìn quanh tìm chỗ ngồi, phòng chờ nhà ga có mấy dẫy ghế gỗ dài, lưng tựa vào nhau. Trên ghế người ngủ ngồi, người nằm gối đầu lên túi, dưới nền nhà cũng nhiều người ngồi bệt xuống sàn, nằm ngang, nằm dọc, vất vưởng. Ngay sát góc tường một chị ngồi bệt cho con bú, bên cạnh một cháu đang hờn khóc inh ỏi, xen lẫn tiếng trò chuyện, cười nói của mấy người đàn ông. Thùy đảo mắt nhìn, trông thấy góc cuối phía sau dẫy ghế hai người vừa đứng lên đi ra cửa, vội đưa Hiền đến ngồi nghỉ. Thùy bây giờ mới được duỗi chân, ngả người vào lưng ghế, hít một hơi như giũ bỏ hết tất cả mệt mỏi. Khoảng 15 phút sau, Bình tay cầm hai vé giơ lên khoe với vợ, đi đến ngồi xuống, nói:

- Anh mua được hai vé đi Hải Phòng, chuyến 2 giờ chiều nay, trẻ con dưới năm tuổi không phải mua vé em ạ.

Thùy cảm thấy dễ chịu, hỏi chồng:

- Giờ vẫn còn sớm, mình ra ngoài tìm quán phở hay cơm, cả nhà ai cũng đói rồi, bánh mỳ đem theo phòng cho bữa tối. Anh thấy thế nào?

Bình gật đầu:

- Anh nghĩ con vừa đói vừa buồn ngủ, chờ anh đi vệ sinh rồi mình đi ăn.

Hiền nghe nói được ăn phở tỉnh táo hẳn lên, tay giữ

khư khư cái vali nhỏ mắt nhìn theo hướng Bình. Buổi trưa, trời càng nắng gắt hơn, không có cây xanh, chỉ có không khí nóng khô, bụi bặm, oi bức bị gió thổi hắt vào mặt khiến người ta thêm khó chịu. Nhìn lên đồng hồ nhà ga chỉ con số 12.45 cũng mờ mờ bởi hơi nóng bay vây quanh. Vợ chồng Thùy đưa bé Hiền đến dẫy nhà đối diện nhà ga, có hàng nước, bánh mỳ, bánh ngọt, ba cửa hàng ăn nhiều người ra vào. Đi vào một cửa hàng gần nhất, có mấy bàn ăn, không muốn mất thời gian, tìm ngay bàn không có ai ngồi, Thùy cho con ngồi bên cạnh, giục chồng gọi món ăn. Tờ giấy dán trên tường có nhiều món ăn khác nhau: Cơm bình dân, cơm trắng, thịt lợn kho đậu phụ, canh rau cải, rau xào.... ghi rõ giá tiền từng món. Thùy hỏi con gái thích ăn gì, Hiền trả lời:

- Mẹ ơi, cái gì con cũng thích ăn, nhưng con thích phở gà mẹ ạ. Ăn xôi nhiều con chán lắm.

Thùy bảo Bình:

- Ta sang hàng phở, hàng này không bán phở.

Thùy dắt Hiền đứng lên, nói với người phục vụ:

- Xin lỗi, cháu bé muốn ăn phở.

Lại lôi thôi lếch thếch, ba người sang quán kế bên. Quán phở vắng người, ngồi xuống ghế, nhìn danh sách các món phở và giá tiền, Thùy đắn đo hỏi Bình ăn gì mới quyết định. Khi đói món nào cũng thấy ngon nhưng giá như dao cắt cổ. Bình nhìn vợ, nói:

- Tùy em, em gọi ăn món gì, anh ăn món đó, mình tiết

kiệm để đi thuyền và còn nhiều khoản chi tiêu em ạ.

- Em hiểu. Thời gian qua mẹ con em chịu khổ, nhịn ăn nhịn mặc nhiều rồi. Họ muốn cắt da thịt cho họ cắt tiếp, xem làm gì được em? Mình thích ăn thì gọi, ăn xong vĩnh biệt nơi này, Thủ đô yêu dấu!

Thùy dứt khoát bảo chồng:

- Anh gọi ba bát phở thịt gà và thịt lợn. Ăn nhanh cho kịp giờ tàu chạy.

Ăn xong đi về nhà ga nhìn đồng hồ đã 1.20, vợ chồng Thùy đi thẳng vào trong gần cửa ra tầu, thấy nhiều người đứng xếp hàng nhốn nháo chờ đến giờ mở cửa. Ai cũng nhấp nhỏm đứng không yên, tâm trạng giống nhau mong được lên tàu sớm, có ghế ngồi tốt. Nhưng khác nhau về mục đích lý do: người nghỉ phép về quê thăm gia đình thân nhân, người đi công tác, người có vợ chồng và đàn con, kẻ lẻ loi một mình. Phức tạp nhất vẫn là các bà, các chị đi buôn đem theo túi, bao tải, gồng gánh ở cửa bên cạnh, nhìn họ đã thấy sự khỏe mạnh rắn chắc, nhanh nhẹn, sốc vác hung hăng như thú dữ không kiêng nể một ai, miệng và hành động cùng lúc. Thùy bụng mang thai, tay dắt bé Hiền trông thấy họ tìm cách tránh xa, Bình đứng trước hai mẹ con làm lá chắn bảo vệ. Chỉ còn năm phút đến giờ mở cửa vào ga, nhưng vẫn xô đẩy nhau, cãi lộn, to tiếng tuôn ra lời thô tục, pha trộn các loại âm thanh giọng nói của các vùng miền trong nước, cao thấp, the thé chua ngoa, trọ trẹ xứ Thanh Nghệ Tĩnh, khó nghe, tra tấn cái đầu. Tiếng còi tàu vào ga vang lên như chào đón mọi người, đám đông lại nhúc nhích, xô đẩy. Chợt có tiếng loa thông báo, tất cả tự nhiên im bặt, một giọng đặc biệt của nhà ga vang lên:

- Quý khách đi tàu chú ý! Nhà ga còn hai phút nữa sẽ mở cửa đón quý khách lên tàu. Quý khách chú ý vé cầm sẵn, hành lý xách tay, giấy tờ, tiền bạc không để kẻ gian lợi dụng lấy cắp …

Bé Hiền ngây ngô hỏi mẹ:

- Mẹ ơi! Cô ấy nói gì đấy mẹ? Mình được đi chưa?

Thùy nhắc con:

- Im lặng nghe tiếng loa thông báo con.

Tiếng của người phát thanh vang lên trong loa lè nhè nghe không được rõ, loại âm thanh này chỉ ở nhà ga. Thùy nghe lơ mơ không hiểu nên suy đoán. Tiếng động của cánh cửa nhà chờ ra tàu chưa kịp mở hết hai cánh, dòng người ùa vào như nước lũ, hai mẹ con Thùy bị cuốn trôi theo vào bên trong sau cổng sắt. Người trẻ, thanh niên chạy nhanh lao lên trước, người già, trẻ nhỏ, người mang vác gồng gánh nặng lùi phía sau. Tàu không có số ghế, ai lên trước chọn được vị trí tốt. Cảnh ngộ gia đình Thùy lên được đã là may mắn. Bình chạy lên tàu trước tìm chỗ ngồi có hai ghế đối diện nhau cạnh cửa sổ, hai mẹ con chậm bước lên sau. Bình để cái túi và va-li ở ghế đối diện xí chỗ. Một ông khoảng ngoài bốn mươi tuổi mặc quân phục bộ đội bạc màu, vai đeo ba lô to nặng, mồ hôi nhễ nhại, đưa mắt tìm ghế ngồi. Nhìn thấy ông ta đứng nghiêng sang một bên, chân kia đứng không vững, Thùy gọi:

- Bác bộ đội ơi! Lại đây giúp em một tay?

Nghe tiếng gọi, ông quay lại, thấy một phụ nữ bụng mang thai vượt mặt vẫy tay gọi mình, ông khập khễng đi lại gần, Thùy chỉ ghế cạnh bé Hiền ngồi, bảo ông:

- Bác chưa có chỗ phải không? Bác ngồi cạnh con bé nhà em.

Ông ta có chút ngần ngại, phân vân, hỏi:

- Nhưng còn chỗ ngồi của các bác? Có đủ không?

Bình vui vẻ nói ngay:

- Bác yên tâm, nhà tôi có ba người, đồ đạc tôi cho lên sàn để đồ trên đầu rồi.

Ông ta cảm động bắt tay Bình, nói mãi hai từ cảm ơn, rất ít khi nghe thấy được trong hoàn cảnh tranh giành nhau mọi thứ. Từ đó suốt chặng đường thêm một người bạn đồng hành về Hải Phòng, có người nói chuyện quên đi quãng đường dài, ngay Thùy cũng không biết đâu là đích đến. Lúc đầu còn ngại, giữ kẽ, dần dần hỏi thăm, chuyện trò, mọi người vui vẻ thoải mái hơn. Khuôn mặt xinh xắn đáng yêu của bé Hiền cộng thêm tính hay nói, hay hỏi, nhưng ngoan và lễ phép đã nối kết mấy người lớn với nhau. Nhìn Hiền, ông Tuấn tâm sự với vẻ mặt buồn rầu:

- Tôi được lệnh theo đơn vị đi B cuối năm 1967, lúc đó con gái tôi ba tuổi, chạc tuổi cháu. Sau đợt tổng tấn công Mậu Thân 1968, chuyển đơn vị liên tục, chưa lần nào viết thư được và về thăm gia đình vợ con. Rồi bị thương nằm ở trại thương bệnh binh, một chân gửi lại chiến trường B, giờ được giải ngũ khi thân thể không còn lành lặn. Không biết con gái có nhận ra tôi nữa không sau mười hai năm không gặp.

Ông nhìn ra ngoài cửa sổ, mắt ưu tư, đăm chiêu, khiến Thùy nhớ đến hai đứa em trai hiện trong quân ngũ, giờ đây Thùy ra đi không báo được cho hai đứa em và tình hình của hai đứa ra sao, Thùy lo lắng, buồn lắm. Thông cảm với tâm tư ông Tuấn, Thùy an ủi:

- Bác yên tâm, em tin gia đình, bác gái và cháu sẽ rất mừng khi bác trở về đoàn tụ sau bao năm xa cách không tin tức. Tình thương yêu ruột thịt sẽ bù đắp tất cả cho bác được vui hạnh phúc. Buồn là không biết bao giờ mới hết chiến tranh bác ạ.

Không khí đang trầm lắng do câu chuyện, tiếng bé Hiền reo lên:

- Mẹ ơi, bố ơi! Tàu mình chạy qua sông, đang ở trong cái cầu, thích quá! Mẹ ơi! Sao nước sông nó đỏ thế mẹ?

Ông Tuấn cũng vui theo, tay giữ chặt Hiền sợ bé thích quá thò đầu qua cửa sổ, ông cười nói:

- Tàu mình đang đi trên cầu Long Biên, dưới là sông Hồng cháu ạ.

Hiền quay lại hỏi ngay:

- Sao lại gọi là sông Hồng hở ông?

- Cháu vừa thắc mắc sao nước sông màu đỏ mà.

Hiền nhíu đôi lông mày bé nhỏ, hỏi tiếp:

- Sông của nhà ông ngoại cháu nước không đỏ đâu, chắc ai hư đánh đổ mực đỏ xuống sông đấy bác ạ.

Ông Tuấn xoa đầu Hiền:

- Hồng có nghĩa 'màu đỏ' gọi như vậy xuất phát từ màu phù xa đỏ, đặc trưng của dòng nước cháu ạ.

- Vậy hả, sông to rộng thế, có dài không ông?

- Sông Hồng dài 1.149 cây số bắt nguồn từ vùng núi Nguyên Sơn, Trung Quốc, nhưng chỉ có 510 cây số chạy trên Việt Nam thôi.

- Sao ông giỏi thế? Ở lớp cô giáo cháu không dạy cháu.

Thùy thấy con gái hỏi nhiều quá, nhắc nhở:

- Ngồi yên con, không được quấy ông Tuấn nhiều, ông mệt.

Ông Tuấn vui vẻ bênh Hiền:

- Không sao, khi lớn cháu sẽ được học nhiều, biết được nhiều, tiếc khi con gái bác bằng tuổi cháu, bác không ở nhà không được chuyện trò, dạy dỗ con gái mình, thiếu vắng tình cảm của người cha.

Nghe Tuấn nói chuyện với Hiền về sông Hồng, Thùy nhớ lại ngày còn đi học, vì chiến tranh sinh viên phải đi sơ tán đến Kim Động, Hưng Yên, năm tháng ở nhờ nhà dân, mấy chị em ra sông Đằng Giang, -nhánh của sông Hồng-, giặt quần áo, chiếc áo trắng bố mới may mặc ngày Tết bị nước sông nhuộm ngả sang màu lòng tôm nham nhở, không mặc được nữa, cũng không dám nói cho bố biết. Tiếc mãi và cũng nhớ mãi cho đến bây giờ.

Con tàu vẫn chạy xình xịch qua cầu Long Biên, sang địa phận huyện Gia Lâm, nhà bà cô, -em gái bố- ở sát Nhà máy Xe lửa Gia Lâm. Ngày nhỏ năm nào nghỉ hè, ba anh em Thùy được phép về với cô mấy tháng hè. Nay phải đi xa không chào chia tay cô, thôi tạm biệt Gia Lâm, tạm biệt cô, cháu phải ra đi không biết khi nào sẽ gặp lại.

Mọi người trên tàu không còn nói chuyện nhiều nữa, hầu hết đều lim rim ngủ. Mỗi khi sắp đến nhà ga, tàu lại hú lên ba tiếng như báo hiệu chào nhân viên và hành khách trên sân ga. Tàu hú còi xả hơi nóng lên trời, một cột hơi nước trắng bay tỏa phủ lên trên nóc các toa, gió thổi xà xuống cửa sổ những toa phía sau, ai ngó hay thò đầu qua cửa sổ hứng chịu làn hơi nước bắn vào mặt. Trong toa tàu có đứa bé khoảng mười một hay mười hai tuổi cầm ấm nhôm có vòi và vài cái bát sành đi dọc các toa tàu rao bán nước chè xanh. Thời tiết mùa hè nóng bức, trên tàu nhiều người, pha trộn đủ các mùi nên không khí càng ngột ngạt, khó thở, khát nước, chỗ này gọi mua, nơi kia kêu đem đến. Chả mấy chốc ấm nước đã hết, hớn hở hoàn thành công việc mẹ giao cho. Tàu vẫn xình xịch đều đều, bé Hiền ngủ gà ngủ gật, đầu gối lên đùi bác Tuấn. Tiếng còi hú vang chào nhà ga Cẩm Giàng đánh thức Hiền và một số người. Tương Bần xứ này ngon có tiếng, rau muống luộc chấm với tương Bần thì không đủ cơm ăn, mỗi ga xép tàu dừng từ hai đến năm phút, khi nhân viên nhà ga thổi còi, phất cờ báo hiệu tàu chạy từ từ rồi tăng tốc. Nhân viên nhà ga mặc quần áo xanh, mũ cát két xanh, tay phải đeo băng đỏ in chữ trắng NVNG (nhân viên nhà ga), một tay cầm dùi cui sơn xanh trắng, một tay cầm cờ đỏ nho nhỏ hình tam giác, khi nhân viên miệng thổi còi, tay phất cờ vẫy vẫy báo hiệu an toàn, lái tàu hú còi, cho tàu chuyển bánh.

Đang lim rim ngủ, còi tàu hú lên mấy tiếng, Hiền ngó đầu ra nhìn xuống, thấy nhân viên đang vẫy vẫy cờ và thổi còi, hỏi mẹ:

- Mẹ ơi! Đến ga nào rồi mẹ?

Vừa lúc cô mặc quần áo xanh cầm loa đi đến nhắc hành khách:

- Tàu đến ga Hải Dương, đoàn tàu dừng ở ga 30 phút lấy nước và nguyên liệu, quý khách có thể xuống mua thức ăn, nước uống và đi vệ sinh.

Tất cả đứng dậy, lục đục chuẩn bị xuống. Nhộn nhạo, hối hả vì ai cũng muốn tranh thủ xuống trước. Đây là thời điểm thuận lợi nhất cho bọn gian móc túi, lấy trộm đồ, sơ ý hoặc không có người trông giữ trên tàu. Bình hỏi:

- Hai mẹ con muốn xuống ăn uống hay đi vệ sinh không?

Thùy lắc đầu, nhìn Hiền hỏi:

- Con gái có muốn xuống đi vệ sinh không? Bố đưa đi.

Hiền nhăn mặt nói:

- Con không muốn, nhà vệ sinh bẩn lắm.

- Vậy mình ngồi lại trên tàu, mọi người xuống hết đồ đạc sẽ bị đánh cắp.

Thùy nhìn ông Tuấn có ý hỏi, ông Tuấn cũng lắc đầu nói:

- Chân cẳng tôi thế này, bất tiện lắm. Tôi ở đây với mọi người.

Thùy nghĩ như ông Tuấn. Tốt nhất ở trên tàu, muốn ăn gì gọi người bán hàng rong cũng được. Hải Dương có đặc sản bánh đậu xanh Rồng Vàng bột mịn thơm ngon, cho vào lưỡi đã tan, giữ mãi hương vị thơm ngọt trong cổ họng. Có người thích ăn bánh chưng, bánh gai. Bánh gai Hải Dương cũng có tiếng, ngày nhỏ mỗi khi bà nội ở quê lên chơi, lần nào cũng mang theo mấy chục cái bánh gai gói lá chuối khô làm quà cho đàn cháu.

Hiền lại ngó đầu qua cửa sổ nhìn. Mọi người đều chạy nhanh đến nhà vệ sinh, các bé gái khoảng mười hai, mười ba tuổi cắp cái thúng bên cạnh sườn, bên trong có các loại bánh miệng không ngớt mời chào. Hành khách mỗi người một kiểu, mua bán nhộn nhịp xung quanh dọc theo đoàn tàu. Thùy vẫy tay cháu gái đến gần cửa sổ hỏi mua bánh chưng, bé Hiền nhìn thấy hình bánh đậu xanh đẹp, hỏi mẹ:

- Mẹ ơi! Mẹ mua cho con hộp bánh đậu có hình con rồng vàng đẹp kia được không?

Ông Tuấn cũng ngó ra xem, gọi cháu gái:

- Bán cho tôi mấy cái bánh chưng, hai hộp bánh đậu xanh?

Hiền thắc mắc:

- Ông đi có một mình, sao mua nhiều thế?

Thùy lườm con, ông Tuấn cười ngượng:

- Không phải cho bác, mua cho gia đình, bao năm chưa về thăm nhà, mua mấy cái bánh gọi là chút quà.

Tàu dừng ở ga ba mươi phút lấy thêm nước và than xong, chuẩn bị chạy tiếp. Có người ngủ say, không biết tàu đã dừng ở ga, tỉnh dậy nhớ ra gọi mua bánh. Nhân viên nhà ga thổi còi báo hiệu cho mọi người nhanh chân lên tàu. Lúc này tàu chuẩn bị nổ máy, người mua người bán vội vã, không để ý sự gian giảo của người bán. Tàu lại hú mấy tiếng còi, chuẩn bị tạm biệt nhà ga, chờ thêm vài phút đợi khách rồi từ từ lăn bánh, nghe tiếng còi thổi, người từ trong nhà vệ sinh chạy ra vội bám vào thành cánh cửa tàu nhảy lên, người mua bánh chưa kịp nhận bánh cũng vội vàng chạy nhảy lên tàu. Qua ô cửa sổ việc mua bán lúc này rất nhanh gọn, nhưng chính là thời điểm người bán hàng rong lợi dụng để gian dối, lừa bịp người mua. Chúng nhận tiền nhưng từ từ mới lấy bánh trong thúng đưa cho người mua ngồi trên tàu, tàu dần dần tăng tốc, họ vờ chạy theo nhưng như thể không chạy kịp đoàn tầu, người mua nhoài người ra khung cửa, người bán đưa bánh còn cách khá xa tầm tay, người mua không lấy được, tầu chạy nhanh người bán đứng lại cầm bánh vẫy vẫy chào người mua, cười! Còn người mua lấy được bánh ngồi ung dung bóc bánh ra ăn, thì ôi thôi, một hòn đất mềm hình vuông nhỏ bằng đúng cái bánh, được bọc trong nhiều lớp lá dong xanh mướt. Vừa trách mình vội vàng trả tiền trước, vừa đói bụng, đành nuốt cục tức vào trong ruột. Ngày trước khi còn đi học xa, mỗi lần nghỉ học kỳ, Thùy đi tàu về thăm gia đình. Có lần mua bánh ăn khi tàu dừng ở ga cũng bị một quả ăn bánh chưng đất. Thùy cười nhưng cũng thấy xấu hổ, xót xa thay cho những con người khốn khổ, cuộc sống quá khó khăn thiếu thốn, dễ sinh ra thói hư tật xấu. Chuyện này xảy ra thường xuyên hàng ngày, nhiều năm, báo và đài phát thanh trung ương và địa phương đăng tải, nhưng chính quyền không thể nào giải quyết được, gỡ tiếng xấu cho người dân địa phương không làm nghề bán hàng rong trên sân ga.

Nhiều cảnh tượng lúc tàu chuẩn bị chạy thật vui mắt, có người khi xuống vội vàng không nhớ toa tàu của mình là toa thứ mấy, khi quay trở lại lên tàu, ngây ngô tìm kiếm. Chợt bé Hiền kêu lên:

- Mẹ ơi! Nhìn bà kia chạy hai tay cầm quần kéo lên nhưng bị tụt xuống hở cả mông rồi, lêu…lêu... xấu quá.

Nói rồi Hiền cười thích thú. Thùy tự hỏi "Không biết có ai không may mắn bị nhỡ tàu không nhỉ?" Lại nghe thấy tiếng ồn ào trong toa tầu, người kêu mất túi, người kêu mất tiền, tiếng cãi cọ ầm ĩ trong toa. Chợt một bà tuổi trung niên, mặc áo cánh nâu, quần đen kiểu chân què, trông ra người làm ruộng, bước nhanh trên tàu, mắt nhớn nhác tìm kiếm, miệng lẩm bẩm:

- Trời ơi, nhầm toa rồi!

Một ông nhanh miệng hỏi:

- Thế ghế ngồi của bác ở đâu?

Bà ta bắt đầu mếu máo như muốn khóc:

- Tôi mót quá nên tàu đỗ, tôi xuống đi vệ sinh ngay không để ý toa thứ mấy, đâu có nhớ toa nào mình ngồi. Giời ơi là giời! Toa tôi ngồi không như thế này, hai dãy ghế dài hai bên cạnh toa, ở giữa rộng là chỗ để bao tải, gánh gồng, đồ đạc của các bà chạy chợ. Tôi có mấy bu gà trong đó có 6, 7 con gà mái to của tôi, bây giờ tôi biết làm sao hở giời?

- Vậy có ai đi cùng bà không?

- Bà có quen hay nhớ ai ngồi cùng không?

Người này hỏi, người kia hỏi, lao xao một góc toa,

nhưng cũng không tìm ra cách nào giúp. Một người có vẻ hiểu biết, mách:

- Thôi rồi, bà ngồi ở toa chở hàng. Toa của người đi buôn, lủng củng nhiều hàng, nhiều đồ. Bà phải tìm hỏi nhân viên tầu là toa nào, bà đến đó may ra thấy mấy cái bu gà của bà.

Mọi người cười ồ, tiếng cười phát ra tự nhiên vô ý thức, nhưng làm đau lòng người lạc toa tàu đang lo mất của. Từ nãy bé Hiền đã đứng hẳn trên ghế tay bám vào vai ông Tuấn, chăm chú theo dõi sự việc xảy ra với bà bị lạc toa tàu, hồn nhiên nói với mẹ:

- Mẹ ơi! Bà ấy già thế còn bị lạc mẹ nhỉ.

Thùy nhìn con:

- Chuyện người lớn, con không được nói, ngồi xuống ghế đi con.

Bé Hiền ngoan ngoãn ngồi yên, không nói gì nữa. Phía cuối tàu vọng lên tiếng nhị, tiếng ồn ào như ai đang hát? Hiền nhấp nhổm, mắt nhìn mẹ, ý hỏi. Tiếng hát đến gần hơn, hai mẹ con người hát xẩm. Bà mẹ chạc ngoài bốn mươi tuổi, đeo kính râm. Nhìn kỹ đôi mắt chỉ còn hai vết sẹo dài nằm dưới đôi lông mày, tay kéo chiếc đàn cò, đi cùng thằng bé chừng tám, chín tuổi quần áo rách tả tơi, ống quần bên thấp bên cao, xộc xệch, một tay nắm cánh tay áo bà mẹ, một tay cầm chiếc nón mê chìa ra trước mặt, miệng mấp máy xin tiền. Người mẹ mù vừa kéo đàn vừa cất tiếng hát ni non, thở than:

Từ ngày anh bước chân xa
Con anh, anh để...ở nhà........ cho em
Con anh.... bụng đói dạ thèm
Cùng trời ...cuối đất, dắt em ăn mày
Hỏi ông...ông hỡi có hay
Hỏi bà...có biết lòng này.... xót xa
Anh đi chiến đấu phương xa
Để cha mẹ già...... phó mặc em trông
Năm qua... tháng đến....... em mong
Cha mẹ... khuất núi... mà không tin người....

Tiếng hát chậm rãi, ai oán, than cho kiếp phận mù lòa, mẹ góa con côi đói khổ, mẹ con dắt nhau lưu lạc khắp nơi, cầu xin các ông, các bà nhón tay làm phúc. Thùy cúi tìm trong túi mấy đồng tiền lẻ bỏ vào trong chiếc nón đứa bé. Ông Tuấn mắt ngấn lệ cũng móc túi áo ngực lấy tiền bỏ vào chiếc nón lá rách. Đứa bé mặt mũi nhơ bẩn, nhem nhuốc, mở to đôi mắt biết ơn nhìn Thùy và ông Tuấn, miệng nói:

- Con xin, mẹ con con đội ơn ông, đội ơn bà.

Nó dắt mẹ chầm chậm đi dần sang toa khác, người mẹ tay kéo nhị, miệng than thở cuộc đời tối tăm đói nghèo, đi qua hàng ghế có người bỏ quả chuối, bánh gai vào trong nón, tiếng hát và hình bóng hai mẹ con đi xa dần sang toa sau.

Con tầu vẫn xình xịch, âm thanh đều đều ru hành khách ngủ sau những nhộn nhạo xảy ra. Chạy qua ga Thượng Lý sắp đến ga Hải Phòng, tầu bắt đầu giảm tốc độ, chạy chậm dần bắt từ phố Cát Dài, trước khi cắt qua ngang phố Cầu Đất, nhân viên nhà ga quan sát, thổi còi vẫy cờ ra hiệu yêu cầu mọi người dừng lại, kéo hàng rào ngăn không cho người, xe qua lại đường tầu chạy ngang qua con phố. Chạy đến gần phố Cầu Đất, còi tầu hú lên ba tiếng báo cho người đi bộ biết, qua Cầu Đất vào sân ga, một lần nữa kéo còi chào nhà ga Hải Phòng. Nhân viên trong sân ga thổi còi, phất cờ ra hiệu, tàu dừng hẳn.

Hải Phòng! Hải Phòng! Thành phố Hoa phượng đỏ! Ga cuối cùng của tuyến đường sắt số 5 từ Hà Nội xuống. Hành khách bắt đầu lao nhao, hối hả lấy đồ đạc ngay từ khi tầu qua phố Cầu Đất. Đi cũng như đến, hành khách trên tầu đều chen lấn, tranh chấp, xô đẩy, một thói quen khó thay đổi của người Việt. Bình đứng dậy với tay lấy túi đồ ở sàn hành lý trên đầu, đón bé Hiền về ngồi cạnh Thùy, nhìn nhau báo hiệu phải ngồi yên, không thể đi theo mọi người được. Ông Tuấn cũng ngồi yên, khoang ghế bốn người đều bình tĩnh chờ mọi người đi trước. Ông Tuấn chào tạm biệt, xoa đầu Hiền, nói:

- Tạm biệt cô bạn nhỏ, hẹn có dịp gặp lại mọi người. Chúc cả nhà mạnh khỏe, bình an.

Thùy mỉm cười chúc lại, Bình và ông Tuấn đứng dậy bắt tay nhau tạm biệt trước khi xuống tàu.

Ông Tuấn lùi lại phía sau, nhường Bình xuống trước cùng đồ đạc, Thùy dắt con ra bậc cửa đợi chồng đón Hiền, một tay cầm thanh sắt của cửa toa, một tay cầm tay Bình, từ từ đặt chân xuống bậc cửa tàu, bước xuống.

Ông Tuấn và gia đình có mấy con nhỏ xuống sau cùng.

Nhìn xung quanh, đoàn người hối hả ra cửa soát vé, ra đến phố Ga, mọi người tản mát rẽ đi nhiều hướng. Một cảm giác lạ ập đến khi Thùy đặt chân xuống ga Hải Phòng, khác hẳn những lần đi tầu về quê, Thùy hiểu, bắt đầu từ đây, từ giờ phút này, con đường mới đầy gian nan, vất vả không biết những gì sẽ đến đang chờ ở phía trước.

CHƯƠNG 5

HẢI PHÒNG

Vợ chồng Thùy và bé Hiền lếch thếch đi thẳng đến cửa soát vé. Hành khách của chuyến tàu hầu như đã ra hết, gia đình Thùy đi chậm, ra sau cùng, đến bên ngoài đã gần 6.30 tối. Nhà ga Hải Phòng do người Pháp xây theo phong cách châu Âu, to, đẹp, khang trang, nhưng nhỏ hơn nhà ga Hà Nội, ngày 16-6-1902 chính thức hoạt động.

Người đau ê ẩm, mệt mỏi, tê cứng sau một chặng đường dài bốn tiếng ngồi trên ghế gỗ của toa tàu, Thùy còn tâm trạng đâu ngắm nhìn tòa nhà ga to đẹp trước mắt. Bé Hiền cũng thờ ơ không ngó nghiêng gì, chậm chạp lê bước theo mẹ. Thùy nói với Bình:

- Mình vào ngồi nghỉ và ăn tối, sau đó gọi xích lô đi đến nhà trọ anh đang ở.

Giống như các bến xe, nhà ga khác, nơi đây cũng nhộn nhịp người và xe cộ, thời điểm tan tầm nên con đường thêm tấp nập, ồn ào. Đi ra khỏi nhà ga, phía bên đường đối diện có nhiều cửa hàng ăn. Bình đưa vợ con vào cửa hàng ăn gần nhất. Bà chủ quán dáng người đậm đà, rắn chắc khỏe mạnh, đứng bên cạnh bàn to rộng, tay cầm con dao thái thịt. Trên bàn có cơm trắng, rau muống luộc, canh rau cải, thịt lợn, cá, Thùy và bé Hiền vào trong tìm ghế ngồi, có năm, sáu bàn ăn đều có người đang ăn hoặc ngồi chờ. Bình nhìn các món ăn, suy nghĩ, rồi hỏi Thùy:

- Có cơm trắng và canh rau, thịt kho, cá rán, mẹ con em ăn gì?

Thùy nhìn Hiền, mèo con ngồi yên không nhúc nhích, biết con quá mệt, không hỏi hay thắc mắc như mọi khi, Thùy trả lời ngay:

- Mẹ con em mệt lắm rồi, gọi cơm, bát canh rau ăn cho mát và món ăn mặn là được. Anh thấy thế nào?

Bình gật đầu theo ý vợ, đi ra chỗ bà chủ quán gọi món ăn. Cửa hàng nằm ở vị trí gần nhà ga, thuận lợi và dễ thu hút người qua lại, vì thế sáu bàn ăn không lúc nào vắng khách. Bà chủ bận rộn luôn chân luôn tay, mãi sau mới thấy ông chồng ra phụ giúp. Khách ăn thay nhau vào ra, gia đình Thùy có bữa ăn vừa ý sau một ngày đi lại nhiều nơi trong ngày. Ăn xong tiếp tục đi, Bình vẫy tay gọi xe xích lô đi ngược chiều, rất nhanh một thanh niên trẻ da sạm nâu, khỏe mạnh đạp xe đến trước mặt, cất giọng hỏi:

- Hai bác muốn đi đâu?

Bình đáp gọn lỏn:

- Cho chúng tôi về nhà trọ bà Mập, phố Quang Trung.

Anh xích lô cười thoải mái:

- Dạ, nhà trọ bà Mập em biết. Vậy ba người, túi, va-li bác cho em xin hai đồng.

Bình lạnh nhạt:

- Mới chập tối anh đã muốn chặt chém rồi. Tôi trả một đồng rưỡi, nhưng phải đi cẩn thận vì vợ tôi mang bầu và có con nhỏ, được thì đi, không tôi gọi xe khác.

Anh xích lô im lặng đưa xe đến gần chỗ mẹ con Thùy đứng. Mọi người bước lên xe xích lô đã mấy lần trong ngày. Thùy nghĩ: "Không biết còn bao nhiêu lần phải mất tiền ngồi xích lô nữa đây?"

Ga Hải Phòng lùi dần phía sau, xích lô rẽ phố Cầu Đất, ánh đèn đường, đèn các cửa hàng chiếu sáng, người nhộn nhịp nhiều hơn. Ngay đầu lối rẽ nhìn thấy ngay rạp chiếu bóng Công Nhân, chắc đang có phim mới, bên ngoài hai bên tường treo ảnh vẽ quảng cáo, giới thiệu phim hình diễn viên, cảnh phim hấp dẫn, lôi cuốn người đi đường. Trước cửa rạp, trẻ con rao bán lạc rang húng lìu, ngô rang, hạt dưa. Bé Hiền có vẻ tỉnh táo hơn sau khi ăn cơm, nhưng quang cảnh trước rạp chiếu phim cũng không được bé thích thú nữa. Xích lô chạy rẽ trái rồi đi thẳng đến phố Quang Trung, gần chợ Sắt. Dọc đường thấy có nhiều người trải chiếu nằm trên vỉa hè, dưới gốc cây, Thùy hỏi anh xích lô:

- Chú lái ơi! Sao nhiều người nằm trên vỉa hè vậy?

Người xích lô thản nhiên đáp:

- Thời gian này nhiều người chạy về Hải Phòng lắm bác ạ. Họ nằm ngủ ở vườn hoa, nhà thờ, đình chùa, miếu mạo trông khổ lắm.

- Chú có biết tại sao không?

Thùy hỏi tiếp. Chú tài im lặng rồi thở dài:

- Em ở gần mấy gia đình người Hoa bác ạ. Nghe nói chiến tranh giữa Trung Quốc và Việt Nam vùng biên giới nên người Hoa lo sợ.

Thùy chạnh lòng, nghĩ đến hoàn cảnh của mình, vậy mà nơi mình ở vẫn bọc trong lớp vỏ bình yên, khi khắp nơi đã xảy ra loạn lạc.

Thùy hỏi tiếp:

- Vậy chú là người Việt?

- Vâng, em người Việt. Nhưng chỉ biết vậy thôi, im lặng là tốt nhất bác ơi. Em sống ở Hải Phòng biết có gia đình người Việt chạy trốn theo người Hoa đi thuyền bị cảnh sát bắt cho vào nhà tù đấy. Cả gia đình bị theo dõi, kiểm soát khó sống yên ổn sau này.

Bình nhìn sang vợ lắc đầu, ra ý không hỏi nữa, từ đó mọi người không nói chuyện gì. Thùy nhớ lại mấy tháng trước, những gì đã xảy ra với mình, càng bồn chồn, lo lắng. Từ tháng 1 năm 1979 trước chiến tranh một tháng, các cửa khẩu Đồng Đăng, Lào Cai, Móng Cái đóng cửa nên mọi người kéo nhau chạy xuống Hải Phòng. Cũng như các cháu, họ hàng gia đình Bình chạy loạn ghé vào qua nhà Thùy thời gian trước. Người Hoa vùng biên giới phía Bắc đổ về Hải Phòng như chảy hội, vì thế việc tìm thuê nhà trọ là điều khó khăn. Trong khi Hải Phòng rất ít nhà trọ, hotel hầu như không có. Nơi nào có thể rải chiếu được, cho dù gốc cây, vỉa hè, không cần biết sạch hay bẩn, có chỗ ngả lưng cho mẹ già, con nhỏ là được. Có chỗ đặt đôi mông tê cứng xuống ngồi là tốt, nghĩ ngợi miên man nhiều chuyện khiến Thùy mong nhanh đến nhà trọ. Tiếng chú xích lô vang lên:

- Đến nhà trọ bà Mập rồi hai bác!

Xe dừng lại trước dãy nhà gạch lợp lá gianh bình dân, nhìn bên ngoài không biết đây có nhà trọ Bình đã thuê và đang ở từ tuần trước nên không có gì ngạc nhiên, nhìn nét mặt vợ biết đang nghĩ gì, Bình nói ngay:

- Phố Quang Trung rồi em, nhà trọ bà Mập ở trong này.

Người xích lô giữ xe cho Bình xuống, sau đó hai mẹ con Thùy từ từ bước ra khỏi xe. Trước dãy nhà la liệt người nằm, người ngồi, người lớn trẻ em, già, trẻ có đủ, nỗi lo lắng khiến Thùy quên hết đau mệt, trả tiền xe xong, Thùy dắt bé Hiền vội vàng theo Bình vào sâu bên trong. Qua dẫy nhà trước mặt, rẽ trái nhìn thấy miếng gỗ rộng bằng hai gang tay, treo trước nhà, hai chữ 'Nhà Trọ' nguệch ngoạc ghi trên miếng gỗ như chữ viết trẻ con học lớp 1, bên cạnh một căn nhà cũ nát có cánh cửa đan bằng tre nứa. Bình lên tiếng gọi:

- Bà Mập ơi, mở cửa cho tôi, Bình đây, bà Mập ơi!

Tiếng dép lê đi loẹt quẹt từ trong nhà ra mở cửa. Một bà to lớn như thùng phi, tuổi khoảng ba mươi lăm, bốn mươi đứng gần kín lối vào, hiện ra khi cánh cửa mở. Bà trố mắt nhìn hai người hỏi:

- Ai đây cậu Bình?

Bình vui vẻ đáp lời:

- Vợ tôi, tên Thùy và con gái yêu của tôi, tên Hiền.

Bé Hiền khoanh tay, cúi đầu chào khẽ:

- Cháu chào bà ạ!

Bà Mập nét mặt tươi hẳn lên:

- Ái chà, con của bố Bình ngoan quá. Bà chào cháu.

Lúc này Thùy lên tiếng:

- Em xin chào bà chủ!

Bà Mập lùi người sang một bên, nói:

- Mọi người vào trong nhà đi.

Bình bước vào cùng túi đồ, Thùy cầm tay bé Hiền bước theo sau. Bà chủ đóng và cài chốt then cửa, bước đi phía sau, nói với lên cho Bình nghe:

- Vậy cậu Bình định cho vợ con ở luôn đây phải

không? Nhưng tôi chưa thu xếp được phòng đâu.

Bình tươi cười đáp lời:

- Tôi cũng định nói chuyện với bà về việc này. Bà đã giúp thì giúp cho vợ con tôi được trọ ở đây đến ngày thuyền nhổ neo. Nếu chưa có phòng to hơn, xin bà cái giường to thay cái bây giờ nhỏ quá.

- Được rồi, tôi đổi cho cái giường đôi. Ngày mai có người trả phòng sẽ cho gia đình cậu sang phòng to rộng hơn, nhưng phải thêm tiền, thêm hai người mà.

Bình nghe vậy, nói luôn:

- Tôi sẽ trả thêm cho bà, nhưng phải cho nấu ăn, tắm rửa trong nhà, vợ tôi đang mang thai không thể ngày ngày ra ăn ngoài được. Tôi là khách lâu nay của bà, phải có chút ưu tiên chứ?

- Gớm, cậu này cũng ghê gớm thật. Tôi nể tình với em gái của cậu đấy, không thấy bao nhiêu người phải nằm đường nằm chợ à?

Bình nhớ ra nhắc bà chủ:

- Có thể ngày mai em gái tôi đem hàng xuống cho bà.

Nghe thế, mặt bà ta tươi hẳn lên, yêu cầu gì bà ta cũng ừ. Đời mà:

'Có lợi ra tiền, cười tươi như hoa nở
Không tiền, không lợi,
nhăn nhó như khỉ ngửi mắm tôm.'

Bình đưa hai mẹ con Thùy vào bên trong, có ba, bốn phòng ngủ có người thuê. Phòng của Bình đang thuê, một gian nhỏ kê chiếc giường nhỏ hẹp, gọi giường nhưng nhìn kỹ giống cái chõng tre, những thanh tre nhỏ đan xếp thành hàng buộc bằng lạt, lâu đến nỗi nhẵn bóng và đổi sắc thành màu cánh gián nhàn nhạt do mồ hôi hàng trăm người đã ghé lưng, chiếc chiếu hoa cũ kỹ cuốn để đầu giường, tối ngủ trải ra nằm. Góc phòng kê bàn nhỏ rộng 60 cm x 50 cm và hai cái ghế gỗ ọp ẹp. Có vậy mà tính một đồng một tối. Giờ thêm hai mẹ con Thùy và thay chiếc giường to rộng hơn sẽ là hai đồng một ngày, với mụ Mập giá thuê như thế ưu tiên, may mắn. Thực ra trong hoàn cảnh lúc này so với nhiều người, thuê được phòng ở là tốt lắm, Thùy thầm nghĩ. Tất nhiên còn gặp khó khăn, thiếu thốn nhiều thứ, nhưng dù sao vợ chồng và con được bên nhau, không bị chia lìa xa cách.

Một góc nhỏ trong cùng nhà trọ, nơi tắm rửa chung, có vòi nước máy. Thùy lau rửa cho con và vệ sinh cá nhân trong khi chờ đợi bà chủ đổi chiếc giường khác. Sau một ngày dài hành trình, thời tiết nóng bức, dòng nước mát lạnh từ vòi nước máy khiến con người cảm thấy khoan khoái dễ chịu, thoải mái hơn. Bé Hiền cũng tỉnh ngủ, bắt đầu nhận ra sự khác lạ của nơi ở mới. Xong xuôi hai mẹ con về phòng, đến lượt Bình vệ sinh. Chiếc giường thay to rộng, có phần tử tế hơn chiếc chõng tre. Hiền trèo lên giường nằm xuống ngay, phần vì mệt, phần vì cũng không còn chỗ nào để nghỉ. Thùy cũng nằm xuống bên cạnh con, cảm giác như đã lâu lắm chưa được thoải mái thế này bao giờ. Vậy là hết một ngày đầu tiên quãng đời xa quê, xa gia đình, làm người vô gia cư nơi viễn xứ.

Ngày mai Bình đi xem tình hình thuyền, đem theo tiền và giấy tờ nộp cho chủ thuyền. Mọi thủ tục giấy tờ do chủ thuyền chịu trách nhiệm. Nghe Bình nói, người Hoa và gia đình được xét duyệt nhanh chóng, đi công khai do chính sách của nhà nước. Người Việt muốn đi phải lẩn trốn theo nhiều hình thức khác nhau, phụ thuộc điều kiện của từng chủ thuyền.

Vợ chồng Thùy và bé Hiền đêm qua ngủ một giấc say sưa ngon lành, mặc dù chiếc giường không được sạch sẽ, có phần hơi thô cứng. Trong đầu Bình quan tâm duy nhất một điều khi nào thuyền nhổ neo? Mấy ngày về nhà đón vợ con, nhưng luôn nghĩ đến thuyền ở Hải Phòng, mong sao việc ra đi được nhanh gọn, chót lọt, bởi mọi việc có Thùy lo chu đáo, vốn từ xưa vẫn vậy. Khi nhận được điện Thùy gọi về nhà đón, Bình vừa băn khoăn vừa lo lắng: "làm sao đi được bây giờ?" khi trong tay việc 'đầu tiên' (tiền đâu) cũng không có. Nhưng nghe lời khuyên của em gái khi nhận được điện tín, Bình bình tĩnh và yên tâm hơn. Trên chuyến tàu đêm về nhà, Bình nghĩ nhiều về câu nói của Đức:

- Anh về đón chị ấy ngay đêm nay. Chắc chị ấy có tiền mới dám gọi anh về.

Bình thoáng ngạc nhiên, rồi nói:

- Cô giục anh về ngay đêm nay? Sao hôm nọ chính cô

bảo, "Anh đi một mình, bà ta người Việt, ở lại không chết đâu." Bây giờ lại …

- Hiện nay thuyền chưa đi được, chị Phượng còn chờ lấy thêm khách, càng nhiều càng tốt. Anh về lấy thêm khách cho Phượng, cũng được tiếng tốt với vợ con, có mất gì đâu.

Bình nghĩ cũng đúng, vốn hiền lành, thật thà, không tự quyết định được việc gì. Biết em gái cư xử quá quắt với vợ mình, nhưng người đời thường nói 'nghèo thì hèn, đã hèn đi cùng với kém,' vì thế Bình chỉ im lặng nghe, làm theo lời của Đức.

Sáng hôm sau, Bình hỏi vợ:

- Hôm nay em định làm gì ? Sáng nay, anh đem tiền và giấy tờ gặp chủ thuyền, xem tình hình khi nào thuyền sẽ đi.

Thùy nói với chồng:

- Gia đình mình đã có chỗ ở trong khi chờ thuyền, nhưng thiếu vài thứ. Sáng nay em định ra chợ Sắt mua bếp dầu, thức ăn về nấu, không phải đi ra ngoài ăn tốn tiền và mệt. Anh đi lo cho xong việc thuyền hôm nay.

Trời mùa hè, tuy chưa đến 5 giờ đã sáng rõ, không khí mát mẻ, một mùi vị của vùng biển, khác lạ với mùi hương cỏ cây, xen lẫn nồng nồng khen khét của sương mù hòa với bụi nhà máy xi măng phun ra từ ống khói cao vút, mấy chị lao công công ty vệ sinh đã quét dọn sạch sẽ rác rưởi ven đường, hôm qua còn ngập ngụa nước tiểu, phân người, đường cống bị tắc nghẽn do phóng uế bừa bãi. Thùy nhận ra vỉa hè, xung quanh gốc cây rác bẩn cũng được thu dọn sạch sẽ. Cảnh sát nhiều lần đuổi, dọa nạt, nhưng hoàn cảnh chạy loạn vẫn kéo dài khiến cho Hải Phòng nhộn nhạo, lộn xộn, hôi thối.

Đường phố có nhiều cột nước máy, cách nhau hơn 100 mét, người dân trong phố đem thùng xếp hàng lấy nước, người có thời gian chịu khó xếp hàng chờ đợi, đi làm bận rộn suốt ngày phải tranh thủ từ sớm hoặc ban đêm khi vắng người. Xung quanh vòi nước máy luôn luôn có 'ca nhạc, hát dân ca' diễn viên gồm các bà, các chị có âm giọng vang khỏe và lá phổi to quát tháo, chửi nhau vì tranh nhau nước, rất may gần nhà trọ Thùy có vòi nước máy ngay bên kia đường, thuận tiện cho việc giặt giũ.

Bình kiểm tra các giấy tờ và tiền chuẩn bị đi, bé Hiền vẫn ngủ ngon giấc, cái tuổi nhỏ không biết lo nghĩ. Thùy định đánh thức bé Hiền, hai mẹ con đi chợ Sắt sớm, bà Mập cho biết chợ bán đủ thứ thượng vàng hạ cám. Thùy ngồi nhìn con ngủ không nỡ đánh thức, trong đầu ngổn ngang bao điều chưa biết? Giấy tờ, tiền đủ không? Có bị gây khó khăn gì không? Khi nào thuyền nhổ neo? Bây giờ tình hình của bố và các em trên đó ra sao? Biết rằng trước mắt sẽ khó khăn vất vả nhưng rồi sẽ đi đến nơi nào? Hai lần sinh con vất vả vì sinh khó, lần này sẽ sao đây khi không có bác sĩ, bệnh viện? Hai mẹ con có thể không được an toàn, bao nhiêu câu hỏi không trả lời được.

Bình ăn lót dạ chiếc bánh mỳ mua từ hôm qua ở ga Hà Nội. Trên đường đến chủ thuyền, đâu cũng nghe xì xào bàn tán chuyện chạy loạn, thì thầm to nhỏ hỏi nhau đi hay ở, đi với ai, thuyền nào? Ai làm chủ thuyền? Mấy tháng nay, đây là vấn đề nóng hổi, rầm rộ của Hải Phòng, nơi rất đông người Hoa sinh sống. Phần đông người Việt nghèo không quan tâm, nhưng người buôn bán, móc ngoặc, nhân cơ hội này tìm cách kiếm sống trên đau khổ hoạn nạn của người bất hạnh. Người nọ mách, người kia môi giới, liên kết tạo thành một đường dây buôn người khắp các tỉnh thành. Qua cô em gái giới thiệu Bình là anh ruột đi thuyền của Phượng, bạn thân làm ăn lâu năm của Đức. Phượng người Hải Phòng, cấu kết với bọn thanh lý các thuyền đánh cá cũ nát không sử dụng của các hợp tác xã ngư nghiệp ở Quảng Ninh mua với giá thật rẻ, sửa chữa, mông má sao cho đẹp mắt, thu hút lấy khách giá cao. Bình hy vọng em gái quen biết Phượng sẽ nhận vợ con mình với giá phải chăng. Đến nơi, Phượng đang ăn sáng cùng mấy người, thoáng nhìn biết ngay Phượng, - một người sành sỏi, khôn ngoan-, dáng người rắn rỏi, mái tóc uốn ốp ngang sát gáy, càng tăng thêm vẻ kiêu căng của kẻ hãnh tiến. Trông thấy Bình, Phượng mời rơi một câu:

- Anh Bình vào ăn sáng cho vui.

Bình sốt ruột hỏi ngay:

- Cảm ơn cô, tôi ăn rồi. Tình hình thuyền mình thế nào cô?

Phượng vừa nhâm nhi ly cà phê đen, tay cầm điếu thuốc lá, vẩy tàn thuốc xuống đất:

- Chưa xong, ít ngày nữa sẽ lên đường. Anh thế nào?

- Hôm qua tôi đón vợ con xuống, cô cho tôi đăng ký thêm vợ và con gái hơn ba tuổi đi cùng, được không cô Phượng?

Phượng tủm tỉm cười:

- Chuyện nhỏ như con thỏ, anh có đủ giấy tờ và ảnh chụp chưa? Vợ con anh đơn giản, em lo được. Nhưng anh cho em xin hai xuất tiền, nộp đầy đủ ngay hôm nay.

Bình ngập ngừng, khe khẽ:

- Cô thông cảm cho hoàn cảnh của anh, nhà tôi cán bộ nhà nước làm gì có nhiều tiền, lại bụng mang dạ chửa, con bé mới ba tuổi, cô tính một xuất?

- Chị ấy có mang mấy tháng rồi?

- Được tám tháng.

Phượng nhìn Bình chăm chăm ra vẻ suy nghĩ, nói với giọng lạnh nhạt:

- Đúng ra em phải tính cả xuất đứa bé trong bụng nữa. Nhưng nay anh đã có lời vậy, nể tình quen biết Đức, vậy ba mẹ con tổng cộng hai xuất, ưu tiên lắm. Tất cả năm nghìn, anh nộp hôm nay chứ?

Biết không thể nài được nữa với con người tính toán chi ly, lòng dạ sắt đá này, Bình đưa giấy tờ, đếm đủ năm nghìn đồng. Nhận tiền, kiểm tra giấy tờ xong, Phượng bảo:

- Anh yên tâm về nghỉ, ít ngày nữa em sẽ cho người báo ngày giờ thuyền nhổ neo.

Bình chào Phượng lặng lẽ ra về. Lòng rối bời, lo không biết còn phải chờ đợi bao nhiêu ngày nữa đây. Thùy bụng càng ngày càng to, nặng nề, chờ lâu quá nếu như…

Bình về đến nhà trọ, mẹ con Thùy cũng vừa ở chợ về. Không dám xách nặng, Thùy mua tạm một bếp dầu, hai lít dầu ma-zút, lạng thịt lợn và mấy mớ rau cải cúc, gói muối, vịt nước mắm, tạm dùng trong ít ngày ở trọ. Thấy chồng về, Thùy hỏi ngay:

- Tình hình thế nào anh?

Bình biết vợ sốt ruột, lo lắng, bình tĩnh đáp:

- Mọi việc ổn rồi, gặp chủ thuyền, đưa tiền và giấy tờ cho bà ta, thuyền vẫn chưa xong, mình còn ở đây ít ngày nữa.

- Tiền thuyền hết bao nhiêu? Giấy tờ có đủ không anh?

- Còn dư một ít tiền.

Bình đưa tiền cho vợ, giải thích thêm:

- Cái bà Phượng quỷ quyệt nói em mang thai gần ngày sinh, còn định tính tiền thai thêm nữa, con gái mình ba tuổi, nói mãi nó mới chịu ba mẹ con em hai xuất, năm nghìn đồng. Kỳ kèo cũng không giảm một xu, đúng là con mụ nổi tiếng trong giới phe phẩy.

Thùy lúc này mới nói:

- Họ là dân buôn bán, tiền là trên hết làm gì có tình, có nghĩa, cũng mang tiếng là bạn thân em gái anh. Người ta thường nói: 'Càng quen càng lèn cho đau,' thật chính xác. Biết mình trong cảnh này, được cơ hội bóp, nó bóp cho chặt, không thương tiếc.

Nơi ở tạm trú đã có, tiền thuyền và giấy tờ nộp xong xuôi, bây giờ chỉ còn chờ đợi. Tiền còn dư chút đỉnh, Thùy nghĩ phải tiết kiệm, chi tiêu dè xẻn vì không biết chờ bao lâu? Đất lạ không anh em họ hàng, biết bấu víu vào ai? Vậy mà đến chiều, cô em gái Bình tìm đến đi cùng với bốn người lớn và bé gái khoảng sáu, bẩy tuổi. Chắc Đức đã nói trước với bà Mập, Thùy thầm nghĩ. Tất cả đi vào trong nhà, bà Mập cũng có mặt, lên tiếng:

- Cô Đức đưa đến tôi phải nhận, năm người thuê thêm một phòng chứ?

Mấy người nhìn nhau, không ai nói gì, Đức nhìn bà Mập, cười:

- Chúng nó đều là con cháu của em, mấy tháng nay chạy loạn từ xa về, làm gì có nhiều tiền mà lấy thêm phòng. Chị thông cảm cho tất cả các cháu vào chung một phòng với anh trai em, kê thêm một giường to nữa cho đàn bà và con trẻ, hai thanh niên kia nằm dưới đất cũng được. Ít ngày nữa thuyền nhổ neo, nhà trọ tha hồ rộng rãi.

Cô ta nói một mạch không ngừng, không cần hỏi vợ chồng Thùy có đồng ý cho ở chung phòng không. Thùy bực lắm nhìn sang Bình, anh ta ngồi im, Thùy thật khó lên tiếng. Không phải Thùy không thông cảm, không thương các cháu, nhưng thái độ của Đức đưa Thùy vào thế bị động. Bé Hiền thấy có thêm một đứa con gái nên đến gần làm quen, hỏi chuyện. Bà Mập nói ngay:

- Vậy cũng được, tôi giảm cho một đồng. Nhưng mấy người phải ra nhà tắm công cộng, không được tắm trong này, chỉ hai mẹ con cô Thùy được tắm rửa trong nhà trọ. Vậy năm người đến sau, nộp cho tôi bốn đồng một ngày, bây giờ chứ? Ai nộp đây?

Đức nhìn có ý hỏi mấy đứa cháu, chúng im lặng cúi đầu, Đức móc túi lấy tiền đưa bà Mập, nhắc đi nhắc lại:

- Bây giờ em đưa tạm chị hai mươi tám đồng cho năm người trong bẩy ngày. Chị viết giấy nhận tiền cho em.

Thùy quan sát, linh cảm thời gian tới sẽ còn chịu nhiều thiệt thòi với lũ họ hàng chưa biết tên, chưa biết chúng dây mơ rễ má thế nào với Bình? Thỏa thuận xong với bà chủ trọ, Đức và mấy đứa cháu cùng nhau đi ra ngoài. Trong phòng còn lại hai vợ chồng, không im lặng được nữa, Thùy hỏi Bình:

- Anh Bình, mấy người đó quan hệ thế nào với anh? Sao cô Đức vô lý thế, tự nhiên đưa mấy đứa cháu đến nhét vào ở chung phòng, không cần hỏi ý kiến ai, anh cũng im lặng, cô ta coi em như người ngoài.

Thùy nói tiếp:

- Không biết bao lâu thuyền mới chạy. Đã nộp hết tiền thuyền, còn chút ít tiền lẻ sao đủ chi tiêu cho đến ngày thuyền nhổ neo?

Bình lạu bạu:

- Anh đâu có biết, bất thình lình cô ấy dẫn của nợ đến.

- Anh nói cho em rõ, chúng quan hệ với anh thế nào?

Bình bắt đầu giải thich:

- Đứa lớn tên Linh, hai mươi bốn tuổi, con gái đầu của anh Cả, thằng đi cùng tên Tuất, em họ, con dì ruột Linh (con chị con em). Còn kia hai chị em ruột, con chị có đứa con gái sáu, bẩy tuổi, thằng em chưa có vợ. Ba đứa này cháu ruột của chồng cô Đức. Đấy em xem, một bên cháu của mình, bên kia cháu bên chồng cô Đức. Anh bị mắc kẹt, mình là bậc cha chú, em bảo anh làm thế nào?

Nghe chồng nói, Thùy cũng thấy khó nghĩ. Cùng cảnh chạy loạn, con cháu bên chồng, không nỡ bỏ mặc, đâu phải người sống bạc tình, bạc nghĩa. Tuy vậy, Thùy càng thêm lo lắng cho mấy mẹ con, không biết dựa dẫm vào ai. Sự việc này Thùy linh cảm thật sự lẻ loi trong thế giới nhà chồng. Mấy chú cháu đi đến tối mới về nhà trọ, trong phòng bà Mập đã cho kê thêm chiếc giường to, thêm hai cái chiếu một, có chỗ ngả lưng cho hai thanh niên. Bắt đầu từ đêm hôm đó, hai mẹ con Hòa, Hương và Linh, cháu gái Bình, nằm trên giường, Tuấn và em trai Hòa, tên Thịnh, chiếm hai cái chiếu dưới đất. Mấy đứa tuy lớn tuổi nhưng không có nghề nghiệp, dân chạy chợ vùng biên giới phía Bắc, cuộc đời chỉ biết xoay sở kiếm ăn, làm gì được học hành, giáo dục, dạy dỗ tử tế. Sau hai ngày, Thùy hiểu bọn chúng ở đây chỉ thêm gánh nặng, không thể mong sự thông cảm, giúp đỡ của chúng. Hình như mắt chúng có vấn đề nên không nhìn thấy chú nó có con nhỏ, vợ chửa gần kỳ sinh nở. Sáng dẫn nhau đi ra ngoài, chiều tối về người mệt mỏi, quần áo dơ bẩn vứt bừa bãi. Bé Hiền có Hương chơi cùng nên vui lắm, lúc nào cũng bám chị Hương, vì thế Thùy nấu ăn gọi luôn Hương ăn cùng với Hiền. Dần dần Hòa và Thịnh cũng ngồi ăn, tự nhiên hơn ruồi, Thùy phải nhịn ăn nhường cho chúng.

Máy nước lúc nào cũng đông người xếp hàng, Thùy quan sát khi thấy ít người liền tranh thủ sang bên đường giặt. Chạy loạn hai ngày mới thay giặt, bụng to mỗi lần ngồi giặt, cái ghế con bé nhỏ thấp, cực nhọc đối với Thùy. Hòa không biết điều, đã không giúp, đôi khi còn vứt luôn đồ của mẹ con nó vào chung cho Thùy giặt. Bình lúc nào cũng đi với mấy đứa cháu, không quan tâm để ý đến vợ con, Thùy im lặng chịu đựng, không biết than thở, nói với chồng vào lúc nào. Một tuần trôi qua, vẫn chưa có tin tức gì về thuyền, nóng ruột quá, một sáng sớm Thùy hỏi chồng:

- Tình hình thuyền thế nào rồi?

Bình lại gắt gỏng:

- Vẫn chưa có tin gì mới. Ngày nào cũng ra đó xem tình hình, cứ lo ở nhà, hỏi gì lắm thế.

Thùy giải thích:

- Em hỏi biết tình hình, ở nhà mù tịt biết gì đâu. Hết tuần rồi, bà Mập hỏi nộp tiền trọ của các cháu anh đấy.

Bình ấp úng:

- Ừ, được rồi, để anh tính. Em có, chi ra giúp chúng nó trước đi.

Thùy không chịu được, nói ngay:

- Anh bảo để anh tính? Rồi nói em chi ra trước. Tiền đâu mà chi? Một tuần nay vợ con anh thế nào? Anh không hề để ý, không biết khổ sở ra sao. Con Hiền còn nhỏ, nuôi thêm một đứa sáu, bẩy tuổi, em bụng ngày càng nặng nề đi lại cũng khó khăn, đã thế còn phục vụ mấy đứa cháu nhà anh, sức còn kiệt, tiền đâu mà có. Chúng thanh niên, lớn tuổi chứ có phải trẻ con đâu.

Bình khó chịu:

- Sao em nói nhiều thế?

Thùy tủi thân:

- Anh đi ra ngoài suốt, bây giờ vừa mới nói đã bảo em nói nhiều. Đó là sự thật nhưng anh không chịu nhận.

Không ai quan tâm đến mẹ con em, vậy từ hôm nay, em chỉ có thể chăm sóc lo cho hai mẹ con em thôi. Em không đủ sức lo cho họ được. Sau đừng có trách.

Từ sau khi hỏi chuyện Bình, Thùy biết phải bình tĩnh hơn, kiên cường hơn để tự lo cho bản thân và hai đứa con của mình sau này. 'Lấy chồng phải theo chồng' - bố của Thùy đã nói hôm chia tay. Thùy rất nhớ lời của bố 'không ai thương mình bằng chính bản thân mình.' Bao năm nay, Thùy đã phải tự bươn chải lo cho gia đình, có chồng nhưng như sống cảnh người mẹ đơn thân, cũng vì lấy chồng người Hoa, khi chiến tranh xảy ra không được sống yên ổn ngay trên mảnh đất của chính nơi mình sinh ra. Nay đem con đi theo chồng, Thùy bị lẻ loi, cô độc ngay trong chính đại gia đình nhà chồng. Thùy không biết quyết định của mình đúng hay không? Đi theo chồng sẽ đi đến đâu?

Ngày qua ngày, Thùy luôn mang tâm trạng bất an, mệt mỏi cả thể xác lẫn tinh thần, không còn sức quan tâm để ý, ngứa mắt với lũ cháu bên nhà chồng nữa. Mấy ngày nay bà Mập không giục trả tiền thuê nhà, không biết ai đã trả, Thùy không quan tâm. Bình và các cháu vẫn thường xuyên sáng đi, chiều tối về. Nhưng họ không còn ăn ở nhà như trước, hàng ngày bé Hiền và Hương chơi với nhau nên Thùy giúp chăm sóc luôn cho con bé bẩy tuổi con của Hòa. Hy vọng mọi việc bình yên cho đến ngày thuyền nhổ neo.

Những lần ra ngoài máy nước ngồi giặt, nghe các bà, các chị bàn tán, Thùy cũng hiểu thêm tình hình Hải

Phòng. Người Hoa vẫn tiếp tục chạy xuống Hải Phòng tìm cách đi ra nước ngoài, trong số đó cũng nhiều gia đình có chồng hoặc vợ người Việt. Thời gian này, nhiều người Việt cũng chạy theo trào lưu mới, chán ngán với cuộc sống o ép, khó khăn, mong muốn cuộc sống đầy đủ sung túc hơn. Họ làm giấy tờ giả, lấy tên người Hoa, móc ngoặc với cán bộ trong Sở Công an Ngoại kiều, kết nối mua thuyền hoặc làm trung gian môi giới khách đi thuyền. Có người đi chót lọt, một số bại lộ, cảnh sát bắt giam giữ, đưa ra tòa kết án tù hai hoặc ba năm. Nhưng họ vẫn không biết sợ, tiếp tục trốn. Thùy nhớ câu thành ngữ: 'Đất lành, chim đậu'. Vậy, tại sao bao nhiêu người Việt nam sinh ra và lớn lên không muốn sống, hay trụ lại ở mảnh đất của ông cha để lại? Sao họ không biết sợ, vẫn tìm mọi cách chạy trốn, phải chăng mảnh đất này hết lành? Những con chim vô tội phải bay đi…

Một sáng Bình và mấy người đi ra ngoài vội vàng, Thùy không hiểu tại sao, gần chiều tối tất cả quay về nhà trọ. Bình nói với vợ:

- Có tin mới rồi, sáng mai tập trung ở bến Máy Chai để lên thuyền. Em thu xếp các thứ gọn gàng, khoảng 5 giờ sáng ta phải đi đến chỗ tập trung.

Thùy hỏi thêm:

- Mình được đem theo những gì?

Linh, cháu của Bình, nói:

- Thím ơi, mình đã nộp đủ tiền, chủ thuyền phải cho

mình ăn trong thời gian đi đến Hồng Kông chứ.

Một đứa khác cười:

- Thím hay lo xa, không cần phải mua gì đem theo đâu.

Nghe biết vậy, nhưng Thùy vẫn lo lắm, mình có thai, bụng to, Hiền còn nhỏ, dọc đường có thể đói khát. Chủ thuyền không cho đem theo nhiều đồ đạc, sợ thuyền quá trọng tải, Thùy nhớ mấy chị nói chuyện khi giặt ở ngoài máy nước, họ nói người ta mua can đựng nước ngọt đem theo uống và ít lương khô đề phòng. Thùy chưa đi ra biển bao giờ, chưa tưởng tượng được biển như thế nào, biết mua chuẩn bị gì cho đúng? Bình và mấy người cháu cũng không biết gì hơn, vả lại họ còn trẻ, thanh niên đâu cần lo gì. Tâm trí ai cũng bồn chồn, lâng lâng khó tả vì chuyến đi sắp tới, cảm thấy không yên tâm, Thùy bảo Bình đi ra chợ mua một can năm lít đựng nước uống, vài túi bánh lương khô, rồi nói nhỏ:

- Mình có con bé, đi thuyền không biết thế nào, phòng khi con đói khát còn có cho nó.

Bình vội đi ra ngoài mua mấy thứ Thùy dặn. Tối hôm ấy trong phòng trọ thì thào nói chuyện suốt đêm, không ngủ, ai cũng bồn chồn lo lắng cho ngày mai và sắp tới.

Bốn giờ sáng, Bình gọi mấy xe xích lô đến trước nhà trọ. Trời còn nhá nhem tối chưa rõ mặt người, trả phòng cho bà Mập, mấy chú cháu Bình nhanh tay xách đồ đạc cá nhân đi ra ngoài cửa. Thùy và bé Hương dắt tay Hiền đi sau. Trước dãy nhà trọ ba anh xích lô đang đợi, cả ba anh cùng nói:

- Mấy ông bà đi đâu đây?

Bình đáp ngay:

- Các anh cho chúng tôi ra bến Máy Chai, càng nhanh càng tốt.

Một người xích lô, mặt gầy xương xương, vẻ đầu gấu, lạnh nhạt:

- Từ đây đến đó rất xa, chúng tôi lại phải đi sớm, ông bà cho xin mười lăm đồng một xe.

- Anh biết chúng tôi bắt buộc phải đi đến đó, bắt chẹt phải không? Cùng là người Việt trong cảnh hoạn nạn, các anh nỡ lòng nào?

Bình nói nửa khó chịu, nửa cầu xin. Một anh xích lô khác cười, nói:

- Ối dào, các người thừa tiền chạy vượt biên, còn kỳ kèo vài đồng bạc với những người lao động chúng tôi làm gì. Anh nên hiểu từ bến Máy Chai chúng tôi chạy xe không về, ở đấy làm gì có khách.

Bình dứt khoát:

- Thôi được, chúng tôi cũng có cái khổ của chúng tôi, các anh cũng vậy. Để vừa lòng cả hai bên, mỗi xe trả mười hai đồng năm hào được chưa?

Mấy người xích lô nhìn nhau rồi gật đầu, cho xe sát

gần vỉa hè, mọi người nhanh chóng bước lên. Xe bắt đầu chạy về hướng Máy Chai. Trên đường lác đác các chị gồng gánh đem hàng ra chợ bán, nhiều người mặc quần áo xanh công nhân đi làm sớm. Gần đến nơi thuyền đậu thấy nhiều người xách túi, vác đồ, mặt nhớn nhác tìm chủ thuyền. Mọi người bước ra khỏi xích lô gần 7 giờ sáng, mặt trời đã lên cao, chiếu những ánh nắng vàng lấp lánh xuống mặt sông, bóng mấy chiếc thuyền gỗ bập bềnh thả neo ven bờ. Bến Máy Chai trơ trụi không có một cây xanh nào, nắng sớm mùa hè bắt đầu gay gắt, khiến không gian thêm khô cằn, nóng bức với hàng trăm người đang nhộn nhạo túm tụm từng đám đứng đợi. Bình và mấy cháu đã biết rõ nơi thuyền của bà Phượng đậu, đi thẳng đến.

Trước cửa bến, ba người sĩ quan cảnh sát mặc đồng phục màu vàng đã có mặt, một cái bàn hình vuông và hai ghế kê ngay ngắn chắn ngang lối xuống, gần sát chiếc ván cầu lên thuyền, dưới chiếc ô dù to che nắng. Đại úy Hùng ngồi giữa, một thiếu úy ngồi bên cạnh với bản danh sách đặt trên bàn, bút để trước mặt. Thuyền thả neo cách bờ vài mét, một tấm ván gỗ đặt lên đầu thuyền, đầu kia đặt dưới bờ đất gần lối đi làm cầu lên xuống. Một thiếu úy đứng ngay đầu bến, tay cầm danh sách tên người xuất cảnh do chủ thuyền nộp từ trước. Thuyền Phượng được lệnh xuất cảnh đầu tiên, mọi người xếp hàng, tay thiếu úy đọc tên từng chủ hộ, chủ hộ phải nói to: Có tôi. Tất cả người trong gia đình đi theo chủ hộ đến trước mặt tên đại úy Hùng, nộp các giấy tờ: Giấy xuất cảnh, sổ hộ khẩu, sổ gạo, tem thực phẩm, phiếu vải, chứng minh thư. Tên thiếu úy ngồi cạnh Hùng, cầm từng loại giấy tờ, xem xong vứt ngay vào chiếc thúng để dưới đất cạnh chân bàn, như vất đám giấy lộn. Sau đó hai đứa nói nhỏ với nhau, tên đại úy gật đầu ra hiệu cho phép lên thuyền. Chủ hộ cùng mọi người trong gia đình lần lượt bước từng bước lên ván cầu. Đến lượt gia đình Thùy, tiếng thiếu úy cảnh sát gọi:

- Trương Quý Bình.

Bình bước lên:

- Có tôi.

Bình đưa giấy tờ cho viên thiếu úy, anh ta hỏi:

- Gia đình anh có mấy người?

Bình quay lại chỉ tay vào mẹ con Thùy đang đứng ở phía sau:

- Gia đình tôi có ba người, tôi chủ hộ, vợ và con gái tôi.

Tay cảnh sát nhìn vào tờ danh sách đọc tên:

- Lê thị Thùy, con gái Trương thị Hiền.

Nghe cảnh sát đọc tên, biết đến lượt nhưng vẫn giật mình, Thùy móc túi lấy hết giấy tờ đưa cho hắn. Cầm chứng minh thư nhân dân trên tay, hắn nhìn Thùy hỏi:

- Chị là Lê thị Thùy? Là người Việt? Là vợ anh này?

- Vâng, trên giấy có ghi rõ.

Hắn nhìn Thùy một lần nữa với ánh mắt sắc lạnh, vứt tờ giấy xuống đất, gí mũi giầy da cảnh sát day day tờ giấy thật mạnh, như muốn nghiền nát nó với tất cả sự tức giận. Tờ giấy rách nát, bẹp gí dưới chân, hắn vẫn chưa ngừng. Thùy thấy tim mình đau nhói, uất ức, nhưng tự nhủ phải gắng nhịn, kìm nén, không được tỏ thái độ gì, Thùy nghĩ: "chắc từ bây giờ không thể nào trở về đây nữa rồi." Đại úy Hùng vẫy tay nói to:

- Cho qua, nhanh lên.

Tên thiếu úy được lệnh hất đầu ra lệnh cho Thùy đi. Cầm tay con gái bước sau Bình, chậm rãi, cẩn thận lội qua đám bùn nhày nhụa, nặng nề bước lên chiếc cầu ván lên thuyền, đến giữa chiếc cầu ván, Thùy nghe rõ tiếng mấy người xì xào bên dưới:

- Tội nghiệp chị kia, bụng mang dạ chửa, thai to vượt mặt thế kia, chắc gần ngày đẻ, lại còn đem theo con nhỏ, không biết sẽ ra sao?

'Tay dắt con thơ, bụng thai nghén theo chồng
Chân bước lên thuyền, lệ nhòa cùng nước biển...'

Thùy bước đi trong tiếng bàn tán của mọi người văng vẳng phia sau, mấy đứa cháu của Bình tiếp tục được gọi tên. Bình đi trước vác túi và va-li, Thùy cầm tay con gái bước chân vào bên trong thuyền. Từ giờ phút này, thế là hết, không còn giấy tờ tùy thân, không tên tuổi, không còn là công dân Việt Nam, phải từ bỏ tất cả, phải ra đi, xa mãi mãi mảnh đất hình chữ S này.

CHƯƠNG 6

BẮC HẢI

Vợ chồng Thùy bước vào bên trong thuyền đã thấy một nhóm người ngồi co ro ở gần cuối khoang, khách đi thuyền Phượng tiếp tục lên. Phần đông người có gia đình, vợ chồng và con. Nhiều tuổi nhất khoảng năm mươi, người có hai, người ba, bốn con. Bên ngoài trời vẫn nắng gay gắt, cảnh sát đang gọi tên người của thuyền tiếp theo.

Quá 2 giờ chiều, thuyền của Phượng làm xong thủ tục xuất cảnh, nhưng phải chờ con nước thuyền mới nhổ neo được. Một sà lan có năm người đến, trong đó ba cảnh sát của Sở Ngoại kiều, họ quăng dây cáp cho chủ thuyền và tài công buộc vào. Khoảng 3 giờ chiều, sà lan cảnh sát kéo thuyền Phượng rời bến Máy Chai ra cửa Đại Việt. Người trên thuyền thì thầm, nhìn nhau hoang mang, lo sợ. Nghe tiếng nước rào rào bên ngoài mạn thuyền, biết đã bắt đầu chạy khỏi bến Máy Chai, từ từ xa dần Việt Nam, cảm giác thật khó tả, mặc dù chưa đến phao số 0 vẫn trong địa phận Hải Phòng. Không gian nặng nề, căng thẳng, không có tiếng nói chuyện, thỉnh thoảng tiếng ho của ai, trẻ con hình như cũng biết sợ, ngủ yên không một tiếng khóc, nghe rõ từng hơi thở của người bên cạnh, im lặng đến rợn người. Cộng với tiết trời mùa hè sang tháng năm nóng bức, ngột ngạt, khó thở trong chiếc thuyền nhỏ ôm gọn 145 mạng người. Hơn một ngày sà lan kéo thuyền chạy qua các đảo Cát Hải, Cát Bà tiến vào Vịnh Hạ Long. Khoảng 6, 7 giờ tối hôm sau, thuyền đến đảo Ngọc, sát phao số 0, biên giới lãnh hải Việt Nam, cảnh sát chuẩn bị cắt dây kéo, đẩy thuyền đi ra biển Đông, hết trách nhiệm. Mọi người đứng trên sạp thuyền nhìn về chiếc sà lan, trước khi cắt dây và quay mũi rẽ sóng hướng về đất liền, tên đại úy Hùng nói to:

- Chúc bà con may mắn được ăn nhiều cá!

Nghe sao dã man, ác độc, cũng đầy chua xót, đau đớn. Một giọng nói ồm ồm không biết của ai, nửa Tàu nửa Việt:

- Mảu chí, píng cô xực píng cô? (không biết ai ăn ai?)

Mọi người im lặng, Thùy không hiểu câu nói đó có nghĩa gì, nhưng sau đó thấy mọi người thì thầm nhắc nhau cẩn thận, có thể trong số người đi thuyền có "gián điệp" cảnh sát cài vào. Chiếc sà lan chạy xa dần, mờ dần rồi khuất hẳn trong bóng đêm, nhưng mọi người vẫn đứng nhìn theo, mắt hướng về đất liền.

Vĩnh biệt Việt Nam!

Vĩnh biệt mảnh đất sinh ra và lớn lên!

Buồn, buồn vô hạn, buồn lắm lắm!

Nỗi buồn sâu lắng, buốt nhói, hiện rõ trong ánh mắt của mỗi người. Thật sự đã xa tất cả, gia đình, họ hàng, người thân, không hy vọng được nhìn thấy ai nữa, hẫng hụt và tuyệt vọng. Không tiếng gào khóc, chỉ nghe tiếng sụt sùi, nức nở, uất nghẹn, nước mắt đang từ từ lăn trên má như những giọt máu đang rỉ ra từ con tim người dân vô tội. Xung quanh toàn màu xanh thẫm của nước, của bầu trời xâm xẩm tối. Biển mênh mông dễ dàng nuốt chửng con thuyền nhỏ bé như chiếc lá mỏng mảnh cô đơn. Trên thuyền, nhiều người sống vùng biển, mưu sinh trên biển, nhưng những người sinh ra và lớn lên vùng đồng bằng, trung và thượng du xa xôi như gia đình Thùy, đây lần đầu tiên nhìn thấy biển, nay lênh đênh trên biển rộng cảm giác thật lo sợ, cô đơn trong nếp nghĩ.

Thẫn thờ, im lặng mọi người trở vào trong chiếc thuyền dài chừng mười tám mét, rộng ba, bốn mét. Khoang thuyền chia làm hai tầng, tầng trên chở người, tầng dưới để lương thực, thực phẩm, củi và than đá. Mấy thanh niên làm 'thủy thủ bất đắc dĩ', con gia đình Quảng Ninh làm nghề đánh cá, quen biết chủ thuyền, vợ chồng chạc năm mươi tuổi, có bẩy người con trai khỏe mạnh lớn nhất ba mươi tuổi, nhỏ nhất cũng mười sáu tuổi, gia đình gồm mười người lớn, hai trẻ con dưới năm tuổi nộp mấy trăm đồng cộng thêm một chiếc đồng hồ Liên Xô cũ, thế có lạ không! Giá quá rẻ không tưởng tượng nổi! Trên thuyền phần đông phụ nữ và trẻ em, nam giới chưa đến 1/3 con số. Mỗi gia đình chiếm một khoảng trong khoang chỉ đủ giải chiếc chiếu một, đủ chỗ để ngồi. Gia đình có ba người, nhưng Bình loăng quăng trên sạp thuyền nên Thùy được ngả lưng nửa nằm nửa ngồi, chân gác lên túi đồ. Đàn ông rải rác trên sạp thuyền tán gẫu hay nằm ngồi vật vã. Cuối thuyền có nhà vệ sinh, gọi là nhà cho oai, thực ra bốn tấm cót dán quây lại thành, một tấm gỗ bắc ngang làm cầu, ngồi 'thả trực tiếp' xuống biển cho cá.

Trời chạng vạng tối, thuyền vẫn căng buồm chạy theo chiều gió thổi. Nghe nói tài công đã nhiều lần đi Hồng Kông, chủ thuyền đồng ý cho thuyền tiếp tục đi đêm. Mẹ con Thùy nằm bên cạnh gia đình năm người, vợ chồng, con gái mười tám, con trai mười sáu, chồng Hoa, vợ Việt, bà mẹ khoảng sáu mươi. Người chồng nguyên Phó bí thư Thành Đoàn Thanh niên Lao động Hà Nội, buộc phải thôi việc, vợ công nhân dệt 8 tháng 3 cũng bị nghỉ việc, chính quyền địa phương gây khó dễ, anh đưa mẹ già chạy xuống Hải Phòng ra đi như bao nhiêu người Hoa khác. Trên thuyền, đa số gia đình thuần Hoa, những gia đình này rất đông, bao gồm ông bà, cha mẹ, chú bác, cô dì từ các tỉnh Lạng Sơn, Cao bằng, Lào Cai, Hà Nội, Hải Phòng, nhưng chủ yếu vẫn người Quảng Ninh, cùng với vài gia đình chồng Hoa vợ Việt, không quen biết, khác tầng lớp, giai cấp giờ đây cùng trên chiếc thuyền, chung số phận, chung niềm hy vọng đến Hồng Kông an toàn.

Mọi người ngủ gà ngủ gật, im lặng, tiếng ngáy của

ai đó vô tư như con trẻ. Có người nhìn chăm chăm lên vòm mái cong cong của thuyền suy nghĩ. Bất thình lình, thuyền tròng trành, nghiêng ngả như vật gì đó va mạnh sườn thuyền. Tiếng mưa rào rào như thác, gió giật từng cơn, sóng vỗ mạnh hai mạn thuyền, thuyền nghiêng ngả, chồm lên, tụt xuống, đẩy thuyền trôi sang phải, sang trái như xoay tròn. Có tiếng tài công quát to:

- Mấy cậu thanh niên đâu? Cẩn thận cơn giông đang ập tới, giữ chặt dây lèo và cột buồm.

Có người hét lớn:

- Thôi rồi, thuyền dạt trở về phao số 0 chết cả lũ!

Người người run sợ, hoảng loạn, trẻ con khóc như ri, mấy bà lớn tuổi chắp tay hai bàn tay trước ngực, miệng lẩm nhẩm niệm Phật. Ai cũng lo thuyền lật, thuyền dạt trở về Phao số 0, vi phạm lãnh hải Việt Nam có thể bị bắn, bị tù. Thùy ôm chặt con gái, toàn thân run bần bật, ngó nghiêng tìm Bình và con cháu nhà chồng, nhưng không thấy. Gần nửa giờ sau, như phép thuật hay Trời Phật thương, Thái Dương Thần Nữ không nỡ ra tay, trời quang, mưa tạnh, thuyền hết tròng trành, lặng yên trong đêm tối mông mênh. Tất cả im lặng, chỉ còn nghe tiếng sóng nhè nhẹ xô vào mạn thuyền, bập bềnh, lên xuống. Tiếng tài công vang lên:

- Bà con yên tâm, cơn giông đã lướt qua rồi.

Một bà lớn tiếng:

- Ông tài công có chắc chắn biết đường đi không

đấy?

Người đàn ông từ bên ngoài bước vào trong, nói to:

- Bà con yên tâm, chuyện gió to sóng lớn thường xuyên xảy ra trên biển. Thuyền ta đi trong tháng này an toàn, tháng sau mới đáng sợ.

Nghe vậy, biết vậy, nhưng mỗi người theo đuổi suy nghĩ riêng. Tiếng thì thầm to nhỏ, nghe rõ giọng lầu bầu:

- Khi thu tiền lấy giá cao, lý do thuyền sắt, chạy máy, nay thành thuyền gỗ chạy buồm. Treo đầu dê bán thịt chó!

Có người nói thêm:

- Chủ thuyền hứa có tài công giàu kinh nghiệm, thuyền chắc chắn đảm bảo đi đến Hồng Kông an toàn. Vậy các ông các bà yên tâm, mai ngày sẽ rõ.

- Các ông người Quảng Ninh, kiếm ăn trên sông nước quen rồi, không sợ. Chúng tôi dân thị thành, tất nhiên phải lo, phải sợ chứ.

Bàn tán, tranh cãi chẳng đi đến đâu, cuối cùng mọi người yên lặng chìm vào giấc ngủ. Vài người thao thức, tay vắt lên trán suy tư trong lo lắng. Hiền đã ngủ từ lâu, Thùy trằn trọc, nằm nửa người, chân gác lên túi đồ theo một tư thế mãi, không thoải mái, khó trở mình, bụng càng thêm vướng víu. Thuyền vẫn chạy gặp chiều gió nhanh hơn, xung quanh một màu xanh đen, không nhìn thấy bất cứ vật gì, ngoài con thuyền lạc lõng trên biển rộng. Không ai biết thuyền đang ở đâu? Vùng nào trên lãnh hải quốc tế hay Trung Quốc? Tài công cũng không nói gì, im lặng nhìn chiếc la bàn đặt trên tấm bản đồ hàng hải gần một mét vuông, thỉnh thoảng hút điếu thuốc lá cho tỉnh ngủ, ba thủy thủ đứng quanh buồng lái. Mấy ngày đầu, gia đình nào cũng còn lương khô, nước uống đem theo, lâu ngày hết. Chủ thuyền cho ăn ngày hai lần, bữa cơm, bữa cháo, ăn với cá khô nướng, hoặc ca la thầu (củ cải khô), lấy lý do đề phòng thời gian đi kéo dài nên mọi thứ phải hạn chế tối đa, kể cả nước uống đun sôi.

Thời tiết tháng 5 nắng càng gay gắt hơn giữa biển khơi, mặt trời đổ lửa xuống chiếc thuyền nhỏ bé, dọi nắng xuống khiến nước biển hất lên hơi nóng hầm hập. Vài chị bị say sóng, khó chịu, lảo đảo, nôn mửa, ra hết thức ăn, bây giờ chỉ còn thứ nước xanh xanh, vàng vàng từ miệng ói ra. Cái nóng gắt khó chịu cộng thêm mùi hôi, tanh, sản phẩm của các bà nôn ói ra thuyền hòa cùng hơi người không tắm rửa chua chua, nồng nặc. Khoang thuyền chật chội, chen chúc tạo nên bầu không khí khó chịu vô cùng. Cánh đàn ông trên mặt thuyền thoáng mát, hít những làn khí biển trong lành, không biết gì mùi hôi tanh trong khoang thuyền của mẹ già, vợ con, không những thế còn lấy gầu múc nước biển tắm hay rửa mặt. Đêm đêm nhìn lên trời xanh bao la, ngắm nhìn chòm sao Bắc Đẩu, sao Kim và các vì sao sáng lấp lánh. Tiêu chuẩn ăn ai cũng đói, nhưng với trẻ con và người mang thai cảm giác đói nhiều hơn. Mẹ con Thùy may mắn không say sóng, nhưng cái thai trong bụng đạp nhiều hơn, chắc nó đói lắm. Tất nhiên gia đình chủ thuyền và tài công được ăn uống no say, đến cô vợ 'thủy thủ' Quảng Ninh luôn miệng gọi chồng đem đồ ăn cho cô. Nghe nói, cô người Việt, mang thai hai, ba tháng không muốn theo chồng, nhưng gia đình chồng đánh lừa, đưa cô đi, nay chồng phải phục vụ chu đáo, no nê, trả nợ đời. Trong khi đó, bé Hiền thường xuyên kêu đói ngay sau khi ăn xong, Thùy cũng đói, mệt rã rời, sáng lưng bát cơm, chiều bát cháo loãng làm sao đủ cho mẹ và thai nhi trong bụng!

Hiền đang nằm yên, nghe bên ngoài có tiếng người đang cắn gì sột sột, ròn ròn, hai hàm răng nhai ngấu nghiến, Hiền nhổm dậy, chạy nhìn ra ngoài, con trai chủ thuyền chín, mười tuổi tay cầm quả mận tím cắn dở một góc. Hiền nhìn mẹ, biết ý con, Thùy lắc đầu. Hiền khe khẽ nói:

- Con đói lắm mẹ.

Vừa nói mắt nhìn chằm chằm vào thằng bé đang ăn, nuốt nước bọt, muốn lắm. Âm thanh phát ra từ miệng khi đưa bé cắn, nhai ròn tan, thôi thúc Hiền thêm liều lĩnh, hỏi:

- Anh ơi, cho em xin một miếng được không?

Nó mỉm cười nói như trêu Hiền:

- Không cho! Nhưng mày có gì đổi không?

Không suy nghĩ, Hiền đáp:

- Em chỉ có em bé nằm ở trong kia kìa.

Thằng bé cười sặc sụa, láu cá, bảo:

- Em bé mày, tao không đổi.

- Em chỉ cắn một miếng thôi.

Hiền năn nỉ. Nó lắc đầu, nhưng đi đến gần Hiền cười, đưa quả mận đang ăn dở, nói:

- Thôi, cho mày cả đấy.

Hiền cầm lấy quả mận, từ từ cắn một miếng to, rồi đưa trả lại. Thằng bé ngạc nhiên, hỏi:

- Sao không lấy? Chê hả?

Hiền nói ngay:

- Em chỉ xin anh một miếng thôi mà, em cảm ơn anh.

Nói xong Hiền đi vào trong ngồi bên mẹ, cúi đầu. Mấy bà ngồi gần đấy chứng kiến từ đầu hai đứa trẻ với quả mận. Người tủm tỉm cười, người lắc đầu, tắc lưỡi. Riêng Thùy thấy buồn, đau xót, xấu hổ vô cùng, cảm thấy thật có lỗi với con, nước mắt từ đâu lăn trên má. Bé Hiền lấy bàn tay nhỏ bé lau lau nước mắt cho mẹ, hỏi:

- Mẹ ơi, sao mẹ khóc? Em bé đạp mẹ đau bụng à?

Thùy xoa xoa đầu con gái, cố gắng không khóc nữa, nhẹ nhàng bảo:

- Mẹ xin lỗi, con gái mẹ đói lắm phải không? Chiều nay mẹ cho con ăn cả bát cháo của mẹ nữa.

Hiền lắc đầu:

- Con ăn, em bé sẽ bị đói, mẹ bị đau bụng.

Không hiểu sao, từ sau đó bé Hiền không bao giờ xin ăn của ai nữa.

Con thuyền vẫn tiếp tục lướt trên mặt biển, về hướng Hồng Kông. Mấy người bị nôn, mệt quá nằm lịm đi. Thùy nhắc con nằm xuống ngủ cho đỡ mệt, nằm xuống bên cạnh, bắt đầu bao nhiêu chuyện cũ trở lại, khiến Thùy suy nghĩ mung lung. Nhìn lên vòm mái thuyền cong cong trước mặt, những thanh tre, nứa đan vào nhau, từng hàng, từng lớp tạo thành hình của vòm mái thuyền đã chuyển màu, vài nan gẫy, giống như cuộc đời con người, đâu biết được ngày mai, vạn vật luôn luôn đổi thay, đời người cũng vậy. Không biết gia đình nhỏ của mình có đến được Hồng Kông không? Có an toàn không? Nghĩ đến con gái, đến cái bụng to kềnh, nghĩ đến Bình ở trên sàn thế nào? Sao không ngó nhìn hỏi han đến hai mẹ con, nhớ lại trước lúc đi ra bến Máy Chai, Thùy dặn:

- Anh Bình, đi thuyền vượt biển, em lo nhiều lắm. Hai lần trước sinh con, đều sinh khó, đứa đầu lòng bị mất oan uổng. Lần này trên thuyền không có bác sĩ, không biết sẽ thế nào? Nếu như, em nói nếu như, trở dạ đau bụng trên thuyền không tốt, để tránh gây khó khăn phiền phức cho anh, cho mọi người, anh hãy vứt mẹ con em xuống biển, an toàn tất cả. Anh đem Hiền theo, thay em chăm sóc nuôi con nên người, được thế em mãn nguyện. Anh nhớ giúp em được không?

Bình cau mặt, gắt:

- Sao lại nói vớ vẩn như vậy. Em sao thế?

Thùy nhẹ nhàng:

- Bao năm nay em biết anh là người thế nào, vì thế em nói trước, để anh dễ xử lý khi sự việc xảy ra.

Bình nhìn vợ, không nói, không tỏ thái độ, Thùy khó đoán biết được lòng chồng. Bây giờ, đang trên chiếc thuyền vượt biển đi cùng mọi người, không thấy Bình đâu suốt mấy hôm nay, Thùy chỉ còn biết hy vọng đến nơi được bình an, tốt lành. Đang miên man chìm trong suy nghĩ, trên thuyền nhộn nhạo, xôn xao, mấy cậu thanh niên chạy vào trong khoang thuyền, tụt xuống bên dưới lòng thuyền, nói vọng lên:

- Thuyền bị rò, nước vào trong thuyền, bà con ngồi yên để chúng tôi tát nước, vá chỗ rò rỉ.

Thoáng nghe họ nói chuyện bên dưới, biết thuyền vẫn tiếp tục rò rỉ, vừa thay nhau liên tục tát nước vừa trát sơn xuống khe hở lòng thuyền. Con thuyền cô độc lênh đênh trên biển cả như ông lão lê từng bước chậm chạp giữa xa mạc không định hướng, ai cũng lo lắng, run sợ, người chắp tay, kẻ làm dấu cầu nguyện Đức chúa Jesu, Thái Dương Thần Nữ cứu giúp, bầu không khí nặng nề, căng thẳng trong khoang thuyền. Mới hai tuần trôi qua từ ngày rời Máy Chai thuyền đã bị thủng? Phải chăng chủ thuyền dùng lời nói ngon ngọt, cố tình che giấu sự thật về tình trạng cũ nát chiếc thuyền đánh cá thanh lý mua với giá bèo, dối trá thuyền sắt gắn máy thu giá cao. Cảm nhận tình hình nếu đi tiếp không an toàn, chủ thuyền tuyên bố cho thuyền rẽ vào bờ biển Bắc Hải, Trung Quốc sửa chữa.

Bờ biển Bắc Hải nhiều thuyền đang neo đậu chờ sửa chữa. Người đi lại nhộn nhạo trên bến, dọc theo bờ từ xa đã nhìn thấy. Thuyền của Phượng thả neo xếp hàng chờ sửa, mọi người ồn ào xuống thuyền lên bờ, già trẻ, lớn bé, bồng bế, bê vác túi, đồ cá nhân lũ lượt dắt nhau. Thêm 145 con người hòa nhập vào trung tâm người chạy loạn dừng chân bờ biển Bắc Hải. Đâu đâu cũng thấy người nằm la liệt, lố nhố mọc lên rất nhiều túp lều nhỏ dựng bằng vài cọc che mảnh nylon, vỏ chăn cũ, bất cứ vật gì có thể dùng được quây kín che mưa, che nắng. Gia đình nào có thanh niên nhanh nhẹn tìm được chỗ nghỉ ngơi tốt hơn. Thùy chịu thua kém vì cái bụng to, kềnh càng, tay dắt bé Hiền, cuối cùng cũng tìm được khoảng đất rộng hơn mét vuông, tương đối bằng phẳng nhưng nhiều sỏi đá nhỏ lổn nhổn. Rất may, Thùy đem theo tấm vải ka-ki giờ thật có ích, gia đình nhỏ ba người của Thùy đã có chỗ nằm, túi quần áo làm gối, cuốn từ điển Việt - Anh dùng gối đầu suốt trên thuyền nay đã rách tả tơi, bạc màu, nhiều tờ đã bong tuột ra gáy sách. Các gia đình nằm gần nhau, cùng chung bầu trời bao la làm chiếc màn xanh rộng lớn không hình dáng, cảnh màn trời, chiếu đất đâu có sung sướng gì, ấy thế có người còn đùa tếu:

- Mọi người ơi, chúng ta đang ở khách sạn ngàn sao

đấy!

Ai nghe cũng bật cười gượng gạo, xót xa thân phận 'xảy nhà ra nằm đất'. Chủ thuyền thông báo cho mọi người biết sẽ dừng ở nơi này một thời gian dài để sửa thuyền, hàng ngày nhà thuyền phát cho mỗi người một bát cháo ăn với củ cải khô, chống đói qua ngày, ngoài ra mọi người phải tự lo, không có trách nhiệm. Nhìn đâu cũng thấy người, người Hoa, người Việt của các thuyền đậu lại sửa chữa, đồng thời người từ các nông trường của Trung Quốc chạy trốn tìm thuyền đi Hồng Kông. Thuyền đang sửa chữa, không rõ thế nào, nhưng lòng tham vô đáy, chủ thuyền tiếp tục nhận thêm người, lấy lý do cần tiền chi trả sửa chữa, không quan tâm đến sự an toàn, tính mạng con người.

Bắc Hải tập trung quá đông người, không có ai quản lý, kiểm soát, ngăn cấm, rác vứt bừa bãi, hơn nữa tình trạng thiếu nước uống, nước tắm giặt nên luôn xảy ra tranh giành, đánh nhau vì đói khát, thiếu thốn, cùng với lối sống tạm bợ, bừa bộn, bẩn thỉu diễn ra hàng ngày. Nhiều người đi thuyền trước, nay thuyền đều sửa ở Bắc Hải, vô tình tìm thấy nhau, mừng mừng tủi tủi, biết người thân còn sống sót. Một vài thuyền phát gạo cho thuyền nhân, phải tự túc lo liệu nấu ăn trong thời gian chờ đợi. Riêng chủ thuyền Phượng chỉ phát một bát cháo, nên ai cũng đói, cộng thêm thời tiết nóng nực, rừng người trên mảnh đất không một bóng cây xanh, trơ trụi khô cằn, ăn xong bát cháo, mồ hôi chảy ra, thế là hết! Người có tiền ra chợ mua gạo, thực phẩm bán tự do không còn chế độ tem phiếu như trước. Mấy bà chuyên nghề chạy chợ, nhanh nhẹn nghĩ kế, rủ nhau đi vào sâu trong làng tìm cách xin ăn. Thùy tò mò nghe các chị đến trước kể lại cách đi xin ăn. Họ bảo nhau học tiếng Quảng, biết một câu xin ăn là đủ:

- Màu cối, pày ngổ phán xì! (Làm ơn, cho tôi xin củ khoai).

Không biết họ dạy có đúng không, nhưng đói đầu gối phải bò, rủ nhau hai, ba người vào trong làng làm cái bang khất thực. Dân ở đây làm nghề chài lưới, kiếm ăn hàng ngày, vất vả, nghèo không sung túc gì, nhưng thật thà, tốt bụng, nhìn thấy đàn bà, trẻ con xin ăn nói không sõi, họ không xua đuổi còn đưa vào nhà, cho củ khoai lang luộc, bát cơm nguội, mẩu cơm cháy, đã làm nghề cái bang ăn xin đâu dám đòi xôi gấc, cho gì ăn hết, không chê. Cái đói hành hạ quên cả thể diện, lòng tự trọng, dây thần kinh xấu hổ teo lại lúc nào không biết. Nghe chuyện, Thùy nghĩ tìm xem còn cái gì có thể bán lấy tiền mua gạo, đột nhiên sáng sớm hôm sau bụng đau dữ dội, ối đã vỡ nước, ướt quần, biết đã đến ngày sinh con. May chuyện này không ở trên thuyền, nhưng làm thế nào đây? Có người mách, bên kia sông có trạm xá, nhưng phải mất tiền đi đò. Thùy gửi bé Hiền nhờ chị quen người Hà Nội trông giúp, đi đến gần bờ sông, may gặp lái đò, đưa cho anh ta năm hào Nhân dân tệ chở qua sông. Bụng đau từng cơn, lúc âm ỉ, lúc dữ dội, nhìn Thùy đau đớn, người lái đò cố chèo hết sức đưa vợ chồng Thùy đến trạm xá cách đó không xa. Lúc này Bình thể hiện vai trò người chồng biết nói tiếng Hoa, đến trạm xá, hai phụ nữ vội vàng dìu Thùy vào trong. Cả phòng khám trạm xá trơ trọi chiếc giường tre trải chiếu, một bàn, một ghế. Họ bảo Thùy nằm xuống giường để khám, nói đến đâu, Bình dịch cho vợ làm theo, không thắc mắc, lo ngại, có người giúp là may mắn, quá tốt. Giống như hai lần trước, cơn đau kéo dài, liên tục, đứng hay ngồi cũng đau, hai tay chống vào tường, cắn môi đến chảy máu, kìm nén cơn đau khỏi bật tiếng kêu. Mấy chị trong trạm xá xí xố nói với Bình, Thùy không biết nữa, nỗi lo sợ duy nhất, con bị ngạt, vì ối vỡ từ sáng sớm. Không còn biết đau, Thùy cắn môi, thầm cầu nguyện Trời Phật linh thiêng phù hộ, cứu giúp qua cơn nguy kịch. Người xưa có câu:

'Đàn ông qua sông có bạn

Đàn bà vượt cạn một mình'

Giờ đây Thùy đang vượt cạn một mình, không dám kêu, dám hỏi, chỉ còn mỗi lo sợ ám ảnh trong đầu, mong mọi sự tốt lành. Trời tối dần, vẫn chưa chuyển dạ, lâu lâu họ vào kiểm tra Thùy, Bình luôn đi theo sát chị y tá. Đêm hôm đó không biết chính xác mấy giờ, thằng con trai bướng bỉnh mới chịu chào đời. Nghe tiếng khóc của con, Thùy mừng rơi nước mắt, nhìn cô y tá, mếu máo nói tiếng Bắc Kinh học lỏm được của chồng:

- Xê xê nỉ. (Cảm ơn chị)

Không biết phát âm có đúng không, nhưng chị nhìn Thùy gật gật đầu cười. Bình vui mừng bảo vợ:

- Em ơi, con trai mình được 8 poòng. (# 3 kg 6)

Thùy cười, yên tâm, con được bình an, tự nhiên nước mắt chảy dàn dụa, khóc trong niềm vui sướng, khôn tả, thầm cảm ơn Trời Phật đã phù hộ cho hai mẹ con, sau đó thiếp đi sau một ngày đau đớn, mệt mỏi. Sáng hôm sau, Thùy thấy đói và khát vô cùng. Bình mua ở đâu một khúc bí xanh luộc đem vào, Thùy ăn ngấu nghiến. Nghĩ đến bé Hiền, Thùy giục Bình hỏi trạm xá thanh toán, ngạc nhiên khi biết họ giúp đỡ không lấy tiền. Lòng tốt của các chị Thùy không bao giờ quên, một trạm xá nhỏ, đơn sơ trong làng chài nghèo khổ, nhưng lòng nhân ái lại bao la đậm tình người. Một giờ sau, vợ chồng Bình xin phép trở về thuyền, cảm ơn chia tay mấy người trong trạm xá. Thùy không biết nói gì, rưng rưng lệ, bịn rịn chào tạm biệt ân nhân. Ôm con trai cùng chồng đi đò qua sông trong niềm vui hạnh phúc dâng trào.

*

* *

Hiền suốt ngày ngóng mong bố mẹ, đến tối vẫn chưa thấy về, thắc mắc luôn miệng hỏi:

- Bác ơi, sao mẹ cháu mãi không về thế?

Bà Kiều an ủi:

- Mẹ cháu đi đón em bé về, cháu muốn có em bé không?

Hiền vui vẻ đáp:

- Cháu mong có em bé chơi với cháu.

- Vậy phải ngoan, ngày mai mẹ đem em bé về.

Hiền vui lắm, ngoan ngoãn vâng lời bà Kiều. Sáng thức dậy, Hiền đã ra ngoài ngóng chờ mẹ. Gần trưa Hiền nhận ra bóng mẹ từ xa, reo lên mừng rỡ:

- Bác Kiều ơi! Mẹ cháu, mẹ cháu về kìa!

Bà Kiều và mấy chị nghe tiếng Hiền kêu to, đổ xô ra nhìn về phía tay chỉ của bé Hiền. Bình đi bên cạnh, Thùy ôm gọn con trai quấn trong khăn bông bước chậm rãi đến gần mọi người. Hiền chạy nhanh ra ôm chân mẹ, kéo tay Thùy hỏi:

- Mẹ cho con nhìn em bé của con đi mẹ?

Mọi người vây quanh, ai cũng vui, hỏi thăm ríu rít, chúc mừng hai mẹ con được bình an, mẹ tròn con vuông. Bà Kiều nói to:

- Mong các bà các chị tránh cho Thùy đi vào trong lán trước, trời đang nắng như thế, mẹ con nó bị cháy nắng bây giờ.

Lúc đó mọi người mới tản ra, Kiều đón đứa bé từ tay Thùy, Bình vào trong kéo lại tấm vải che ngay ngắn, dìu vợ ngồi xuống. Bên ngoài tiếng nói chuyện, bàn tán, dĩ nhiên bây giờ hai mẹ con Thùy là đề tài của họ. Hiền vui lắm, ngồi gần sát ngắm nhìn em bé, tò mò chạm vào ngón tay nhỏ xíu xinh xinh, cái mũi bé tý ngộ nghĩnh, hỏi mẹ:

- Mẹ ơi, em bé có tên không? Con gọi em là gì?

Kiều cũng hỏi Thùy:

- Em đặt tên thằng bé là gì? Đêm qua có ngủ được không? Em đã ăn gì chưa?

Thùy mệt mỏi trả lời:

- Em không biết sinh cháu lúc mấy giờ? Chỉ biết trời tối lâu lắm thằng bé mới chịu ra. Sau đó em ngủ thiếp đi vì quá mệt.

Thùy chép miệng nói tiếp:

- Sinh con xong, em lo cháu Hiền ở với bác đêm qua thế nào? Tình hình thuyền sửa đã xong chưa? Còn bao ngày nằm chờ ở bãi này? Mẹ con em sẽ ra sao, em lo lắm các chị.

Mấy người cùng thuyền ngồi xung quanh động viên:

- Ối dào, em vừa sinh con không nên suy nghĩ nhiều, đến đâu hay đến đó, đã có chú Bình lo cho mẹ con em.

- Nghe nói thuyền vẫn chưa xong, không ai biết khi nào thuyền chạy tiếp? Chủ thuyền vẫn cho bà con ăn cháo. Em phải ăn mới có sữa cho con bú Thùy à. Em cần gì cứ nói, các chị sẽ giúp em.

Nghe mọi người an ủi, dù chỉ một câu nói, nhưng trong hoàn cảnh chạy loạn, không người thân bên cạnh, Thùy thật sự cảm động, thấy ấm lòng. Nhìn quanh không có bóng người cháu nào của Bình, Thùy không muốn hỏi. Chị Xoài người Việt đi theo chồng, tuổi ngoài 25, nhìn thằng bé nói:

- Nhìn cu cậu ngủ ngon quá, nhà em cũng đang mong trời cho một đứa, nhưng loạn lạc thế này, em bảo từ từ cũng được. Chị đặt tên bé là gì?

Bình ở bên ngoài ngó vào nói:

- Cục vàng của tôi đấy. Kỷ niệm đi biển, sinh cháu ở Bắc Hải, vợ tôi muốn đặt tên cháu Bắc Hải, cũng có nghĩa là biển.

Mấy chị cười vui:

- Vậy phải nhớ chăm sóc, tẩm bổ cho mẹ con cục vàng chu đáo nhé. Chú Bình mau nấu cơm cho cô ấy ăn.

Có thêm nhân vật mới, bầu không khí mấy lều lán xung quanh nhộn nhịp, vui hẳn lên. Mọi người ra về, Thùy đặt thằng bé nằm trên cái va-li nhỏ đựng quần áo tã lót, Hiền tranh nằm bên cạnh em. Thùy lấy hộp sữa 'Ông Thọ' pha cốc sữa cho hai mẹ con uống. Đem theo từ Hải phòng được 10 hộp sữa đặc có đường, đã dùng hết 5. Bây giờ thật quý hiếm đối với Thùy, không biết còn ăn đợi nằm chờ ở đây bao nhiêu lâu, Thùy gọi Bình vào bàn với chồng:

- Em đã nhờ chị Kiều nấu cơm cho mẹ con em hôm nay. Em nghĩ mình có mấy thứ, ngày mai anh đem đi bán lấy tiền mua gạo, thịt, thức ăn, củi đun, nhà thuyền phát cho ngày có bát cháo sao đủ.

Trước khi đi Thùy đã mua, may tã lót, quần áo cho Hiền và em bé, nay phải nằm chờ, cần có tiền chi tiêu, không thể giữ đem theo được nữa. Thùy tìm áo khoác bằng vải xi pha nylon bố may cho, mấy cái áo len, đồng hồ đeo tay, cái võng ka-ki bộ đội... những gì có thể bán được để có tiền sẽ phải bán. Ngày hôm sau Bình đi từ sớm, nhiều thuyền xuất cảnh từ miền Bắc đều ghé vào Bắc Hải sửa thuyền, hầu hết thuyền đánh cá của các hợp tác xã thanh lý, không an toàn, chủ thuyền tham rẻ, mua về tu sửa cho đẹp, làm phương tiện chở người, công an Ngoại kiều biết nhưng làm ngơ, lờ đi vì chủ thuyền đã lót tay.

Bắc Hải nơi tập trung các thuyền miền Bắc, đông đúc, có thời kỳ lên đến hơn ngàn người, nằm vật vạ, nắng mưa thất thường, sống tạm bợ, không giữ vệ sinh nên sinh ra đau ốm, bệnh tật. Sinh con xong, trở về chui vào cái lều nhỏ bé, nằm trên mảnh đất đầy đá sỏi gồ ghề, lưng đau ê ẩm. Ban ngày trời đổ lửa xuống bỏng rát, người ngứa ngáy khó chịu. Có ngày lộng gió cát bụi mù mịt, rác bay tứ tung vào lều. Nằm dưới đất sao sạch sẽ được, nhất là với phụ nữ mới sinh con. Hôm sau Bình lấy được một thùng nước ngọt to về nấu ăn, không chịu được nóng bức, càng cảm thấy khó chịu, Thùy mừng quá, lấy thùng nước ra tắm, dội ào ào. Dòng nước mát lạnh tưới xuống cơ thể lâu ngày không tắm rửa, đến đâu dễ chịu đến đó. Cảm giác như vừa trút một gánh nặng không nghĩ ngợi gì, không biết lo sợ. Mấy bà lớn tuổi thấy vậy kêu ầm lên:

- Trời ơi, sao liều thế. Vừa sinh con xong phải kiêng cữ chứ. Tắm nước lạnh thế này mai kia già cả sẽ đau xương, đau khớp cô Thùy ơi là cô Thùy!

Ối dào, ăn ở khổ sở như thế này kiêng gì, cữ gì cơ chứ. Cảnh chạy loạn phải chấp nhận biết làm sao, còn hơn để người nóng nực, bẩn thỉu khó chịu. Biết đây là kiểu bào chữa lý sự cùn của kẻ chạy nạn, Thùy tự nghĩ, tự cười bản thân. Một hôm Bình ở ngoài về báo tin vui với vợ, cách đây không xa có xưởng gỗ, xếp nhiều tấm gỗ chồng chất lên nhau, xung quanh trống không, trên có mái gianh che kín tử tế. Bình đưa mẹ con Thùy đến đó làm nơi trú tạm thời tránh sương gió. Hai gia đình bên cạnh cũng tháo lều đi theo, Thùy bế con, Hiền cầm vạt áo mẹ đi bên cạnh, Bình tháo lều, túm tất cả lại cầm theo, mấy gia đình lôi thôi lếch thếch dẫn nhau đến chỗ xưởng gỗ.

Xưởng gỗ trông như bỏ hoang, nhiều tấm gỗ xẻ to, bằng phẳng xếp chồng lên nhau, nét mặt ai cũng hớn hở. Mấy người đàn ông khiêng gỗ xuống, kê thành chiếc giường lý tưởng, cao ráo, không bị gió bụi ngoài bờ biển thổi vào, có mái nhà che nắng mưa ban ngày, chống sương lạnh ban đêm. Hiền ngồi xuống tấm gỗ nhún nhún người lên xuống cười thích thú, Thùy tranh thủ ngả lưng, thằng Bắc Hải vẫn nằm trên va-li xinh xinh, chiếc giường đặc biệt, cu cậu ngủ ngon lành. Đã lâu lắm bây giờ mới được nằm duỗi thẳng người, thẳng chân, cái lưng sau bao ngày bị tra tấn ê ẩm trên nền đá sỏi cồm cộm gồ ghề bãi biển, nay thoải mái biết bao. Thùy vươn vai, hít thở không khí của gió biển, thoang thoảng mùi gỗ thơm thơm nhè nhẹ. Niềm vui chưa được đầy gang, đột nhiên ánh sáng đèn pin chói lòa từ đâu chiếu vào chỗ Thùy nằm, dọi vào mặt, tia sáng lên xuống soi mói khắp xưởng gỗ, giọng đàn ông ầm ầm quát tháo xì xà xì xồ tiếng địa phương. Tất cả giật mình, run rẩy, Bình và hai thanh niên biết tiếng Quảng đứng ra nài nỉ xin cho nằm lại nốt đêm nay. Một bên van xin, năn nỉ, một bên nét mặt hầm hầm cau có, lắc đầu nhất định không đồng ý. Bắt buộc tất cả phải chuyển ngay lập tức, họ soi đèn pin vào mặt từng người, xô đẩy, đạp đạp chân các tấm gỗ không cho ngồi lên, mọi người lại thu dọn, bồng bế nhau rời bỏ vị trí vừa tìm được, luyến tiếc một giấc mơ đẹp. Trong Thùy nỗi buồn tủi, uất ức xen lẫn hoang mang lo sợ, chiến tranh xảy ra, những người dân vô tội, thành người vô gia cư, không nơi trú ngụ. Việt Nam không được ở bị đuổi đi, Trung Quốc cũng không cho nằm ngồi! Những con chim lạc loài sẽ bay vất vưởng đi đâu, về đâu, đâu là bến đỗ, đâu là nơi an toàn?

Mấy gia đình lại thất thểu đưa nhau trở về khoảnh đất trước đó, đóng cọc, dựng lại túp lều như cũ, may chưa bị mất chỗ. Chợt nghe có người gọi:

- Bình phải không? Có đúng Bình đấy không?

Hai vợ chồng nhìn về phía có tiếng gọi, Thùy nhận ra bạn của Bình, nói với chồng:

- Anh Bình, anh Vinh bạn anh kìa.

Bình cũng nhận ra người bạn cũ học Trung học Trung hoa ở Hà Nội:

- Ôi, Vinh đấy à? Lâu rồi không gặp. Đi thuyền nào đấy?

Hai người mừng vì quá bất ngờ, nghẹn lời. Vinh lên tiếng trước:

- Thuyền mình đang sửa chữa, bị rò nước, đến đây một tuần rồi. Vợ cậu sinh em bé? Lâu chưa?

Thùy lúc này mới nói:

- Em chào anh Vinh, anh còn nhớ em? Em sinh cháu cách đây mấy ngày.

Vinh nhìn Thùy to vẻ ái ngại:

- Quên làm sao được, tụi anh vẫn nói, thằng bạn anh may mắn lắm mới lấy được em.

Bình cười:

- Vẫn cái tính khỉ gió ấy. Thế có đi được cả nhà không? Ông bà già có đi không?

- Đi tất, kéo cả cụm, đi hết. Thôi, Thùy vào trong lều nghỉ đi em, ngoài này gió lắm.

Vinh khẽ nói với Bình:

- Ngày mai mình đưa cho cậu con sâm Triều Tiên, vợ cậu mới sinh trông yếu lắm, mua thêm gà, rượu bồi dưỡng cho vợ, ông tướng ạ.

Vinh tạm biệt hai vợ chồng, vội đi có việc. Thêm một đêm nằm dưới sương gió, đêm nay trăng tròn treo lơ lửng trên bầu trời cao xa thăm thẳm, phải chăng chị Hằng đem chút ánh sáng trong lành giúp những con người khốn khổ dịu đi phần nào tăm tối trong cảnh 'màn trời chiếu đất.'

Thuyền chưa sửa xong, chủ thuyền vẫn tiếp tục nhận thêm người chạy trốn từ nông trường. Hàng ngày mọi người thay nhau hỏi xem tình hình thuyền chữa ra sao. Sau khi sinh Bắc Hải được mười ngày, Phượng thông báo thuyền chuẩn bị nhổ neo, nhưng không chấp nhận mẹ con Thùy lên thuyền với lý do:

- Theo luật lệ ngư dân làm nghề chài lưới, không cho đàn bà mới đẻ lên thuyền, rất kiêng kỵ, sợ đem rủi ro, không may mắn, không an toàn cho người trên thuyền.

Thùy không tin vào lý do mê tín, dị đoan ấy, nhưng biết làm sao? Thân cô thế cô, bị bắt nạt, chèn ép, phải chi gia đình đông anh em họ hàng đi cùng, ai dám làm gì? Lôi thôi sẽ kháng cự, chống lại, đâu chịu thua. Mang tiếng có mấy người cháu thanh niên đi cùng nhưng chúng làm ngơ, hay nó có phép thuật tàng hình, biến mất từ khi thuyền đến Bắc Hải. Thùy nhớ ra cô em gái Bình, bạn thân Phượng – chủ thuyền – bảo chồng. Nhìn chồng đứng yên như khúc gỗ, Thùy chán nản, lắc đầu.

Người choáng váng khó chịu, sinh con mới được mươi ngày, máu vẫn ra nhiều, mệt mỏi, thời tiết nóng bức, ăn ở sinh hoạt bẩn thỉu, tinh thần không thoải mái. Nay sinh ra việc rắc rối của bọn chủ thuyền, khiến Thùy thêm căng thẳng. Sữa không có đủ cho bé bú, chủ thuyền nhất định không chịu trả lại tiền, dù một nửa. Thùy thực sự thấy tủi thân, đơn độc, nhìn sự bất lực của chồng nghẹn uất lên tận cổ họng.

Chị Kiều và nhóm người xung quanh cũng bất bình với bọn chủ thuyền. Một lũ buôn người sống vì tiền, coi tiền trên hết, định cướp trắng số tiền của mẹ con Thùy hay sao? Người xì xào oán trách:

- Tình cảnh của cô chú ấy như thế, nó nỡ lòng nào không cho người ta lên thuyền. Ăn ở thất đức, bất nhân, không sợ ông Trời quả báo.

Nhưng than ôi, chúng làm gì có đức mà mất. Nghĩ lại những ngày đã qua, quá tin tưởng vào quan hệ bạn bè, làm ăn của cô em chồng, suy cho cùng, chúng một giuộc như nhau, loại buôn gian bán lận, nếu có điều kiện nó bán được tổ tiên, đất nước chắc cũng không từ. Ngon ngọt tưởng được đi thuyền sắt, có máy, chắc chắn an toàn, chỗ thân quen, không lo lạc lõng bơ vơ. Ai ngờ? Càng quen càng lèn cho đau!

Người chung cảnh ngộ thương cảm, nhưng không có quyền quyết định. Đang lo lắng, chưa tìm ra cách giải quyết. Trời Phật trên cao nhìn thấu đã ra tay cứu giúp mẹ con Thùy. Gia đình chủ thuyền có chuyện buồn!

Nghe mọi người xôn xao bên ngoài lều, nhìn quanh không thấy Bình, Thùy bảo con gái:

- Em bé đang ngủ, con ở đây với em, mẹ ra xem các bác có chuyện gì ồn ào nghe nói đến tên của mẹ.

Thùy ra khỏi lều thấy bốn, năm người đang túm tụm lại thì thầm to nhỏ, thấy Thùy bước ra, một chị nhanh miệng gọi:

- Cô Thùy ơi, lại đây mau lên, có tin mới.

Thùy nóng lòng muốn biết, nói ngay:

- Em nghe các bác nhắc đến tên em, không yên tâm, sợ có điều gì không phải khiến các bác giận, nên em nghe đây.

- Chúng tôi biết việc gia đình cô, chủ thuyền không cho mẹ con cô lên thuyền, nhưng cô có biết thuyền chưa đi được không?

Thùy ngạc nhiên:

- Em tưởng họ sắp nhổ neo rồi. Em đòi lại tiền, họ không trả, họ nói đưa gia đình em đến đây rồi, có thể vào Trung Quốc sinh sống. Mẹ con em đã nộp tiền đi Hồng Kông.

- Cô chưa biết gì à, đêm qua bà mẹ chủ thuyền chết rồi. Nghe đâu ăn uống tẩm bổ quá, sâm, nhung nhiều lắm nên ra đi....

Tin gia đình có người chết sao lại mừng, Thùy hỏi lại:

- Vậy thuyền chưa đi được các chị mừng cho em?

Một bà to béo, nói tiếng Việt không sõi, giải thích:

- Mừng cho cô, tụi tui mừng cho cô đấy.

- Tại sao?

- Luật bù trừ nhà thuyền! Trên thuyền có người mất đi, sẽ có người được vào thay thế. Tức là mẹ con cô được lên thuyền. Đó, tin vui chỗ ấy. Quả báo quân chúng nó! Trời rất gần, đâu có xa!

Thùy chưa tin lắm, sao có chuyện mê tín như thế, nhưng nếu đó sự thật, còn gì vui hơn! Còn trẻ, ít va chạm trường đời, nhất là những việc liên quan đến nghề chài lưới, đi biển. Nghe biết vậy, mong sao đúng như vậy! Mấy bà khác cũng gật đầu tỏ vẻ tin tưởng, Thùy nghe có người nói nhỏ với nhau:

- Không cho cô Thùy lên thuyền, vất vưởng ở đây mãi sao được, con nhỏ lại mới đẻ, tiền không, họ mạc cũng không, biết đi đâu, sống thế nào?

Mọi người giải tán dần, vẫn không thấy Bình về. Đến trưa Bình vừa bước vào lán, Thùy hỏi ngay:

- Có tin gì không anh?

Mặt đỏ bừng, mồ hôi nhễ nhại, Bình báo tin:

- Em ơi, hôm nay anh định to tiếng với Phượng về chuyện nhà ta, nhưng đến nơi thấy có nhiều người ra vào lán của nó, hỏi ra mới biết mẹ nó chết đêm qua.

- Các chị quanh đây cũng biết tin này, vừa nói chuyện bàn tán đấy. Anh có nghe thêm được tin gì không?

- Mỗi người mỗi ý, phỏng đoán này nọ, chưa biết thế nào?

Thùy gợi ý:

- Thuyền chưa đi được đâu, sáng mai anh đến hỏi

cho rõ. Em nghe các chị nói, nếu có người mất, phải cho thêm người mới đẻ lên thuyền đấy, luật lệ nghề sông nước.

- Biết vậy, ngày mai hỏi. Hôm nay họ đang có chuyện buồn.

Không có tin tức gì thêm về thuyền của Phượng, vài thuyền đến trước đã nhổ neo rời Bắc Hải, thuyền khác tiếp tục đến. Người đi, người đến liên tục hàng ngày, Bắc Hải ngày càng lộn xộn, phức tạp. Đã vào dừng ở đây các thuyền đều phải sửa chữa vì toàn thuyền thanh lý, đồng thời chủ thuyền lấy cớ trả công sửa chữa nhận thêm người mới. Thuyền ít nhất lưu lại hai tuần trở lên, ai cũng mong được đi tiếp. Tình cảnh của Thùy càng mong muốn nhanh hơn nữa, cuộc sống tạm bợ, bừa bãi, mất vệ sinh, không ai chịu trách nhiệm, kiểm soát, tiền cũng cạn, lo chạy từng ngày. Không biết phía trước ra sao nhưng hiện tại không thể kéo dài mãi như vậy. Sáng hôm sau, Bình quyết định phải có thái độ dứt khoát với bọn chủ thuyền. Nhưng không như dự định, Phượng nói với Bình bằng thái độ khác mấy lần trước:

- Anh Bình, thông cảm hoàn cảnh của chị. Gia đình anh tiếp tục đi cùng thuyền nhưng…

Phượng ngừng một lát, nói tiếp:

- Nhưng để đảm bảo an toàn cho mọi người, yêu cầu anh phải tìm thầy cúng làm một cái lễ xua đuổi tà ma, trừ mọi xui xẻo cho thuyền.

Bình khó chịu hỏi lại:

- Tại sao phải cúng lễ? Tà ma ở đâu mà xua đuổi?

Bằng giọng ngon ngọt, như dỗ dành vốn có của con buôn, Phượng giải thich:

- Đây là kinh nghiệm của người già, người đi trước mách bảo. Từ xưa ngư dân đã tin như vậy. Con đường phía trước còn dài, vì vậy anh, tôi và mọi người ai cũng mong muốn mọi sự tốt lành phải không?

Vốn là người hiền lành, nghe Phượng nói cũng có lý, không thể làm căng được, trong hoàn cảnh của hai vợ chồng lúc này, làm theo ý của chủ thuyền thích hợp nhất. Bình vặn hỏi:

- Tìm thầy cúng ở đâu bây giờ?

Phượng nói ngay, như đoán trước được câu hỏi của Bình:

- Tôi biết thuyền mình có một ông làm thầy cúng khi ở Việt Nam. Anh đồng ý, tôi nói giúp, đưa cho ông ta ít tiền là thu xếp ổn thỏa.

Tiền! Cuối cùng vẫn là tiền. Bình trả lời:

- Tôi về bàn với vợ tôi, cô tìm thầy cúng, khi nào thuyền nhổ neo?

Phượng thản nhiên đáp:

- Làm xong thủ tục cho vợ con anh thuyền sẽ nhổ neo. Anh về bàn với chị thu xếp cho nhanh.

Bình vội vã về lều, trên đường gặp một số người đi cùng thuyền hỏi thăm tình hình. Trông thấy Bình từ xa, Vinh:

- Bình, cậu có việc gì mà vội vàng thế?

Bình đứng lại kể cho Vinh sự tình, Vinh cười khểnh, nói với bạn:

- Đúng một lũ thú đội lốt người, mượn gió bẻ măng. Theo tớ nghĩ, tên thầy cúng người của bọn chúng, tìm cách moi tiền nhà cậu.

Bình không nói gì, chào Vinh nhanh chân bước về gặp Thùy. Gần đến lều, chị Kiều và mấy người lều bên cạnh xúm lại hỏi thăm, Bình vội hỏi:

- Chị ơi, nhà em có trong lều không?

Mọi người vừa đi theo Bình vừa tíu tít hỏi. Bình bước vào trong lều thấy Thùy đang cho con bú, Hiền ngồi bên cạnh. Thùy ngẩng lên hỏi chồng:

- Tình hình thế nào anh?

Bình ngồi xuống cạnh vợ, mấy bà mấy chị vây xung quanh ngóng chờ. Bình nói:

- Chủ thuyền đồng ý cho mẹ con em lên thuyền, nhưng phải có thầy cúng làm cho mình một cái lễ xua đuổi tà ma, trừ xui xẻo, cầu mong tốt lành cho thuyền đi gặp may mắn.

Mỗi người một câu, ý kiến đủ kiểu. Thùy lo lắng hỏi

chồng:

- Thầy cúng ở đâu? Chắc phải mất tiền cho thầy.

Bình khẽ nói:

- Bà Phượng bảo thuyền mình có ông thầy cúng, bà ấy tìm giúp cho.

- Rõ lắm chuyện, người của chúng nó thôi.

- Không muốn trả lại tiền, giờ tìm cách móc thêm.

- Chúng cầm chuôi dao, muốn đi phải nghe theo chúng.

Nghe mọi người xôn xao, biết họ quan tâm nên thế, nhưng không giải quyết được gì, đầu Thùy như muốn vỡ tung, biết bao nhiêu tiền cho vừa lòng thầy cúng? Thùy nhẩm tính trong đầu, Bình ngồi im lặng suy nghĩ.

Một góc trên sạp thuyền của Phượng, Thùy bế con trai ngồi khoanh chân, cúi đầu lặng yên nghe thầy cúng miệng lẩm nhẩm, khấn vái. Ông ta mặc chiếc áo nửa xám xịt, nửa nâu nâu, rúm ró như bị vò cuốn lại, vứt xó xỉnh nào bỏ quên từ lâu không dùng đến. Đầu quấn mảnh vải đen bạc màu, đeo đôi kính râm, gọng mắt kính to bự, có dây buộc đeo vào vành tai chắc chắn, tay cầm bát nước. Ông ta vừa lẩm bẩm những gì không rõ tiếng, chốc chốc lại nhấp ngụm nước từ cái bát, phun nước trong mồm ra phì phì lên người hai mẹ con Thùy trông ghê ghê, mất vệ sinh. Xung quanh bên dưới thuyền,

Bình và bé Hiền cùng nhiều người đứng nhìn, theo dõi phép bùa diệt trừ ma quỷ của thầy cúng. Thùy cúi người che nắng cho con, ngăn những tia nước từ trong mồm 'thầy' phun ra, không biết ông ta khấn vái gì, hai chân tê cứng vì ngồi lâu, lưng bỏng rát vì nắng, đầu Thùy như quay vòng, choáng váng. Nhưng bản năng của người mẹ, Thùy vẫn ôm giữ chặt con trong lòng, ngồi yên bất động suốt thời gian tế lễ. Không nhớ kéo dài bao lâu, bất chợt như có những hạt mưa rơi xuống, 'thầy' dùng tay vẩy hết cả chỗ bát nước còn lại lên khắp người mẹ con Thùy. Thế là xong! Tà ma đã bay đi! Thuyền an toàn vô sự! Thùy mệt mỏi quá không biết gì nữa, cho đến khi Bình và mấy bà chạy lên sạp thuyền đỡ hai mẹ con đứng dậy. Thùy được phép bước vào bên trong. Mọi người lần lượt đi lên thuyền, hôm nay thuyền của Phượng nhổ neo rời Bắc Hải. Thùy đang ngồi bên cạnh Bình và bé Hiền, thấy dễ chịu hơn. Tưởng được yên chờ đợi giờ xuất phát. Có người vào gọi Bình chuyển lời của chủ thuyền:

- Anh phải cho hai mẹ con chị Thùy xuống khoang bên dưới. Bà đẻ không được ngồi ở khoang trên, kiêng lắm.

Ai dám chống cự? Thuyền sắp đi rồi, Bình bắt buộc phải để Thùy và con trai xuống khoang dưới, Bình và bé Hiền ngồi khoang trên cùng mọi người. Xung quanh Thùy những bao gạo, thực phẩm: cá khô, củ cải khô, bí xanh, muối, than đá, mấy thùng phi nước ngọt. Đưa thêm vàng nộp cho 'thầy' làm lễ theo yêu cầu của họ, vậy nay được lên thuyền phải ngồi khoang dưới cùng ở với lương thực, thực phẩm. Còn gì uất ức hơn không? Họ đâu coi mình là người? Ép buộc, bắt nạt đủ kiểu. Bạn cánh hẩu? Bạn thân cùng làm ăn buôn bán với em chồng? Thùy kinh tởm, ghê sợ lũ người này. Bé Hiền ngồi bên trên vẫn khóc gọi mẹ, đòi cho em bé lên trên. Nhiều người lắc đầu, nhưng đều im lặng. Nhiều bộ mặt mới xuất hiện trên thuyền, phần đông thanh niên, đi thành nhóm hai, ba người, có mấy cặp vợ chồng trẻ chưa có con. Những nhân vật mới lạ trông bụi đời, mặt mày dữ tợn, nghênh ngang, chạy trốn từ nông trường. Khác với lớp người già nua, mỏi mệt đi từ Hải phòng, sau ba tuần sống vất vưởng, tạm bợ ở Bắc Hải đã hao mòn, hút cạn tinh thần của mọi người. Khác hẳn với người đi thuyền, nhóm chủ thuyền, thủy thủ ăn uống đầy đủ, tối tối còn nhâm nhi rượu bia, nâng cốc chúc mừng nhau ầm ĩ. Vì thế họ bước lên thuyền nét mặt hồ hởi, đầy tự tin hoan hỷ. Khi kiểm tra danh sách tất cả đã lên thuyền, khoảng 3 giờ chiều thuyền nhổ neo rời Bắc Hải.

Nắng chiều yếu ớt dần, buồm thuận gió con thuyền nhẹ nhàng lướt sóng, không biết bao nhiêu mạng người trên thuyền, nhưng ai cũng biết chủ thuyền nhận thêm hơn hai chục người mới từ nông trường chạy trốn. Tuy đã được sửa chữa, hàn gắn những chỗ thủng, rò rỉ, nhưng diện tích thuyền không thay đổi, thêm người, trọng tải cũng thêm. Con thuyền lúc đầu chạy êm ả, sau tròng trành, ì ạch, nghe rõ tiếng cót két, cọt kẹt đều đều như rên rỉ, than vãn vì tải quá sức. Cánh đàn ông bên ngoài loanh quanh trên sạp thuyền, đôi vợ chồng trẻ từ Bắc Hải mới lên chiếm luôn vị trí trên vòm cong của mái thuyền nằm hóng mát, nam giới ngồi, nằm rải rác xung quanh. Bên ngoài đã vậy, bên trong đâu rộng rãi gì, có chỗ ngồi là may mắn. Chợt nghe tiếng kêu:

- Ba ơi! Cứu con!

Tiếng gọi, tiếng kêu cứu ầm ĩ, nhìn thấy thằng bé đang vùng vẫy dưới biển, người cha lao nhanh như mũi tên nhảy xuống chộp được tay đứa con trai, may mắn anh chồng to khỏe, bơi giỏi đã cứu sống đứa con. Sau này nghe chị vợ kể lại, vợ chồng cùng hai con trai từ Lào cai, xuống Hải phòng nộp tiền thuyền như bao gia đình khác, vì thuyền quá chật chội, cộng thêm tính hiếu động con trẻ, thằng bé bất ngờ ngã xuống biển. May mắn con thuyền nặng nề chạy chậm nên kịp cứu vớt đứa bé. Không hiểu do trời Phật phù hộ hay bản năng tất yếu của kẻ lúc khốn cùng nên người nằm bên trên nóc thuyền không ai bị rơi ngã, như có lực gì dính chặt họ vào chỗ ngồi không biết sợ hãi.

Nhà thuyền vẫn cho mọi người ăn ngày bát cháo. Ngồi trong khoang dưới, ẩm thấp, u ám, phảng phất mùi tanh của cá khô, mùi mốc của thực phẩm, pha lẫn các loại mồ hôi người ngồi bên trên, xen lẫn hơi nóng từ nước biển, tiếng ho sù sụ, khạc nhổ, trẻ con mè nheo, kêu khóc, tất cả lùa xuống khoang dưới hai mẹ con Thùy hứng chịu. Một bát cháo cho trẻ con còn không đủ no, Thùy lấy sữa đâu cho con bú? Hai lần trước sinh con sau hai tuần sạch sẽ, lần này trong hoàn cảnh khó khăn, thiếu thốn trăm bề, máu vẫn ri rỉ không ngừng, ăn uống thiếu thốn khiến người Thùy mỏi mệt, rã rời. Suốt ngày đêm ngồi tựa lưng vào thành thuyền, làm gì có chỗ nằm mà thư với giãn? Ôm con trong lòng nhìn thằng bé ngày càng nhỏ so với lúc chào đời, gầy gò da nhăn nheo, Thùy xót xa lắm. Mấy cậu 'thủy thủ' xuống khoang dưới lấy thực phẩm ngó nhìn, lắc đầu ái ngại, thì thầm với nhau:

- Con trai chị Thùy gầy yếu quá, mỏng như tàu lá, thằng bé thiếu sữa. Tội nghiệp hai mẹ con.

Ngày qua ngày, con thuyền vẫn lặng lẽ trên biển khơi, khi nhanh khi chậm phụ thuộc vào chiều gió. Bỗng nhiên thuyền chao đảo, va bởi vật gì. Tiếng quát tháo từ bên ngoài vọng vào trong thuyền, không hiểu họ nói gì, xì xà xì xồ tiếng địa phương. Thuyền ngừng hẳn, hai, ba người đàn ông to lớn bước vào trong thuyền, tay cầm súng AK, mặt đỏ sần sùi trông hung như quỷ dữ. Họ chĩa súng vào mặt từng người, ai nấy run rẩy, ngơ ngác khiếp sợ, co rúm người ngồi im, trẻ con núp sau lưng người lớn, lấm lét nhìn. Mấy bà già miệng lẩm nhẩm làm dấu cầu khấn. Thùy ở khoang dưới, ngồi im ôm con thật chặt từ lúc nghe tiếng quát to của bọn chúng. Chủ thuyền đi cùng mấy thanh niên ra gặp chúng. Họ đưa nhau ra phía đầu thuyền trao đổi, mươi phút sau nhà thuyền thông báo cho mọi người biết:

- Bà con chú ý, sau khi thỏa thuận với bọn cướp biển, họ đồng ý cho thuyền ta đi nhưng phải nộp tiền, vàng, tư trang hiện có. Nếu không… nếu không... chúng ta khó lòng thoát khỏi.

Từng được nghe nhiều vụ cướp xảy ra trên biển của

nhiều thuyền đi trước, vì thế ai ai cũng răm rắp làm theo yêu cầu của bọn chúng. Hai 'thủy thủ' bắt đầu công việc, chia làm hai hàng theo dọc từ đầu thuyền kèm giấy ghi tên từng gia đình, tên người nộp loại gì: đồng hồ, nhẫn vàng, dây chuyền vàng, khuyên tai, bắt buộc ai cũng phải nộp. Hai bố con Hiền không có gì nộp, tên 'thủy thủ' không nghe, gọi Thùy lên khoang, lúc này Thùy mới được phép lên khoang trên. Từ nơi thiếu ánh sáng, trèo hai bực lên khoang trên, đầu Thùy choáng váng, Bình đón thằng bé, cầm tay vợ đưa vào chỗ ngồi. Thùy chưa kịp trấn tĩnh, người thanh niên đã chỉ vào tai Thùy nói ngay:

- Gia đình nộp đôi khuyên tai là đủ.

Không thể chối từ, Thùy phải tháo đôi khuyên tai - hai chỉ vàng - tài sản duy nhất còn lại phòng khi túng thiếu. Nhưng biết làm sao lúc này, tên cướp tay cầm súng đứng nhìn chằm chằm, theo dõi từ khi bắt đầu thu nộp. Ghi tên gia đình Thùy vào giấy, đến người bên cạnh, lần lượt tiếp theo cho đến cuối thuyền, trong khoang, ra bên ngoài. Hai thanh niên cầm hai túi tất cả đồ thu nhận đưa cho chủ thuyền. Họ ra ngoài nói chuyện, vung tay vung chân.

'Cò kè bớt một thêm hai
Giờ lâu ngã giá, chúng rời, thuyền đi.'

Bọn cướp nhận hai túi đồ vừa cướp được, nghênh ngang bước huỳnh huỵch coi trời bằng vung, còn cố tình ngoảnh lại nhìn lần cuối trước khi nhảy sang thuyền của chúng neo sát bên cạnh. Nghe tiếng máy nổ xình xịch, biết chắc chúng đã đi thật, mọi người mới thở phào nhẹ nhõm. Bắt đầu xì xào bàn tán, bọn cướp là người nào? Dân đánh cá Trung Quốc hay cảnh sát biển? Ai cũng vậy, đều là cướp biển! Chúng đã cướp của người già, đàn bà trẻ con khi trên người chỉ còn cái khố rách, khốn khổ tận cùng cũng không tha!

Thuyền tiếp tục chạy, sau vụ cướp biển trấn lột, bao ấm ức, xì xào của mọi người cũng nguôi dần. Phần đông chìm vào giấc ngủ, mệt mỏi vì nóng nực, bát cháo một ngày, ai cũng đói, đói quá biết làm gì ngoài ngủ? Mẹ con Thùy phải trở về vị trí ban đầu, ôm con ngồi khoang dưới. Nhìn đứa con gầy nhom, yếu ớt, Thùy không cầm được nước mắt, thằng bé thèm khát sữa nhưng không có, bầu ngực xẹp xuống với lớp da nhăn nheo, miệng cu cậu vẫn mút chùn chụt bầu ngực không sữa, Thùy gắng sức mong muốn truyền cho đứa con bé nhỏ của mình tất cả tình thương yêu từ trái tim của người mẹ, nhưng sức đã cạn, nước mắt tuôn rơi.

'Giot lệ mẹ rơi
giỏ xuống đôi môi
Con ngỡ sữa mẹ
con cười...'

Tội nghiệp cho đứa con trai bé bỏng của mẹ! Thùy nghĩ, lo lắng vô cùng. Bao nhiêu tã lót, vải quấn cho con cũng mất dần. Không có nước sạch, không có xà phòng giặt, Bình ngồi bên cạnh mép thuyền tay cầm đồ bẩn thay ra của hai mẹ con thả xuống nước, những đồ bẩn cuốn trôi theo nước biển. Cũng nhiều khi sơ ý, tuột tay, thế là mất. Ngày qua ngày, chỉ còn vài tã lót cho thằng bé. Nơi hai mẹ con ngồi, nước ở đâu ngấm vào, ngày nhiều hơn, Thùy kêu to:

- Mọi người ơi! Thuyền thủng hay sao có nước... nhiều nước vào lắm...

Lại nhộn nhạo gọi tài công, thủy thủ, thanh niên liên tục xuống kiểm tra, tát nước, nhà thuyền lúc bấy giờ đồng ý cho mẹ con Thùy lên trên khoang ngồi cùng với bố con Hiền.

Thuyền đã sửa chữa ở Bắc Hải, mẹ con Thùy đã làm lễ trừ tà ma, cầu may mắn tốt lành, vậy sao thuyền vẫn bị thủng, nước rò rỉ ngấm vào? Thanh niên, tất cả đàn ông phải thay nhau tát nước. Người lớn run sợ, lo lắng, trẻ con mè nheo vừa đói, vừa khó chịu kêu khóc. Con dâu tài công được ăn uống đầy đủ nên đứa con gái 5, 6 tháng của cô được bú no nê, không một tiếng khóc, nhiều sữa quá chảy ướt ngực áo cô mặc. Từ lúc Thùy lên ngồi ở khoang trên, cô nhìn thấy cảnh mẹ con Thùy gầy gò, đói lả, mủi lòng đón Bắc Hải từ tay Thùy ngỏ ý muốn cho thằng bé bú sữa. Thùy cảm động run run trao con cho cô với tất cả sự tin tưởng và lòng biết ơn sâu sắc. Thằng bé đói khát lâu ngày, hồn nhiên bú chùn chụt, nghe rõ tiếng nuốt ừng ực liên tục. Bắc Hải vừa bú vừa nhoẻn miệng cười với 'người mẹ mới' thật vô tư. Mọi người xung quanh ai cũng mừng, vui lây cho cu cậu. Từ đó, ngày ngày Nghĩa - con dâu ông tài công -, lại đón thằng bé từ tay Thùy, cho bú như một người mẹ. Thùy tự nhủ trong lòng không bao giờ quên ân tình này.

Chiếc thuyền như tàu lá mỏng mảnh bập bềnh trôi trên biển rộng dưới nắng hè gay gắt, số phận của những kẻ lạc loài sẽ đi đến đâu. Tiếng kêu to của người bên ngoài:

- Kìa, có một tàu to đang tiến dần đến thuyền mình.

Mọi người đổ xô ra nhìn. Tiếng loa vọng đến, nói tiếng Quảng Đông, Trung Quốc. Người hiểu nghe được truyền lại cho nhau:

- Thuyền đang đi vào lãnh hải Macau... yêu cầu dừng lại…

Không ai sợ hãi, niềm vui bất ngờ đến. Thuyền thủng, nước vẫn vào, biết sẽ ra sao? Chết trên biển hay bị cảnh sát Macau giam giữ? Người thắc mắc, người mừng vui, hỏi nhau… tàu cảnh sát Macau tiến đến bắt dừng lại. Họ kèm sát đưa thuyền đậu cầu tầu. Tiếng chủ thuyền nói với mọi người:

- Cảnh sát Macau yêu cầu chúng ta xuống thuyền lên bờ cho họ kiểm tra, không đem theo bất cứ đồ vật gì.

Có tiếng thì thầm bảo nhau:

- Mình phải ở lại đây?

- Đất này của bọn ăn chơi cờ bạc, khó kiếm việc làm, không hợp với tỵ nạn mình.

- Tôi không ở lại đây đâu! Tôi phải đi đến Hồng Kông.

Xì xào bên tai nhiều ý kiến, nghe không biết thế nào, lên bờ sẽ biết. Già trẻ, lớn bé nối tiếp nhau bước xuống thuyền bằng chiếc cầu gỗ to rộng có bậc bước đi dễ dàng. Bên dưới cảnh sát đứng theo dõi, tất cả tay cầm súng, mặc quân phục màu xanh nhạt, đội mũ cùng màu, trông nghiêm trang, lịch sự. Mọi người xếp thành hai hàng, phụ nữ, trẻ em đứng một bên, nam giới một bên. Một cảnh sát tay cầm gậy chỉ vào vai từng người đếm, không ai dám nhìn thẳng vào mắt họ. Lúc này Thùy có dịp nhìn kỹ tất cả mọi khuôn mặt, người nào cũng hốc hác, mệt mỏi, tóc dính bết lại vì lâu ngày không được tắm gội, nhếch nhác, dơ bẩn, mùi hôi tỏa ra xung quanh, xông ra từ người bên cạnh. Nam giới râu ria mọc lởm chởm, trên người không còn gọi là quần áo tử tế nữa, đó là những mảnh vải rách nát đủ che khuất nơi cần thiết của cơ thể. Bé Hiền cũng vậy, mặt mũi nhem nhuốc, co người núp sau lưng Bình, hai má phúng phính đã xẹp xuống để lại khuôn mặt tròn với hai con mắt lấm lét nhìn người cảnh sát. Thùy nhìn sang mấy chị cùng hàng, đâu có khác gì bên nam giới. Cảnh sát nhìn mọi người từ đầu xuống chân với con mắt kinh ngạc, thái độ lạnh lùng như nhìn thấy vật lạ, ghê sợ.

Sau khi kiểm tra đủ số lượng người trong danh sách, cảnh sát dẫn mọi người vào bên trong, lần lượt từng người uống một bát nước màu trắng đục như nước vôi. Không biết đó là gì, nhưng không sợ, ai cũng uống, có lẽ vì khát nước quá. Họ xếp chỗ ở, một dẫy nhà cho nam giới, một dẫy khác cho phụ nữ và các bé gái. Trong nhà kê giường hai tầng, bên trong có buồng tắm, nhà vệ sinh. Đến lúc này ai cũng cười, phấn khởi vì có chỗ ở, có giường nằm, được thoải mái tắm gội, sạch sẽ trút bỏ hết mọi dơ bẩn của những ngày đã qua. Bên khu nhà nam, vang tiếng cười nói vui vẻ, họ được phát thuốc lá hút. Không tin đây là sự thật, họ rút điếu thuốc đầu tiên ra khỏi bao, nhìn kỹ rồi chia nhau mỗi người một điếu đưa lên mũi hít cho bõ cơn thèm bấy lâu nay, châm lửa rít một hơi, nuốt sâu vào phổi, ngửng mặt lên nhả từng vòng khói thuốc xoáy hình tròn bay lên, nhìn nhau cười hả hê, như những đứa trẻ vừa được ăn kẹo. Một chị ở giường bên cạnh đi qua chứng kiến cảnh tượng của nam giới, vào trong nhà, chị ta cười nói với mẹ con Thùy:

- Hiền không sang nhà bên xem bố cháu đang cười khi được hút thuốc lá.

Thùy bảo:

- Nghe nhà bên cười to, em không biết có chuyện gì?

Chị kia tiếp tục:

- Bao nhiêu ngày phải nhịn hút, vật vã khổ sở, nên các ông ấy vui mừng quá, y như 'lũ mọi từ rừng ra thành phố', thật tội nghiệp.

Đúng vậy, thiếu ăn, đói khát, lênh đênh trên biển, nay có nhà ở, giường nằm tử tế, ăn ngày hai bữa có rau, có thịt, no nê. Thùy cũng vậy, được ăn ngon đầy đủ, hai bầu sữa căng tròn. Thằng Bắc Hải thoải mái bú sữa mẹ, không phải xin bú nhờ cô Nghĩa, cu cậu bú no, ngủ ngoan đánh một giấc dài, không hề khóc. Mấy cậu thanh niên bây giờ mới thú thật với Thùy:

- Chị Thùy có biết không? Xin lỗi chị, khi ở trên thuyền chúng em đã nghĩ không biết thằng bé có qua nổi không? Vì khi đó nhìn cu cậu nằm bẹp như tàu lá héo.

Thùy làm sao quên được những giờ phút cho con bú, sữa không về, không có nổi một bên, nhìn miệng con tóp tép mút chút da khô héo cạn sạch không còn sữa, đã bao nhiêu lần Thùy khóc thầm. Ở Macau mấy bà, mấy chị muốn đun nước sôi uống, đi gặp cảnh sát hỏi ấm đun nước. Người cảnh sát chạc ngoài hai mươi, cười trả lời:

- Mọi người muốn uống nước có thể uống trực tiếp từ vòi nước lạnh, nước đã được khử trùng, đảm bảo vệ sinh sạch sẽ.

Ai cũng nhìn nhau ngạc nhiên, một điều lạ đến đây mới được biết.

Một tuần ở Macau, thời gian này như một giấc mơ chợt đến, chợt đi. Cảnh sát Macau báo thuyền phải tiếp tục đi Hồng Kông, nơi có trại ty nạn do Liên hiệp quốc tổ chức, đón nhận thuyền nhân. Tất cả chia ra thành hai thuyền khác nhau:

Một bên toàn phụ nữ và con nhỏ cùng các cháu gái. Nhóm người này lên tàu cảnh sát, cao rộng lớn.

Một bên gồm nam giới, các bé trai lên thuyền của

Phượng.

Mọi người hoang mang, chưa biết tại sao lại tách ra như vậy. Khi cảnh sát dẫn phụ nữ và bé gái đi trước, nam giới đứng yên phía sau. Nhiều cháu khóc đòi bố đi cùng, Bình cũng bị giữ lại trong nhóm nam giới. Thùy bế con, Hiền túm áo mẹ ngoái đầu lại gọi: "Bố ơi! Bố ơi!" vừa đi theo mẹ vừa khóc. Các bà vợ lo lắng thì thầm:

- Họ đưa các ông ấy đi đâu nhỉ?

- Hay đàn ông bị bắt đi đâu? Sao không được đi cùng gia đình?

Ai cũng sợ hãi, nghĩ đây là cuộc ly tán, bên vợ nhìn bên chồng phải ở lại, mắt cay cay, lưu luyến trong lo lắng. Cảnh sát cho phụ nữ lên con tàu to, truyền nhau bế nhắc các bé gái vào trong. Các bà mẹ nhìn xuống dưới thấy hai cảnh sát đang yêu cầu nhóm nam giới đến thuyền của Phượng. Cánh đàn ông bước lên thuyền, vậy cuộc chia ly từ đây hay sao? Trẻ con gào khóc kêu gọi bố, các bà vợ sụt sùi.

Họ buộc dây kéo nối thuyền Phượng vào sau tàu to. Một giờ sau, con tầu chở phụ nữ trẻ em nhổ neo rời Macau, kéo theo chiếc thuyền của Phượng chở nam giới, nhằm hướng Hồng Kông. Đến lúc này, nhìn thấy thuyền mình đang theo sát phía sau, ai nấy thở phào nhẹ nhõm, yên tâm. Được ngồi trên con tàu rộng rãi to lớn, không tròng trành, lướt sóng lao nhanh trên biển, thoải mái ung dung, nghĩ lại thời gian ngồi trong khoang dưới của thuyền vừa qua, Thùy rùng mình ghê sợ. Mọi người ngồi, nằm thoải mái, ngủ ngon, ngày được phát cơm ăn hai lần, ăn xong lại ngủ, có nơi đi vệ sinh sạch sẽ.

Cách Hồng Kông không xa đã nhìn thấy ánh đèn màu nê-ông rực sáng. Tàu ngừng lại, cắt dây kéo, tất cả phụ nữ trẻ em trên tàu chuyển sang chiếc thuyền của Phượng, trở về chiếc thuyền cũ như trước. Con tầu to lớn quay đầu hướng về Macau. Chiếc thuyền nhỏ bé tiếp tục chạy, đã nhìn thấy Hồng Kông nên mọi người lạc quan, hy vọng nhiều hơn.

Đang mơ màng nửa tỉnh nửa mê, một người bên ngoài kêu to:

- Đến Hồng Kông rồi! Mình sống rồi, đến nơi rồi…

- Dậy đi, thức dậy đi! Ra mà nhìn, sống thật rồi!

Không có vui nào vui hơn lúc này, mọi người đi ra ngoài nhìn. trước mặt những tòa nhà cao ngất rực sáng ánh đèn màu lấp lánh, nhảy múa. Nhiều người vui quá nhảy lên như trẻ con, nét mặt tươi tỉnh, rạng rỡ, có người lấy tay gạt nước mắt, những giọt nước mắt sung sướng, cảm động. Hòn Ngọc của thế giới, trước mắt mình hay sao? Thùy chưa tin vào sự thật, cái tên chỉ được đọc trong sách vở. Thùy ôm chặt con vào lòng, Bình bế Hiền lên chỉ chỉ chỏ chỏ cười nói với con. Gia đình Thùy đã sống, đến được Hồng Kông bình yên cùng mọi người.

CHƯƠNG 7

HỒNG KÔNG

Cách Hồng Kông hơn hải lý những ánh đèn màu neon nhấp nháy, nhảy múa trên các tòa nhà cao tầng nhìn rất rõ. Tất cả mọi người đều lên sạp thuyền chăm chăm hướng về Hương Cảng, hòn ngọc của thế giới, bàn tán, chuyện trò huyên náo. Sau hơn một tháng ròng rã lênh đênh trên biển, mấy tuần vật vờ lay lắt vất vưởng bờ biển Bắc Hải, mỗi ngày nhà thuyền phát cho bát cháo cầm hơi, cuối cùng những bộ xương biết đi cũng đến được chân trời tự do rạng sáng ngày 1-7-1979.

Đang ồn ào bàn tán, đột nhiên nghe tiếng ca nô cùng ánh đèn pha hướng vào thuyền của Phượng. Tiếng loa phóng thanh nói bằng tiếng Quảng và tiếng Anh rõ ràng, mạch lạc vang lên, yêu cầu thuyền dừng lại, hạ buồm xuống, thả neo tại chỗ. Chiếc ca nô cặp sát, hai sĩ quan cảnh sát sang thuyền yêu cầu gặp chủ thuyền. Phượng và nhóm tài công, thủy thủ ra gặp, sau một hồi trao đổi, ca nô cảnh sát rồ máy hướng về đất liền. Chủ thuyền

Phượng thông báo:

- Bà con chú ý, cảnh sát yêu cầu thuyền chúng ta thả neo đậu tại đây, sáng mai có tầu kéo thuyền chúng ta cập bến. Hiện nay trên thuyền còn nhiều gạo và thực phẩm, gia đình nào có yêu cầu chúng tôi sẽ phát.

Bà người Quảng Ninh phụ trách nấu ăn trên thuyền gọi Bình:

- Cậu Bình ơi, còn nhiều gạo lắm, lấy gạo nấu cơm cho vợ ăn lấy sữa cho con.

Bình cười, lắc đầu:

- Chúng em cảm ơn bác, thuyền cho chúng em ăn đủ rồi. Vợ em mừng quá không biết đói bác ơi.

Giọng phụ nữ phía sau vọng lại:

- Tốt thế, sao không nấu cơm luôn phát cho bà con ăn bây giờ có được không.

- Ối dào! Chúng tôi mừng quá hết đói rồi!

Nhiều người cười phá lên. Mừng quá không biết đói! Lấy gạo nấu thế nào? Nồi không, củi không! Ăn sống à? Đúng bọn lừa đảo, giả dối quen thói "mời cò ăn cơm đĩa! Tử tế tệ! Nhân đức bà chúa Đễ!" Tiếng ai đó bàn ra tán vào phía sau vọng lại. Cả đêm hầu như không ai chợp mắt, thao thức, mong đợi, lo lắng ngày mai sẽ ra sao? Hy vọng điều may mắn đến!

Sáng hôm sau khoảng hơn 7 giờ, xuồng cảnh sát

tiếp cận, quăng dây cáp cho tài công và nhóm thủy thủ buộc lại, kéo thuyền vào bến đỗ. Từ xa đã thấy rất nhiều thuyền to nhỏ, đậu ngang dọc, không theo hàng lối, bập bềnh lắc lư theo sóng nước, toàn thuyền thanh lý, cũ nát của các hợp tác xã đánh cá nhà nước XHCN Việt Nam bán cho các chủ thuyền tham rẻ. Trên bờ hàng trăm người già trẻ gái trai đang tranh nhau vòi nước, đi lại nhộn nhịp, ồn ào, trông cảnh ấy, Thùy tưởng tượng cảnh sống nơi đây sẽ rất phức tạp gấp nhiều lần, so với bãi biển Bắc Hải. Nhưng đã bước, phải bước tiếp không thể lùi, tất cả vì hai sinh linh bé bỏng, không có sự lựa chọn, cũng như bao nhiêu người khác từ Việt Nam đến đây với nhiều nguyên nhân, lý do khác nhau.

Từ sau ngày 30-4-1975 người Việt Nam đã bắt đầu vượt biên bí mật sau khi chính quyền VNCH sụp đổ bằng đường biển và đường bộ. Cuộc chiến tranh biên giới Trung – Việt cộng với chính sách bài xích, xua đuổi người Việt gốc Hoa, số người vượt biên bằng đường biển công khai tăng chóng mặt.

Từ năm 1979, người vượt biển từ Việt Nam hàng ngày có hàng ngàn người cập bến Hồng Kông, Mã lai, Thái Lan, Philipine, Indonesia được nước chủ nhà đón nhận. Trong khi đó Singapore không mặn mà tiếp nhận người tỵ nạn Việt nam, chỉ nhận thuyền nào được đảm bảo tái định cư nước thứ Ba trong vòng 90 ngày. Theo thống kê không đầy đủ của Liên Hiệp Quốc, số người chết trên biển hàng ngàn do gặp bão, tai nạn, cướp biển, riêng tháng 7-1979 có hơn 60 người chết khi thuyền trên đường đi vào lãnh hải Philipine va đá ngầm bị vỡ.

Thuyền nhập cảnh Hồng Kông lên bờ mang tên mới theo thứ tự nhập cảnh, từ hôm nay thuyền của Phượng mang số 769, như số tù. Tiếng loa vang lên:

- Thuyền nhân 769 ra xếp hàng ở sân.

Mọi người nhanh chóng theo nhau xếp hàng, ngồi im trước sân xi măng nhìn ra biển, một sĩ quan cảnh sát đọc nội quy của trại:

1- Nộp tất cả vật dụng nguy hiểm như dao, kéo, súng, chất nổ, chất cháy.

2- Nghiêm cấm trốn trại.

3- Cấm gây lộn xộn, đánh chửi nhau.

4- Ngày 2 buổi được phát cơm do nhà thầu đưa đến.

5- Có thể điểm danh bất thường kể cả ngày hay đêm.

6- Cấm sử dụng lửa trong mọi trường hợp.

Những người có con nhỏ gặp khó khăn khi cần nấu cháo, quấy bột cho con, nhưng cảnh sát không cần biết, luật là luật, tất cả phải chấp hành nghiêm chỉnh. Nghe thông báo quy định xong, mọi người đi theo cảnh sát đến nơi được gọi là Kho Đen, nơi đây trước kia là tổng kho gồm 7 nhà kho nằm kế sát bên nhau bằng tôn, sơn đen, mỗi kho rộng chừng 10 mét, sâu khoảng 20 mét. Tổng kho bỏ hoang, chính quyền Hồng Kông sử dụng làm nơi tiếp đón tạm thời thuyền tỵ nạn Việt nam nhập cảnh bất hợp pháp. Thuyền 769 được chỉ định vào kho 2, mái và tường bằng tôn, nền nhà xi măng. Trại phát chiếu theo quy định hai người một chiếc khổ 0.8 m x 1.8 m, hai người một xô nhựa đựng nước, gia đình Thùy bốn người được hai chiếu, hai xô.

Nhận nơi ở, để đồ đạc xong, tất cả mọi người tập trung ra sân xếp hàng làm thủ tục tổng vệ sinh trước khi làm thủ tục nhập cảnh. Có hai nhân viên y tế mặc quần áo phòng hộ che kín từ đầu đến chân, đeo kính bảo hộ, đứng chờ hai bên, lần lượt từng gia đình đến, nhân viên y tế hô nhắm mắt lại, cúi đầu xuống, Thùy bế con cúi đầu che cho bé. Một nhân viên cầm bình xịt dung dịch nước màu trắng từ đầu đến chân, bắt xoa đều kỳ cọ, không biết thuốc sát trùng loại gì mùi cay cay khó chịu, bỏng rát. Bé Hiền giẫm chân nhảy lên như bị đổ nước sôi vào người, Bình ôm giữ, kỳ cọ cho con. Nhân viên y tế như khúc gỗ vừa xịt thuốc vừa lẩm bẩm chửi: "Zịt nàm nhần, người đầy chấy rận, bẩn thỉu." Sau vài phút, nhân viên kia cầm vòi nước phun mạnh, xối xả vào người cho thuốc trôi đi. Gia đình nối tiếp gia đình, cuộc tổng vệ sinh kéo dài đến trưa mới xong. Thuyền 769 trở về kho 2 thay quần áo cũng đến giờ phát cơm trưa.

Nhà thầu cơm ngày hai lần đem xe tải chuyên chở thùng cơm, thùng thức ăn phát cho từng thuyền. Mỗi thuyền được 2 thùng: thùng cơm, thùng thức ăn, đôi khi có hai thùng thức ăn: 1 thùng thịt nấu với đậu phụ như món kho mặn chát, 1 thùng rau nấu mềm nhiều nước nửa xào nửa như canh. Tiêu chuẩn như vậy nhưng không bao giờ nhà thầu làm đúng quy định, nhiều bữa không đủ chia cho các gia đình. Rất may thuyền 769 thường xuyên do hai thanh niên chịu trách nhiệm chia cơm, họ quen tay nên gia đình nào cũng đủ ăn. Thỉnh thoảng có người bị ốm hoặc bận việc, người khác thay thế, do vậy việc chia cơm không công bằng, người chia cảm tình múc khẩu phần nhiều hơn cho thân nhân. Đến gia đình gần cuối không còn đủ, thiếu cơm, món kho chỉ còn lèo tèo vài miếng đậu phụ, canh toàn nước nổi lên vài cọng rau. Tuy vậy không ai nói gì, im lặng thì thầm với nhau. Đây là ưu điểm của thuyền 769, do đó không bao giờ xảy ra tình trạng tranh giành, cãi nhau vì miếng ăn như một số thuyền khác. Ngày hai bữa, trưa và chiều tối, sáng sớm hôm sau người lớn có thể hít thở không khí, nhưng trẻ con không thể lấy không khí thay cho bữa sáng, nhất là bữa chiều tối hôm trước chia cơm không đều.

Gia đình Thùy ở gần cuối kho, người chia phần cơm bắt đầu từ phía trên, đến cuối hầu như không còn đủ tiêu chuẩn, bé Hiền có đêm khóc không ngủ được vì đói. Sáng hôm sau ngủ dậy, Hiền nhìn sang bên cạnh, thấy túi nylon đựng cơm treo trên tường, ruồi phủ kín. Hiền mếu máo khóc:

- Mẹ ơi, có túi cơm treo ở kia, con ăn được không?

Thùy khẽ nói với con gái:

- Cơm đó của người ta, không phải của mình.

Hiền vẫn khóc:

- Nhưng con đói lắm, mẹ xin cho con ăn?

- Con nhìn xem, toàn ruồi bâu kín bẩn lắm.

Hiền nhìn sang người bên cạnh, quả quyết:

- Ruồi con cũng ăn được!

Thùy nhìn con ái ngại, thương con vô cùng. Một bà nằm ở chiếu bên cạnh nói to:

- Chắc phải yêu cầu mấy cậu thanh niên hôm nay chia cơm từ dưới này trước cho công bằng, chứ cứ thế này mấy gia đình chúng ta luôn luôn bị thiếu hụt.

Nhiều người lên tiếng đồng ý với bà. Gia đình ở thuyền bên cạnh thấy Hiền đói khóc, đang gọt quả táo đỏ, đưa cho Hiền một miếng, dỗ dành:

- Cháu ngoan, ăn miếng táo này đi, cơm đó có ruồi không ăn được. Cháu khóc em bé cười cho đấy.

Hiền nhìn mẹ, đưa tay cầm miếng táo, nhưng không quên nói:

- Cháu cảm ơn bác.

Lần đầu tiên được ăn miếng táo thơm ngon, Hiền cắn, nhai ngấu nghiến ngon lành. Miếng táo đã giúp Hiền phần nào quên cái đói, không khóc nữa, sau đó lăn ra ngủ. Trẻ con vô tư, dễ ngủ, cho dù thời tiết nóng nực. Trong nhà kho đông đến vài trăm người, tường và mái lợp tôn, mặt trời chiếu xuống mái tôn như nung từ sáng đến tối, nền nhà bằng xi măng dưới bốc hơi lên, trên đổ nóng xuống. Người trong nhà kho như ở trong lò, mồ hôi chảy không ngừng. Nam giới có thể cởi trần, quần đùi, phụ nữ không thể, nên thật bức bối khó chịu vô cùng, mong muốn được tắm rửa.

Hàng ngày cảnh sát cho ra ngoài ba lần: sáng, trưa và chiều, như tù nhân. Mọi người phải tranh thủ, sao cho hợp lý, nhanh gọn. Đến giờ cho phép, Bình đưa Hiền ra ngoài, Thùy bế con đứng gần cửa kho hóng mát và theo dõi, quan sát xung quanh. Ngoài sân có một vòi nước cho tất cả mọi người sử dụng, trung tâm tắm rửa, giặt giũ, thanh niên dễ dàng hơn người già, họ cười nói đùa nghịch, nước bắn tung toé. Nhìn cảnh ấy, Thùy mỉm cười, thoáng nhớ lại thời còn ở nhà với cha mẹ, mấy anh chị em tắm xung quanh cái giếng xinh xinh ở góc sân, cũng chơi trò té nước, chạy đuổi cười nói vui vẻ dưới ánh trăng. Chợt có tiếng gọi từ ngoài cổng:

- Ông Lân có nhà không đấy?

Tiếng anh trai hô:

- Ôi! Mau mau chạy ngay vào nhà tụi bay ơi!

Tất cả co cẳng ù té lao nhanh vào trong nhà. Nghĩ đến đây, Thùy nhớ nhà, cảm giác nhói đau trong lòng, không biết làm cách nào báo tin cho bố biết đã đến Hồng Kông an toàn.

Thanh niên vui vẻ như thế, nhìn sang các chị có con nhỏ đang càu nhàu kỳ cọ tắm cho con, chúng đâu có chịu đứng yên, vất vả, lại còn bị ướt sũng. Xa kia có chị đang dắt hai tay kéo hai đứa con đi đến khu vệ sinh. Thùy nhìn cảnh cô con gái dìu người mẹ già chầm chậm từng bước, chưa đến vòi nước người đã ướt. Vây xung quanh vòi nước tiếng người cãi nhau loạn xạ, tranh nhau lấy nước, người cởi trần tắm, người giặt, cảnh sát tay cầm dùi cui đứng canh nét mặt hầm hầm khó chịu, miệng chửi tục. Thùy cảm thấy xấu hổ thay cho những người vô ý thức ở ngoài sân đã tạo ra những ấn tượng không tốt về người tỵ nạn.

Tiếng còi của cai trại rít lên chói tai, báo hiệu hết giờ, dùng roi quất vùn vụt xuống nền xi măng đe dọa, quát tháo. Không may cho ai chậm chân, dây roi có thể quật trúng chân, vào người đau điếng, có người vừa kéo quần vừa chạy, bị vấp ngã, có người chưa kịp mặc quần còn cởi truồng vẫn phải chạy, nhìn cảnh đó không nhịn được cười, nhưng cười mà đau, mà nhục. Khó khăn nhất đối với gia đình có cha già mẹ yếu, nghe tiếng còi, muốn bước nhanh nhưng đôi chân chậm chạp, run rẩy, lo sợ, không may trượt chân người dìu cũng ngã theo. Cảnh sát đâu quan tâm, thông cảm, chúng độc ác, tàn nhẫn, mở vòi nước thật mạnh, cầm ống nước xối xả chĩa thẳng vào mọi người, quần áo có hay không, già hay trẻ con không cần biết, mồm chửi mắng đe dọa phạt, cắt khẩu phần cơm. Trong huyết quản giữa những người cảnh sát này và người tỵ nạn có chung dòng máu Trung Hoa, vì bước đường cùng mới phải ra đi tìm sự sống, sao chúng đối xử vô nhân đạo đến như vậy? Người ta nói, bọn cảnh sát này vốn dĩ những tên cai ngục khét tiếng dã man, nay vì thiếu nên được chuyển sang, trong số hơn mười cảnh sát, kẻ dã man, vô nhân đạo nhất là tên trung úy béo. Nó tên gì không ai biết, chỉ biết nó béo chùn béo chụt, mồm chửi rủa rất tục, tay luôn luôn cầm dùi cui, sẵn sàng đánh, ai cũng ghét, cũng căm thù nó nhưng không làm gì được.

Đầu vào phải có đầu ra, đây là vấn đề nan giải khó khăn nhất cho hơn ngàn người tỵ nạn bị nhốt ở Kho Đen. Nơi đây trước kia kho chứa hàng, làm gì có nơi đi vệ sinh lớn! Cảnh sát dùng các thuyền đã bỏ không làm chỗ đi vệ sinh công cộng. 'Toilet thuyền' bập bềnh theo sóng nước, bàn chân không dép bước lên sàn thuyền đầy nước tiểu màu vàng vàng lênh láng, những con rắn nằm cuộn tròn dọc ngang, không hàng lối, xông lên mùi hôi thối nồng nặc. Thỉnh thoảng xuồng máy chạy lướt qua, thuyền chao đảo nhấp nhô theo sóng nước, nghiêng ngả như say rượu, chân không vững có thể ngã xuống đè lên đàn rắn dưới sàn thuyền hay tòm ngay xuống biển. Bé Hiền rất sợ mỗi lần đến 'toilet thuyền', sợ đến mức 'tịt' lại hết buồn đi luôn. Tuy vậy 'bí quá', 'buồn quá' phải nhắm mắt nín thở 'giải quyết' cho xong. Về trong kho, đề tài này được đưa ra bàn tán sôi nổi:

- Trước khi đến Hồng Kông, dại quá vứt mấy đôi dép xuống biển.

- Tôi cũng vậy, nghe nói đồ vật của Trung Quốc, có chữ Trung Quốc phải vứt bỏ hết, đem theo sẽ không được tiếp nhận.

- Bởi vậy, đi chân không mỗi khi đi vệ sinh thật kinh sợ, rùng mình.

- Các bà biết không? Hôm nay suýt tí nữa tôi bị roi quất vào người vì đi vệ sinh bước ra chậm.

Biết vậy nên Thùy bây giờ cẩn thận hơn khi đưa con đi vệ sinh. Thùy đem theo cái chậu, cho con ngồi gần bên ngoài, đi nhanh chóng rồi lấy chậu múc nước biển dội trôi ngay đi cho sạch. Bé Hiền ra ngoài sân nhìn thấy lão cảnh sát Trung úy béo, co rúm người lại, mấy lần nhìn thấy lão béo đánh người không nương tay. Hiền nói thầm với mẹ:

- Mẹ ơi, con ghét ông béo kia lắm. Sao ông ta ác thế, mẹ?

Sinh hoạt ban ngày phức tạp, hoảng loạn, ban đêm đâu yên tĩnh. Thời tiết mùa hè tháng 7, Kho Đen không bóng cây xanh, nắng suốt ngày dội cái nóng như thiêu đốt, cuộc sống căng thẳng, lo sợ, đêm đến cái nóng chưa hết vẫn tra tấn, khó ngủ, ngột ngạt trong 'lò kho người'.

Bà con xì xào nói chuyện nhà kho ở phía cuối, sát hàng rào, có cửa sổ, bọn buôn lậu tuôn hàng vào trong bán hoặc trao đổi bằng vàng, biết tỵ nạn ở bên trong nhà kho thiếu thốn, thèm đủ thứ, chúng đổi với giá cắt cổ. Một chỉ vàng chỉ đổi được mười gói mỳ ăn liền, buộc phải đổi vì đàn con đói, biết với giá cắt cổ đành chịu. Do đó khuấy lên lòng tham, một số tìm cách trốn ra ngoài đi buôn, gây lộn xộn ảnh hưởng đến người xung quanh. Vì thế nhiều đêm cảnh sát bất thình lình thổi còi khua cả kho dậy, ra sân xếp hàng điểm danh. Nóng nực nằm mãi mới chợp mắt, đang ngủ ngon, bị tiếng còi, tiếng quát tháo chửi mắng của cảnh sát bật dậy, ngơ ngác, nhiều đêm xảy ra ai cũng ngao ngán, mệt mỏi, im lặng chịu đựng.

Có nhiều ngày nắng nhạt, thỉnh thoảng gió biển thổi lùa vào trong kho, mấy bà rủ nhau ra ngồi sát cửa ra vào, chải tóc, bắt chấy, trò chuyện. Tuy đã được phun thuốc sát trùng diệt chấy rận, nhưng hoàn cảnh điều kiện sống như vậy, chấy vẫn đeo bám, sinh con đẻ trứng. Để tránh chấy lây sang con, Thùy cắn răng cắt bỏ mái tóc dài đen mượt, nét đẹp thời con gái. Một lần cho con bú, cu cậu mút chùn chụt, ngừng một tí, lại nuốt ừng ực, nhìn mẹ nhoẻn miệng cười vì nhiều sữa. Thùy âu yếm, nhè nhẹ gật đầu nói chuyện với con, cu cậu mới hai tháng tuổi, tóc lưa thưa, ấy thế lũ chấy cũng không tha. Thùy phát hiện 'tên chấy' chậm chạp bò từ từ trên đầu chui vào tóc cu cậu, vội kêu to, gọi mấy chị ngồi gần:

- Các chị ơi, thằng bé nhà em cũng có chấy đây này.

- Chấy của cô nhảy xuống đầu bé đấy. Mẹ Thùy bẩn quá!

Mọi người cười phá lên trong nỗi lo của Thùy, con còn bé xíu, sao hôm nay mới nhìn thấy, nó đã hút bao nhiêu máu của con? Thùy tự trách bản thân, thương con vô cùng, hôm đó Thùy tóm hết mấy tên 'lưu manh' đã hút máu con mình.

Những ngày sống ở Kho Đen là chuỗi ngày nặng nề, căng thẳng. Cảnh sát Kho Đen quản thúc, đàn áp, người tỵ nạn bị đối xử như những tội phạm trong trại cấm, không ai muốn kéo dài cuộc sống như vậy. Khi nghe tin được gọi phỏng vấn, ai cũng hồi hộp, hy vọng sẽ có tiến triển tốt. Nhưng gọi thế nghe cho oai, thực ra lên để kê khai bản sơ yếu lý lịch, họ tên, ngày tháng năm sinh, quê quán, nghề nghiệp cũ.

Một phòng nhỏ khoảng bốn mét vuông, chính giữa kê bàn chữ nhật, có ba người ngồi, cô gái trẻ thông dịch viên ngồi ghế góc bên, phía trước có chiếc ghế dài đối diện. Từng gia đình được gọi vào trong phòng, nghe cô gái gọi tên, Bình dắt Hiền, Thùy bế Bắc Hải bước vào trong phòng với tâm lý hồi hộp. Ba người đàn ông da trắng mỉm cười khi gia đình bước vào, Thùy thấy yên tâm hơn, tuy không biết họ sẽ hỏi gì. Cô phiên dịch vui vẻ giải thích:

- Mời anh chị ngồi. Xin giới thiệu ba người này nhân viên của phái đoàn Liên hợp quốc. Buổi gặp mặt hôm nay chủ yếu kiểm tra lại đầy đủ, chính xác với giấy tờ đã kê khai khi nhập cảnh.

Người đàn ông ngồi ở giữa hỏi từng người, Bình chủ hộ trước, đến Thùy, quan hệ vợ Bình. Những câu hỏi như hình thức kê khai Sơ yếu lý lịch gồm: Họ tên, ngày tháng năm sinh, nơi sinh, dân tộc, lý do ra đi, đi từ đâu. Vợ chồng Thùy có sao khai vậy, không gian dối. Thái độ vui vẻ, nhẹ nhàng của ba người, thông dịch viên nhanh nhẹn, tạo bầu không khí dễ chịu, không còn hồi hộp như lúc đầu, trả lời sau mỗi câu hỏi qua thông dịch viên. Hiền núp sau lưng mẹ, dần dần đứng sát cạnh Thùy. Cô gái nhìn hai người hỏi:

- Sau một thời gian ở trại tỵ nạn Hồng Kông, anh chị cho biết nguyện vọng muốn định cư ở nước nào, có ba nước để lựa chọn.

Bình hỏi lại:

- Làm ơn cho biết, chúng tôi được phép đăng ký theo ý thích? Hay bị bắt buộc theo sắp xếp của các ông?

Người đàn ông cười, nói với thông dịch viên.

- Gia đình yên tâm, anh chị ghi tên ba nước lựa chọn, sau đó phụ thuộc vào số lượng đăng ký, tùy theo yêu cầu, tiêu chuẩn của nước chấp nhận tỵ nạn. Chúng tôi xem xét, sắp xếp, thông báo sau. Đây mới là bước đầu, sẽ còn nhiều buổi hẹn gặp.

Vợ chồng nhìn nhau, suy nghĩ. Quá bất ngờ nên chưa có dự tính kỹ. Tuy nhiên được ghi tên ba nơi tự chọn, Bình nói với vợ:

- Được lựa chọn, vậy ý em chọn ba nước nào?

Thùy không suy nghĩ nhiều, nói với chồng:

- Mình có con nhỏ, sức khỏe không tốt, mấy nước khí hậu rét lạnh không thích hợp rồi.

Thùy quay sang hỏi thông dịch viên:

- Cô cho tôi hỏi, những nước nào chúng tôi được

đăng ký?

- Những nước chấp nhận tỵ nạn bao gồm: Vương quốc Anh, Cộng Hòa Liên bang Đức, Hoa Kỳ, Úc Đại Lợi, Canada, Thụy Sĩ, Thụy Điển, Tây Ban Nha, Pháp, Bỉ, Bồ Đào Nha, Do Thái, Trung Quốc...

Bình nhìn vợ nói:

- Họ còn gặp nhiều lần, mình ghi tên ba nước rồi tính sau.

Ba người đàn ông không hiểu hai vợ chồng nói gì, nghĩ vợ chồng đang bàn, họ gật gù nhìn nhau cười.

Một lúc sau Bình quyết định:

- Chúng tôi đăng ký ba nước: Trước tiên Vương quốc Anh, thứ hai Cộng Hòa Liên Bang Đức và Úc Đại Lợi.

Vậy là kết thúc buổi phỏng vấn lần đầu, gia đình khác vào tiếp, cuộc phỏng vấn kéo dài mấy ngày liền. Bây giờ những buổi phỏng vấn là đề tài nóng hổi trong kho của các gia đình, hỏi nhau, bàn tán, mỗi người mỗi ý. Không quen biết, không có họ hàng nên Thùy không tham gia nhiều. Ngày hôm sau nghe Bình kể, mấy người cháu ruột không đăng ký Vương quốc Anh. Cùng sống trong một kho nhưng từ khi rời Việt Nam, Thùy cảm thấy như không có mấy người cháu đó, không hề nhìn thấy mặt chúng. Nay cũng không hỏi chú thím, bàn tính xem nên đi nước nào. Còn Bình gặp cháu lúc nào, cũng không nói, Thùy không biết. Những người cháu này không quan tâm, không gặp Hiền, Bắc Hải hai người con của chú ruột, mặc dù ở cùng kho 2 từ ngày đến. Thùy nghĩ nhiều khi biết chúng không đăng ký đi Anh

Quốc, nhận thấy ba mẹ con bị cô đơn, cảm giác buốt nhói trong lòng, buồn, đau, khó hiểu về họ mạc gia đình chồng.

Bình kể, Linh và đứa em trai Tuất đăng ký đi Mỹ. Chúng nghĩ, nước Mỹ giàu nhất thế giới, sang đó dễ kiếm được nhiều tiền. Thùy hỏi chồng:

- Linh, Tuất có hỏi ý anh trước khi đăng ký không?

Bình lắc đầu:

- Linh đăng ký rồi mới cho anh biết.

- Thế hai mẹ con Hòa, thằng em Thịnh chúng đi đâu?

Bình chậm rãi nói:

- Hai mẹ con Hòa đăng ký đi Đức, thằng em chưa quyết định đi đâu.

Ngày qua ngày, mọi người sống trong Kho Đen bàn tán, hỏi nhau đăng ký đi đâu? Tại sao? Ai cũng có lý do, nguyện vọng, mục đích riêng. Mấy ngày sau, phái đoàn Liên Hiệp Quốc gọi gia đình Thùy lên văn phòng lần thứ 2, lần này họ trả lời:

- Xét nguyện vọng của gia đình ông bà, quy định tiêu chuẩn tiếp nhận tỵ nạn của ba nước Anh, Đức và Úc. Hoàn cảnh gia đình anh chị có hai con nhỏ, không phù hợp với tiêu chuẩn nước Đức, chỉ nhận thanh niên không có con nhỏ. Nước Anh mở cửa tiếp nhận tỵ nạn với số lượng cao. Vậy ý muốn gia đình ông bà thế nào?

Đã bàn với nhau từ trước, Thùy trả lời ngay:

-Chúng tôi đã suy nghĩ kỹ. Từ Việt Nam ra đi vì chiến tranh, chúng tôi đâu có hiểu biết gì về nơi mình sẽ đến, quốc gia nào chấp nhận. Khi đã phải rời bỏ nơi sinh ra lớn lên, từ bỏ tất cả, chỉ hy vọng nước nào đón nhận, chúng tôi sẽ đến. Ai cũng cần một mái nhà, nơi để sinh sống. Anh Quốc vẫn là lựa chọn số 1 của gia đình tôi.

Từ sau ngày quyết định, không thấy phái đoàn gọi gia đình Thùy nữa. Người cùng thuyền, một số gia đình vẫn phân vân, lưỡng lự, chưa biết chọn định cư ở đâu. Nhưng Thùy đã quyết, biết hoàn cảnh, vợ chồng không quen lao động chân tay, hai con bé còn quá nhỏ. Không bao giờ nghĩ định cư ở Mỹ, khi vừa trải qua những năm tháng chiến tranh giữa Việt Nam và Hoa Kỳ, sang đó có được sống yên ổn, an toàn không? Mặc dù nước Anh chỉ biết qua sách báo, với mệnh danh 'Quốc đảo sương mù quanh năm bao phủ', nhưng chắc chắn là nước giàu mạnh, vì trong hai cuộc thế chiến, người ta thường nhắc đến Anh-Pháp-Mỹ, có nghĩa đây là ba cường quốc về mọi mặt. Cô thông dịch nói, hiện nay nước Anh đang tiếp nhận nhiều tỵ nạn, do đó vợ chồng Thùy không bị phân tâm, thay đổi nguyện vọng.

Mấy tuần sau, gia đình Thùy cùng một số gia đình thuyền 769 được thông báo chuyển trại.

Nhận được thông báo chuyển sang trại khác, chưa biết đi trại nào nhưng ai cũng nôn nóng, hồi hộp. Sống trong Kho Đen như cái 'lò nung' thuyền nhân số 769, nơi đây nhà tù không ra nhà tù, trại tỵ nạn cũng không đúng, cảnh sát đối xử như tội phạm quốc tế. Vì thế không ai muốn kéo dài cảnh sống khốn khổ như vậy, tin được chuyển trại là tia sáng hy vọng cho mọi người.

Khoảng 7 giờ sáng, viên sĩ quan cảnh sát thổi còi yêu cầu mọi người trong kho 2 ra sân xếp hàng. Viên cảnh sát thứ hai cầm dùi cui đứng canh gác, viên cảnh sát thứ ba cầm danh sách ghi tên người. Không phải tất cả người trong thuyền 769 được chuyển trại, chỉ có gần chục gia đình trong đó có gia đình Bình:

- Hoàng văn Quang.

- Có tôi!

- Trương Quý Bình, Lê thị Thùy và Trương thị Hiền, Trương Bắc Hải.

- Có chúng tôi!

Gọi tên từng người trong danh sách xong, những gia đình không có tên quay trở lại kho 2. Thùy nhận ra người cùng thuyền có gần chục gia đình trong số gia đình được chuyển trại xếp hàng chờ lệnh. Viên sĩ quan giục đoàn người ra đi, cách cổng Kho đen mấy chục mét có vài chiếc xe tải màu đen, bạt cuốn lên, hai hàng ghế dài sát hai bên thành xe đang đợi. Tiếng còi lại rít lên, cảnh sát yêu cầu mọi người lên xe. Người lên trước được ngồi, lên sau không đủ chỗ đứng hay ngồi xuống sàn xe cùng đồ đạc chỉ là những túi đen, va-ly cũ, rách bẩn thỉu.

Mọi người lên hết, viên sĩ quan thổi còi ra lệnh xuất

phát. Xe nổ máy, từ từ rời Kho Đen qua nhiều con phố, nhiều dãy nhà cao tầng hiện ra trước mặt, người đi lại tấp nập, đông đúc. Hai bên đường toàn những cửa hàng với biển quảng cáo bằng ánh đèn màu neon nhấp nháy, bầy bán la liệt đủ các mặt hàng, quầy hàng bày cam, táo, lê chất cao như núi, nhìn sướng con mắt. Ai cũng chăm chú ngắm những đường phố đi qua, trẻ con há hốc mồm nhìn không chớp mắt, nuốt nước bọt thèm khát. Không ai quan tâm xe đưa đi đâu, tất cả tập trung ngắm Hương Cảng, hòn ngọc của thế giới, như đàn chim lạc vào rừng hoa muôn màu xa lạ.

Xe đỗ lại trước khu đất có toà nhà đang xây, mọi người hoang mang lo ngại, nhìn nhau tự hỏi "đây là đâu." Viên sĩ quan cảnh sát yêu cầu tất cả xuống xe, tuyên bố:

- Từ hôm nay mọi người sẽ sống ở đây, tất cả theo tôi vào trong tòa nhà 21 tầng này.

Người bê túi, kẻ xách đồ, bồng bế dắt con nhỏ đi theo người cảnh sát. Gia đình Thùy cùng một số người lên tầng 11, trống rỗng không giường chiếu, rộng thênh thang, hai bên tường có nhiều cửa sổ, thoáng mát, ánh nắng ghé thăm thường xuyên. Các gia đình thuyền 769 ở cùng tầng, Thùy thấy thoải mái sống gần người quen cũ. Trại phát chiếu, hai người một chiếc chiếu đôi, nằm dưới sàn như Kho Đen, nhưng rộng rãi, gia đình Thùy hai chiếc chiếu. Cuối tầng nhà có khu vệ sinh, nhà tắm nam nữ riêng, sạch sẽ.

Cao ốc này đang xây chưa hoàn thành, không có

buồng riêng biệt, ranh giới thay buồng riêng là những tấm bìa giấy cứng, những hộp các tông tạo phần ngăn cách giữa các gia đình với nhau. Thùy ngồi cho con bú, bé Hiền ngồi bên cạnh, Bình xếp bìa các tông làm 'hàng rào' ranh giới. Trong khi cho con bú, Thùy quan sát nét mặt, thái độ các gia đình xung quanh ai cũng vui, phấn khởi, khác hẳn sống ở Kho Đen.

Một chị đang xếp đồ đạc và đặt các bìa cứng vây quanh cạnh gia đình Thùy, ngẩng lên nhìn, cười hỏi:

- Mấy mẹ con cô khỏe không?

Nhìn người hàng xóm mới, Thùy trả lời:

- Cảm ơn chị, mấy mẹ con em vẫn bình thường.

Người kia nói tiếp:

- Chúng mình cùng thuyền từ Hải phòng, nhưng chưa có dịp làm quen.

Thùy lịch sự hỏi thêm:

- Vâng, nay ở cạnh nhau, thành hàng xóm, nhưng em chưa biết tên chị.

Chị kia cười rất vô tư:

- Quên, chưa giới thiệu, tôi là Thu, vợ chồng tôi người Quảng Ninh, chưa có con. Thuyền đông người nên không biết hết được, nhưng tôi nhớ mãi hôm ở Bắc Hải mẹ con cô phải chịu cái lễ của ông thầy cúng mới được lên thuyền.

Thùy cười chua chát:

- Biết làm sao được, hoàn cảnh bị bắt bí phải chịu, mặc dù rất vô lý. Bây giờ đến được Hồng Kông an toàn, may mắn lắm rồi.

Trại Tuen Mun, do quỹ hỗ trợ Liên Hiệp Quốc tài trợ cho người tỵ nạn, ngày phát thức ăn ba bữa thay đổi: cơm, mỳ gói, cá hộp, thịt hộp, bánh mỳ, tùy theo số người trong gia đình. Gia đình Thùy bốn người, dù Bắc Hải mấy tháng tuổi cũng lĩnh một xuất, vì thế trại này ăn uống đầy đủ, nhiều gia đình ăn không hết, dư thừa nhiều đồ hộp.

Ở gần nhau, bức vách là bìa các tông, cuộc sống không thể kín đáo, các bà lớn tuổi thầm thì bàn tán những chuyện trong tầng nhà. Thu và Thùy là hàng xóm, 'thứ nhất cận thân, thứ nhì cận lân' nên hai người chuyện trò vui vẻ. Sau một tuần, người phụ trách khu nhà thông báo mọi người sống trong cao ốc được tự do đi lại trong các tầng nhà. Nghe tin này, ai cũng phấn khởi. Đây là dịp thuận lợi cho mọi người đi tìm, hỏi thăm tin tức người thân ở các tầng khác. Thùy không có bà con nên không tìm kiếm. Đa số các gia đình có anh em, họ hàng nay được tự do đi các tầng nhà tìm kiếm hỏi han tin tức. Bà Hưng chiều nay đi về cười vui vẻ, khoe với Thùy:

- Tôi mừng quá cô Thùy ơi, hôm nay tôi gặp được gia đình cô em ở tầng 7.

Ông Tân người Hà Nội, phấn khởi nói với người xung quanh. Ông vốn dĩ ít nói, tưởng khó tính, nay vui vẻ gặp được người quen báo tin gặp gia đình người em trai chạy thoát từ Lào Cai xuống Hải Phòng đang chờ thuyền nhổ neo. Không khí tầng 11 đượm sắc tươi vui, không u ám như những ngày trong Kho Đen. Người nhận được thư đưa tay, người biết được tin về anh em, gia đình ruột thịt đang sống trong nông trường Trung Quốc bình yên vô sự. Ai gặp được người thân ở cùng tòa nhà này còn vui nhiều hơn. Vợ chồng Thu cũng như Thùy, không tìm ai nhưng cũng mừng, vui chung với người may mắn.

Phía bên trái Thùy có gia đình bốn người Lào Cai, người mẹ khoảng hơn bốn mươi tuổi và ba con trai. Lớn nhất chạc hai mươi, nhỏ nhất có lẽ mười hai, mười ba tuổi, người mẹ hiền lành, ba người con trai ngoan, ít nói, đặc biệt rất nghe lời mẹ. Bốn người này sống lặng lẽ, ít tiếp xúc chuyện trò. Thỉnh thoảng bắt gặp ánh mắt bà ta nhìn mẹ con Thùy thật dịu dàng, gần gũi, Thùy suy nghĩ tự hỏi, có nên làm quen không. Nghe thông báo được tự do đi lại, bà ta vẫn bình thản, nhưng ba người con thường đi từ sớm gần chiều tối mới về, thì thầm nói chuyện.

Có lần Hiền trông em đang ngủ, Thùy đi vệ sinh, về thấy bà ta đang bế bé, Hiền ngồi yên bên cạnh. Nhìn bà ôm con mình rung rung ru bé ngủ. Thùy hiểu, bà là người mẹ hiền, thương yêu con nhiều lắm, thực sự cảm động, vội vàng ngồi xuống bên cạnh đón con từ tay bà:

- Dạ, em xin bác, cảm ơn bác nhiều, làm phiền bác rồi.

Hiền nhanh nhảu mách mẹ:

- Mẹ ơi, mẹ vừa đi em bé khóc, hư lắm, khóc to làm bà không ngủ được đấy.

Thùy vội nói:

- Xin lỗi bác, em đã cho cháu bú no, tranh thủ đi, vậy mà cũng không yên.

Bà hàng xóm đáp lời:

- Có gì đâu ơn với huệ, tôi nằm nghỉ chứ không ngủ. Tôi họ Lê, cứ gọi Lê cho dễ. Tôi thấy cảnh mẹ con cô khiến tôi nhớ đến đời tôi, tôi hiểu, thông cảm. Tôi ở sát bên cô, ba thằng con đi vắng suốt, cũng buồn. Cô cần gì cứ nói, không nên ngại, cùng cảnh chạy loạn với nhau.

Thùy thấy như có một mối duyên gì đó đã đưa bà Lê đến Thùy, coi như người thân, Thùy nói:

- Thật có duyên, em cũng họ Lê. Vậy em và bác cùng họ đấy.

Bà Lê cười vui vẻ. Từ ngày rời Việt nam ra đi, lâu lắm Thùy mới có cảm giác thoải mái, tuy không phải người thân, nhưng cảnh chạy loạn đơn độc, gặp được người tốt thật hiếm và may mắn. Được tự do đi lại, biết thêm nhiều tin tức bên ngoài, ba con trai bà Lê tìm được việc làm, bà Lê vui lắm khoe với Thùy:

- Cô Thùy ơi, mấy đứa con tôi có việc làm rồi.

- Vậy hả, chúc mừng bác.

Thùy cười chia vui, bà Lê chậm rãi nói tiếp:

- Bốn mẹ con tôi trốn khỏi nông trường ở Trung Quốc chạy ra Bắc Hải, bao nhiêu tiền dành dụm nộp thuyền hết rồi. Tuy họ phát đồ ăn đủ, nhưng ba đứa đang tuổi ăn, tuổi lớn, sống mãi thế này sao được.

Thùy nghĩ, bà này cũng nghĩ như mình, nên tiếp lời:

- Không biết họ sẽ cho mình đi định cư ở nước nào, nhưng phải có vài đồng để chi tiêu lặt vặt. Hai đứa con em bé quá, em rất muốn đi làm.

Lê thắc mắc:

- Cô cứ chăm lo hai con nhỏ chu đáo, đã có chú ấy đi làm, lo gì.

Thùy im lặng, biết nói thế nào với người ngoài. Hiện tại Thùy bận rộn, hết lòng chăm lo con, những lần đi giặt nghe mọi người nói chuyện, không bận con nhỏ tìm việc dễ dàng. Một số người thu mua, gom đồ hộp, mỳ gói dư thừa gia đình các tầng, đem ra chợ bán kiếm lời. Thùy muốn được tự do, muốn ra ngoài đi làm, hoặc ít nhất cũng tìm cách kiếm thêm tiền, nhưng có con nhỏ đành chịu. Hy vọng Bình, người Hoa, biết tiếng biết chữ dễ kiếm việc, chăm lo gia đình. Mấy người cháu của Bình cũng đã có việc làm, Linh khoe với Thùy:

- Thím à, cháu xin được việc làm trong xưởng búp bê, công việc nhẹ, dễ lắm, lương 50 đô-la Hồng Kông một ngày, họ chỉ nhận phụ nữ và con gái nên xin việc dễ lắm.

Nghe Linh nói, Thùy thèm muốn được đi làm kiếm

tiền mua sắm cho con, khi gợi ý, Bình gạt ngay, còn bực bội:

- Em đi làm ai trông con, ai cho nó bú? Con Hiền mới ba tuổi.

Thùy nhắc chồng:

- Xung quanh ai cũng đi xin việc làm từ khi được tự do đi lại. Anh biết tiếng, biết đọc biết viết chữ Trung, xin việc dễ hơn em sao không đi kiếm việc. Trong hai người phải có một người đi làm, không thể ở nhà ăn chực nằm chờ người ta phát chẩn. Chỗ con Linh làm, vẫn nhận phụ nữ, một ngày được 50 đô-la Hồng Kông, tiếc lắm.

Ngày nào Thùy cũng nói, học cả cách ghi ký tên bằng chữ Trung, nhưng Bình nhất định không cho đi làm. Ngày qua ngày, nhìn mọi người xung quanh trong tầng 11 tập nập sáng đi làm, tối về, Thùy ao ước và hy vọng. Ba người con bà Lê bận đi làm, ban ngày trong tầng thật vắng vẻ, chỉ thấy người già, trẻ nhỏ và người có con nhỏ bú sữa mẹ ở lại. Thùy loanh quanh lo cho con ăn ngủ, giặt giũ cũng bù đầu, phải tranh thủ, nhanh gọn khi thằng bé ngủ say mới làm được những việc vặt.

Hồng Kông, thương cảng thế giới, buôn bán sầm uất, nhiều công xưởng sản xuất hàng tiêu dùng, rất cần lao động phổ thông. Sáng sớm, tầng trệt của tòa nhà, các chủ xưởng điện tử, đồng hồ, búp bê, may quần áo... cho đốc công đến tuyển, nhận người xin việc, phần đông thanh niên, năng động được nhận ngay. Sau đó giới thiệu, đưa họ hàng, bạn đến, không biết tiếng Quảng cũng nhận.

Lao động phổ thông, không đòi hỏi trình độ, kỹ thuật, chủ yếu chăm chỉ, cần cù, nhanh nhẹn. Cháu của Bình đi làm ngay từ tuần đầu tiên, nó nhờ Thùy nấu cơm và giặt quần áo. Mỗi tuần chỉ góp cho Thùy 1 túi gạo 5 kg, rủ Thùy đi làm nhưng Bình không cho, chỉ trông vào đồ ăn phát hàng ngày. Ăn không hết, Thùy đem bán kiếm vài đồng mua thêm rau thịt cho con. Một tháng sau Bình xin việc làm xưởng thuốc lá, nhưng xa trại, ăn ngủ luôn ở xưởng, Chủ nhật mới về. Nghe Bình nói, phải chi trả tốn kém nên thỉnh thoảng mới mua quần áo cho Bắc Hải, váy cho Hiền, lương tháng bao nhiêu Thùy không biết, vì Bình không nói. Nghiện thuốc lá từ nhỏ, nay làm trong xưởng thuốc lá, ăn ngủ tại xưởng, vợ con đã có đồ ăn được phát chẩn, Thùy trông mong gì ở Bình? Xung quanh gia đình nào cũng có người đi làm, sau thời gian ngắn, sắm quần áo đẹp, giầy dép, ngày nghỉ đưa nhau đi ăn nhà hàng, dạo chơi phố phường, xem phim, điều mẹ con Thùy không bao giờ dám mơ ước. Trại Tuen Mun rất đặc biệt, phát đồ ăn hàng ngày dù đi làm hay không, vì thế nhiều gia đình không ăn, tất cả cá hộp, thịt hộp thừa đem bán, kiếm thêm một số tiền, mua đài cát-xét, tơ lụa, quần bò… đóng thùng gửi về Việt Nam cho gia đình.

Người lớn buồn vui có thể giữ kín, trẻ con người ta nghĩ chúng vô tư hồn nhiên, nếu ai chịu khó quan sát thật kỹ sẽ hiểu. Đôi khi Thùy nhìn con gái muốn rơi nước mắt, chiều tối mọi người đi làm về chuyện trò ríu rít, mua lê táo, quần áo mới mặc thử, khoe nhau ầm ỹ, cười đùa. Hiền ngồi mắt mở to nhìn chằm chằm thèm thuồng, nuốt nước bọt, nhưng không nói gì, giả vờ cúi xuống nói chuyện với Bắc Hải. Không biết Hiền nói gì với em, nhưng Thùy buồn, thương con nhiều lắm. Thấy mình thật vô dụng không cho con được đầy đủ sung sướng, biết trách ai, giận ai bây giờ? Thùy tự an ủi "được ở trong nhà không phải nằm dưới trời mưa sương gió như ở Bắc Hải, ngày ăn ba bữa no đủ, không phải bát cháo loãng cầm hơi, có quần áo thay đổi, so với những ngày đi thuyền, thoát chết trên biển quá tốt rồi." Thùy càng thương con nhiều khi bé Hiền không vòi vĩnh, không đòi hỏi, thắc mắc gì, nhưng cảm thấy con có phần thay đổi khác ngày ở Việt Nam, ít nói hơn, ngoan hơn, ra vẻ người chị, từ khi có thêm em. Phải chăng tuy còn nhỏ nhưng do hoàn cảnh, thời gian đã tạo nên một bé Hiền khôn trước tuổi, biết chấp nhận thực tại.

Gần bên gia đình Thùy có gia đình anh chị Kiều Tân, nhà năm người lớn đi làm hết. Bà mẹ trên năm mươi tuổi may mắn xin được chân giữ trẻ một gia đình giàu có, ăn ngủ nhà gia chủ. Họ sắm quần áo đẹp cho bà, lương 30 đô la Hồng Kông một ngày. Hai tuần bà về trại thăm con cháu, đem theo bao tải to đầy quần áo cũ người lớn, trẻ con. Đồ cũ gia chủ cho, tuy vậy vẫn còn mới, đẹp lắm. Bé Hiền nhìn bà giơ lên ngắm, kiểm tra, nó thích lắm nhưng không dám hỏi. Thỉnh thoảng Bình về mua chiếc váy hoa vải thun, Hiền mặc đi khoe với mấy gia đình bên cạnh. Một lần Hiền nói với Bình:

- Bố ơi, bao giờ có tiền lương bố cho con và mẹ đi xem phim được không?

Bình gật đầu đồng ý, từ hôm đó ngày nào Hiền cũng nhắc, mong bố về cho đi xem phim. Tội nghiệp, mong mãi, mong mãi mấy tuần sau, ngày Chủ nhật, nắng đẹp, không mưa, Bình về, Hiền nhảy lên mừng rỡ:

- A, bố về rồi. Hôm nay được đi chơi, mẹ ơi!

Bình giục vợ:

- Em nhanh lên, tranh thủ anh đưa ba mẹ con đi xem phim, hứa với Hiền rồi.

Trong lòng Thùy cũng vui, hồi hộp không kém Hiền, mấy tháng ở trong trại đâu có được ra ngoài tòa nhà, quanh quẩn bên con, tầng 11 mà thôi. Thùy chưa hình dung quang cảnh bên ngoài thành phố thế nào. Lê cũng mừng cho mẹ con Thùy:

- Cô Thùy đi chơi vui vẻ, yên tâm, tôi trông đồ cho.

- Vâng, em cảm ơn bác.

Gần 10 giờ sáng, lần đầu tiên từ ngày đến trại, ba mẹ con Thùy ra khỏi tòa nhà 21 tầng. Hiền chạy tung tăng phía trước, miệng hỏi đủ thứ. Thùy địu con trước ngực (rất may vẫn giữ cái địu thêu thổ cẩm từ Việt Nam), như con chim rừng bay lạc vào đô thị đông đúc tàu xe, người đi lại tấp nập. Ngắm những tòa nhà cao chót vót, những cửa hàng ánh đèn neon màu nhấp nháy xanh đỏ, trưng bày bao nhiêu hàng quần áo, giày dép nhìn không biết chán. Thành phố náo nhiệt, ồn ào, trời nắng phản chiếu từ các tầng nhà bê tông khiến không gian thêm ngột ngạt khó chịu. Thằng bé không chịu ngủ trong địu, cựa quậy suốt dọc đường, Thùy mệt mỏi. Đến gần rạp chiếu phim, đã thấy nhiều người vây xung quanh cửa rạp, ngày nghỉ nơi đây càng thêm nhộn nhịp. Nhiều xe hàng rong bán nước giải khát, đồ ăn vặt, người xúm lại nhìn quảng cáo phim mới, phim người lớn, phim dành cho trẻ em, ảnh diễn viên xinh đẹp, Hiền chăm chú nhìn. Bình mua vé, bên trong rạp ít người xem, khoảng nửa số ghế không có người. Thùy không quan tâm phim gì, được thay đổi không khí vui rồi. Vào ghế ngồi, nhưng Hiền đâu chịu ngồi im, đứng nhìn xung quanh, quan sát mọi thứ, Bình nhắc con:

- Sắp đến giờ chiếu phim, con phải ngồi xuống, giữ im lặng.

Đèn trong rạp tắt hết, tối om, giờ chiếu phim bắt đầu! Hiền ngồi ngoan ngoãn bên cạnh ghế Bình, Thùy tranh thủ tháo địu cho con bú. Xem chưa được 15 phút, Bắc Hải 'trêu chọc' mọi người, cu cậu không được xem nên tức quá 'thả ra' một bãi to nghe rõ âm thanh, Thùy biết, nói khẽ với Bình:

- Anh Bình, thằng cu nó... em phải ra ngoài thay cho con.

Bình kéo Hiền đi theo, thế là mất toi buổi xem phim. Suốt dọc đường về, Hiền không nói gì mặt buồn thiu, biết ý, Bình mua cho con que kem, vừa đi vừa dỗ dành an ủi. Trước khi về trại, Thùy ghé vào cửa hàng mua cam, táo, lê và một ít thức ăn để dành.

Một ngày Chủ nhật, được ra ngoài đi chơi thế là hết

với mẹ con Thùy. Sáng hôm sau Bình đi làm như mọi khi. Ba mẹ con tiếp tục nếp sinh hoạt hàng ngày như cái máy, không bị đói như ngày trên thuyền, sữa về nhiều, Bắc Hải bú no, có da có thịt, Hiền ngoan, thương em, trông em cho mẹ đi giặt, nấu cơm. Bà Lê, người hàng xóm hiền lành tốt bụng thường xuyên giúp đỡ mẹ con Thùy. Bây giờ Thùy không dám mơ ước đòi hỏi gì cao sang, may mắn thoát chết sau một chặng đường dài đầy gian khổ thiếu thốn, thầm cảm ơn Trời Phật đã che chở cho gia đình đến Hồng Kông bình an. Biết rằng cuộc sống trong trại tỵ nạn chỉ tạm thời, phải định cư ở một nước nào khác ổn định cuộc sống, tương lai của hai con sẽ ra sao? Thùy hồi hộp, chờ đợi gọi đi Anh Quốc như đã đăng ký.

Mấy tháng sau, gia đình Thùy và một số gia đình khác nhận thông báo chuyển sang trại khác, trại Khải Đức Đông.

Trại Khải Đức Đông nằm sát sân bay Khải Đức, từ xa đã nhìn thấy rõ máy bay lên xuống, nếu ở gần chắc sẽ bị tra tấn bởi tiếng động cơ ầm ầm suốt ngày đêm. Sân bay Khải Đức, sân bay duy nhất của Hương Cảng nằm khu vực Cửu Long, thành lập 1925, đóng cửa 1998, thay thế bằng Sân bay Quốc tế Hồng Kông, chính thức hoạt động ngày 6-7-1998 trên đảo lấn biển Check Lap Kok. Do tình hình thời cuộc, chính phủ Hồng Kông đã nhường hẳn một phần của sân bay lập trại thu nhận người tỵ nạn vượt biển từ Việt Nam.

Gia đình Thùy và một số gia đình được chuyển đến trại Khải Đức sau gần bốn tháng trong trại Tuen Mun. Mấy cháu của Bình không biết chuyển đi trại nào, mẹ con bà Lê không đi đợt này. Trại có nhiều dãy nhà đánh số thứ tự A1, A2... to lớn và rộng rãi, tất cả bằng tôn, mái tôn, bốn bức tường xung quanh cũng bằng tôn, trần nhà có nhiều quạt máy, hai cửa ra vào đối diện. Nhưng ở đây không phải nằm đất, chiều ngang nhà kê hai dãy giường tầng, để khoảng trống 2 mét ở giữa làm lối đi lại. Mỗi bên kê dãy giường 3 tầng, một nửa kê giường 2 tầng. Dãy giường 2 tầng phần lớn dành cho gia đình có con nhỏ. Gia đình Thùy bốn người ở giường 2 tầng, nhưng Hiền còn nhỏ việc trèo lên trèo xuống từ tầng 2 rất bất tiện, nên ba mẹ con Thùy ở giường tầng 1. Khu vực giường 3 tầng phần đông nam giới, thanh niên, vợ chồng son trẻ. Những cô gái chưa chồng ở tầng 3, tìm dây, vải che quây xung quanh giường cho kín đáo, ngăn chặn những con mắt tò mò, trêu ghẹo của lũ con trai ở các giường bên. Ai ở tầng 2 là may mắn, an toàn nhất, vừa kín đáo, vừa không lo trộm cắp.

Trại Khải Đức có khu nhà tắm, nhà vệ sinh nam, nữ riêng biệt. Trại lập một phòng y tế khám bệnh, phát thuốc cảm, sốt, đau bụng, những bệnh thông thường, cho phép người tỵ nạn được tự do nấu ăn trong khu vực quy định.

Gia đình Thùy ở giường tầng 1, gần cửa ra vào nhà A, luôn ồn ào, tập nập người ra vào, suốt ngày nghe tiếng cãi nhau, la hét, tranh nhau chỗ nấu ăn. Mấy bà to mồm mắng chửi con cái thậm tệ, vợ chồng gây lộn, bực tức văng những lời thô tục Thùy chưa bao giờ nghe thấy. Chỉ tội cho bé Hiền và những trẻ ngây thơ phải nghe, bị rót vào tai những lời thô bẩn. Đã thế còn phải chứng kiến tận mắt những trận xô xát đánh vợ dã man của chồng ham mê cờ bạc, vũ phu. Người kêu mất quần áo mới mua, kẻ kêu mất cái nồi, cái chảo vừa để ở chỗ nấu ăn. Trại Khải Đức chỉ trợ cấp người tỵ nạn hai tuần sau đó tìm việc làm kiếm sống, trừ trường hợp người già, người có con nhỏ không thể đi làm và được cấp thẻ ra vào. Gia đình nào cũng có người đi làm, buổi sáng xung quanh và trước cổng trại ồn ào, nhộn nhịp mọi người hối hả mua quà sáng trước khi đi làm. Mấy bà, mấy chị sẵn có nghề bán hàng quà ở Việt Nam, bây giờ có điều kiện kiếm tiền ngay trong trại. Dễ nhất và tiện nhất, các buổi sáng rất nhiều dãy hàng quà: xôi đậu xanh, xôi lạc, xôi vò, các loại bánh rán tẩm đường, bánh rán nhân đậu xanh, cháo thịt lợn băm nhỏ, cháo gà, các loại chè ngọt, nước giải khát... rất đắt hàng phù hợp với khí hậu mùa hè Hồng Kông, không những thế hàng ăn sáng tiện lợi cho những ai có tiền, có con nhỏ không muốn vất vả nấu ăn.

Bình xin được việc làm ở xưởng cá mắm cũng xa trại, ăn ngủ luôn trong xưởng, Chủ nhật mới về. Hiền mong ngày bố về, có tiền mua bánh rán hoặc xôi, nhưng chờ hoài không thấy. Sáng nào cũng ăn cơm nguội, mỳ gói Hiền chán lắm. Thùy bận con nhỏ phải trông cậy vào chồng, đi làm đưa số tiền ít ỏi chỉ đủ mua gạo và thức ăn nấu hai bữa cơm cho ba mẹ con. Tuy không được sung túc như các gia đình khác, nhưng đủ no, đủ chất nên có nhiều sữa, thằng bé bú no chơi ngoan với chị, ngủ ngon không quấy khóc. Hiền chơi với em, tha thẩn cùng mấy đứa trẻ trong trại, Thùy luôn nhắc bé Hiền:

- Con nhớ không bao giờ được đi ra khỏi khu nhà mình ở, dễ bị lạc, có khi bị người xấu bắt cóc, chơi quanh gần đây khi mẹ cần gọi có ngay, nhớ nghe con!

Nghe lời mẹ, Hiền không bao giờ đi chơi xa, tình hình trong trại thường xảy ra trộm cắp, đánh nhau, không biết đâu mà lường. Vì thế Thùy rất lo cho con gái, nơi đông người phức tạp, trẻ con mải chơi, ham vui người xấu dễ lợi dụng.

Không bao giờ quên, hôm ấy Hiền ngồi trên giường, Thùy đang thay tã cho con, bất thình lình một thanh niên lao nhanh vào cửa ngã gục xuống giường chú Zin, - người Lào Cai -, máu trên lưng chảy ướt hết áo. Thùy nhìn rõ vết thương như bị dao chém dài khoảng 10 cm. May hôm ấy chú Zin không đi làm, thấy vậy, vội lấy lọ thuốc bột Trung Quốc rắc vào vết thương, cho người đó uống một viên màu đỏ bằng hạt đỗ tương trong lọ thuốc bột đó. Thật diệu kỳ, sau mươi phút máu ngừng chảy, người bị thương nằm bất động. Thùy hỏi Zin:

- Chú quen biết người này hay sao? Nhỡ họ thù oán nhau lại kéo vào gây lộn với chú thì sao?

Zin cười thản nhiên:

- Chị trông em thế này, em đâu có sợ ai. Em không quen người này, nhưng nhìn họ nguy kịch thế phải cứu người trước.

Nghe chú Zin nói vậy, chính mắt chứng kiến sự việc, Thùy không còn sợ chú hàng xóm nữa. Vợ chồng Zin có hai đứa con trai, đứa bé bốn tuổi, chồng cao to vạm vỡ, tay chạm trổ rồng rắn, mặt đen sạm, sần sùi, dữ tướng. Ngày đầu gia đình Zin ở giường bên cạnh, cách nhau hơn một mét, Thùy sợ, không dám nhìn thẳng vào mặt. Người cùng thuyền nhưng khi đến trại này mới biết, rất ít khi trò chuyện. Ngày ngày hai vợ chồng đi làm vắng, hai con trai ở trại nhờ Thùy để mắt giúp. Hiền và hai đứa nhỏ chơi với nhau, con gái nên được hai đứa trai chiều chuộng và mến, thỉnh thoảng vợ Zin mua hộ Thùy rau thịt, thức ăn, hai nhà cũng gần gũi nhau hơn. Sau sự việc xảy ra, Thùy nghĩ, nhận xét người qua hình dáng bên ngoài chưa chắc đã đúng, nhưng rồi Thùy tự biện minh: "chồng đi vắng, hai con còn nhỏ, sống gần người trông hung dữ, ai không sợ."

Hàng ngày tan tầm, người đi làm rầm rộ kéo nhau về trại. Chuyện chém người bị thương chảy máu buổi trưa là đề tài mới cho mọi người bàn tán. Sự yên tĩnh ban ngày thật ngắn ngủi, chiều tối các loại âm thanh bắt đầu vang lên, tiếng người, tiếng máy, tiếng nhạc, tiếng hát ầm ỹ, trong cái nóng oi bức, hầm hập của mùa hè Hồng Kông trong khu nhà tôn. Thời tiết khắc nghiệt nên nhà tắm, nhà vệ sinh chen chúc, nơi giúp người ta bỏ hết bụi bẩn, mệt nhọc sau một ngày làm việc. Cảnh sát trại Khải

Đức thân thiện, vui vẻ, không mắng chửi, không đánh người tỵ nạn như ở Kho đen, mọi người thấy thoải mái, tự do hơn. Tuy có khu nhà tắm riêng nam nữ, nhưng số người quá đông, thời tiết nắng nóng, trong trại bằng tôn như đổ lửa xuống đầu càng thêm nóng, ngoài sân cũng nóng, vì thế buổi tối xung quanh trại ồn ào, ầm ỹ. Cộng thêm tiếng động cơ máy bay lên xuống, tất cả tạo nên âm thanh phức tạp như chợ họp ban đêm.

Gần trại có nhiều chợ bán đủ các mặt hàng, có người nói còn có 'Chợ con gái', Thùy tò mò muốn đến xem thế nào. Ngày Chủ nhật Bình về, Thùy để hai con ở nhà với chồng, đi cùng với bốn mẹ con người Hà Nội, quen Bình từ Việt Nam. Người chồng họ Lao, mọi người gọi anh chị Lao. Em trai chị học cùng trường với Bình ở Hà Nội, đã đến dự cưới Thùy. Mỗi khi nhìn thấy Bình, chị Lao nhớ và thương em trai - Cường - làm phiên dịch Bộ Nông nghiệp, có người yêu, dự định tổ chức trong năm 1979. Nhưng chiến tranh Trung - Việt xảy ra, gia đình người yêu hủy hôn ước, lý do Cường - người Hoa -, ảnh hưởng đến công ăn việc làm, cuộc sống nếu lấy nhau. Bị người yêu bỏ, mất việc, Cường buồn chán, đau ốm, không kịp vượt biên cùng gia đình người chị, bây giờ không có tin tức.

Hôm nay Chủ nhật, Thùy vui lắm, đi theo mẹ con chị Lao xem chợ ở Hồng Kông như thế nào. Đi được nửa tiếng, gần đến chợ đã thấy không khí nhộn nhịp, rất nhiều quầy hàng căng vải bạt che nắng, bày nhiều loại hàng nhiều màu sắc, nhiều món ăn thơm lừng, hấp dẫn và muốn được ăn thử. Thùy ước giá bé Hiền đi cùng, nếm thử chắc con gái vui thích. Đang mải mê ngắm nhìn, Thùy thấy người lành lạnh, ươn ướt, nhìn xuống biết sữa đang về, chảy ròng ròng ướt ngực áo. Vừa lạnh vừa xấu hổ, không biết lấy gì che, chị Lao thấy vậy, dừng lại nói với ba cô con gái:

- Mấy con ở lại mua sắm, mẹ đưa cô Thùy về trại ngay, không thể để thế này được, thằng bé ở nhà đói khóc, sữa chảy, cô Thùy bị ướt lạnh, dễ bị cảm.

Vậy mất buổi đi chơi chợ! Lần thứ hai được ra ngoài không thành! Lần đầu xem phim phải bỏ dở giữa chừng! Từ sau đó Thùy không đi ra ngoài lần nào nữa.

Thùy âm thầm chịu đựng, chấp nhận cảnh ngộ, trong khi xung quanh người ta thi nhau tìm mọi cách kiếm tiền thật nhiều, sức hút của đồng tiền mạnh hơn nguyên tử, khiến nhiều người không muốn rời Hồng Kông, chưa muốn đi định cư. Một số bỏ trại, thuê nhà riêng, có người cho con gái kết hôn với người Hồng Kông, dừng chân, hy vọng định cư Hồng Kông. Thùy khác họ, trước sau vẫn chờ được gọi đi định cư Anh Quốc. Thỉnh thoảng có chuyến viếng thăm trại Khải Đức của đại diện Cao ủy Liên Hiệp Quốc, kiểm tra tình hình, nghe ý kiến phản ánh của người tỵ nạn, thấy vậy gia đình anh chị Lao và Thùy hy vọng, tin tưởng mong ngày được gọi đi định cư.

Ngày đó cũng đến, trại thông báo danh sách người, ngày tập trung khám sức khỏe trước khi đi. Bình từ chỗ làm về cùng vợ con hồi hộp chuẩn bị. Gia đình anh chị Lao sáu người lớn đi làm suốt mấy tháng nên mua sắm rất nhiều thứ. Gia đình Thùy kém nhất, Bình đi làm lương thấp chỉ đủ chi tiêu cho bản thân, Thùy không đi làm, cũng chưa một ngày trọn vẹn ngắm nhìn Hồng Kông như thế nào! Hai lần đi ra phố, cả hai lần đều dở dang, ba mẹ con suốt mấy tháng như tù nhân bị giam lỏng trong trại tỵ nạn, sinh hoạt phụ thuộc vào trại, chưa bao giờ được một bữa ăn có tôm to, cá lớn. Suốt thời gian chạy loạn thiếu thốn, khổ cực trăm bề, Thùy không để ý đến bản thân, húng hắng ho, cảm thấy không được khỏe, đến ngày cả nhà đi kiểm tra sức khỏe trước khi tập trung, bác sĩ nghi phổi Thùy có vấn đề, có thể không được đi chuyến này. Thùy lo cho mình ít, thương con gái nhiều, vì Thùy và con trai đi sau. Mấy ngày sau đầu óc Thùy căng thẳng, lo nghĩ, mọi người khuyên Bình mua đồ ăn ngon bồi dưỡng cho vợ. Nhưng bồi dưỡng trong mấy ngày sao cho kịp, khi sức khỏe và tinh thần bị bào mòn bao nhiêu tháng nay, Thùy nguyện cầu xin Trời Phật phù hộ giúp mẹ con Thùy tai qua nạn khỏi. Nghĩ đến con, đến những ngày tháng qua như một cơn ác mộng, hy vọng, mong ước một tương lai tốt đẹp cho hai con. Thùy phải sống, phải khỏe để cùng con đi đến nơi mình mong muốn, đã mất, đã bỏ tất cả ra đi, không thể hy sinh một cách vô ích được.

Buổi kiểm tra lần cuối, Thùy không còn ho nữa, người thoải mái tràn đầy hy vọng, sau khi chụp X-quang, khám tim phổi, bác sĩ kết luận đủ sức khỏe đi Anh quốc. Đó là ngày vui nhất của gia đình, của riêng Thùy, cùng một số gia đình lên xe đến trại A Kai Lâu Cai, nơi tập trung cuối cùng trước khi lên máy bay.

Ngày 30/1/1980 gia đình Thùy lần đầu tiên lên máy bay, bước chân lên cầu thang, Thùy chợt thấy xót xa nhớ lại chiếc cầu gỗ bến Máy Chai Hải Phòng, khi đặt bàn chân bước lên, nó bồng bênh, run rẩy, như đẩy Thùy bước nhanh chui vào trong khoang thuyền. Cầu thang lên máy bay to, rộng, vững chắc, một tay ôm con, một tay cầm hành lang cầu bước đi trong niềm vui, tự tin vào bước chân và con đường mình đã chọn.

CHƯƠNG 8
VƯƠNG QUỐC ANH
TRẠI THORNEY ISLAND

Hai nữ tiếp viên hàng không người Anh mặc đồng phục xanh đen, phía trái ngực chiếc áo vét có hàng chữ British Airway và tên tiếp viên, áo sơ-mi trắng, cổ thắt chiếc khăn nhỏ hai màu đỏ và đen, đầu đội mũ beret xanh đen trẻ trung, xinh đẹp, duyên dáng, nét mặt vui vẻ, tươi cười đứng ngay cửa máy bay chào đón hành khách từ cầu thang bước vào, giơ bàn tay chỉ hướng đi sau khi kiểm tra vé. Bên trong có vài tiếp viên đang bận rộn chỉ dẫn hàng và số ghế cho từng người, giúp hành khách đưa hành lý vào khoang chứa đồ phía trên ghế ngồi. Thùy bước vào trong, không tin được vào mắt mình, khoang máy bay rộng như một tòa nhà, có ba hàng ghế, hàng ghế giữa có bốn, hàng ghế hai bên có ba, tổng số ghế theo chiều ngang mười ghế chạy dọc suốt chiều dài thân máy bay. Gia đình Thùy theo tiếp viên đến dãy thứ mười, ngồi hàng bên phải có ba ghế liền nhau. Sau khi đưa hành lý vào khoang để đồ, Bình ngồi bên ngoài sát lối đi như để bảo vệ, bé Hiền thích thú được ngồi sát cửa sổ nhìn ra ngoài, đứng lên ngó xung quanh. Hơn 20 phút sau, ổn định chỗ ngồi, hai tiếp viên hàng không đứng giữa lối đi hàng ghế trên cùng, một người tay cầm micro nói tiếng Anh, một người làm các thao tác hướng dẫn hành khách cách xử lý không may xảy ra sự cố trong cuộc hành trình. Rất may, đoàn 54 người tỵ nạn Việt nam có Mai Anh phiên dịch viên đứng lên dịch lại những điều người tiếp viên giới thiệu. Thùy và mọi người nhìn nhau, gật gù cười. Bình quay sang thắt dây an toàn cho Hiền:

- Con gái ngoan ngồi yên không được nhòm ngó, sẽ bị ngã, nhớ không.

Hiền ngoan ngoãn gật đầu:

- Dạ, vâng.

Tiếp theo, trên loa phóng thanh tiếng người phi công giới thiệu tổ lái và phi hành đoàn chịu trách nhiệm đưa đoàn khách từ Hồng Kông đến London. Sau khi yêu cầu hành khách thắt dây an toàn, ổn định chỗ ngồi, đèn trong khoang tối lại, nghe tiếng động cơ máy bay ầm ầm rất rõ, bên phải chồng, bên trái bé Hiền, Thùy vẫn không tin đây là sự thật đang được ngồi trên máy bay sang Anh Quốc định cư, một cảm giác vui mừng lâng lâng khó tả. Hiền hai tay bám chặt thành ghế, mắt chăm chú nhìn qua cửa sổ, máy bay từ từ lăn bánh ra đường băng, vài phút sau tiếng động cơ rít lên, tăng tốc, toàn thân rung nhẹ, máy bay cất cánh khỏi đường băng lao lên bầu trời xanh. Hiền vẫn chăm chú nhìn qua cửa sổ vẻ mặt vừa ngạc nhiên vừa thích thú thỉnh thoảng quay sang mẹ, cười.

Vợ chồng Thùy nhìn nhau cười, nụ cười run run hạnh phúc, tràn đầy sung sướng, mắt rơm rớm lệ, không tưởng tượng nổi mình lại được ngồi trên máy bay, giờ phút không bao giờ dám mơ ước đang là sự thực. Cuộc đời tỵ nạn bắt đầu sang trang mới, không biết sẽ như thế nào, nhưng chắc chắn hơn hẳn những tháng ngày đã qua. Thùy nhìn mọi người cùng chuyến bay, những người cùng thuyền mấy tháng trước. Ai cũng mặc quần áo đẹp, lịch sự, tuy khuôn mặt vẫn còn rõ dấu vết mệt mỏi gầy gò, của tháng ngày chạy loạn gian truân vất vả. Đoàn tỵ nạn gồm 54 người trong chuyến bay, tựa như đoàn khách du lịch ngồi tập trung gần nhau trong sáu dãy ghế.

Đang chìm trong niềm vui suy tưởng, đột nhiên đèn bật sáng, Thùy giật mình nhìn thấy các tiếp viên hàng không chuẩn bị bữa ăn sáng cho hành khách. Hai lối đi đều có xe đẩy chở đồ ăn, nước uống từ dưới đuôi máy bay đi lên. Xe đi đến đâu tiếp viên đưa bảng thực đơn cho hành khách lựa chọn món ăn, nước uống. Bảng thực đơn ghi bằng tiếng Anh nhưng có hình ảnh món ăn, Thùy rất ngạc nhiên, máy bay Anh Quốc có món cơm và cá rán rim cà chua, đậu xào của người Việt. Gia đình Thùy nhận ba xuất cơm cá rán, đậu xào. Bữa ăn đầu tiên của cuộc đời trên máy bay sao ngon thế, không bao giờ quên. Thu dọn xong, các tiếp viên lần lượt phục vụ nước uống, cà phê đen, cà phê sữa, trà, nước ngọt. Thùy và Bình uống cà phê sữa, Hiền uống Coca. Gần một tiếng sau, đèn trong khoang mờ tối, chỉ còn nghe thấy rõ âm thanh u....u... của động cơ máy bay. Ánh sáng mờ mờ mát dịu, ru hành khách chìm vào giấc ngủ, vài người đọc sách, uống nước, cà phê. Bé Hiền đã ngủ ngon, Thùy bế con hai cánh tay mỏi rã rời, chuyển cho Bình. Tựa đầu vào thành ghế, Thùy cố gắng nhắm mắt nghỉ ngơi, chìm vào giấc ngủ. Không biết đã bay được bao nhiêu lâu, đèn bật sáng, tiếng cô tiếp viên thông báo máy bay chuẩn bị hạ cánh. Tất cả hành khách bật dậy, thắt dây an toàn, hồi hộp chờ máy bay đáp xuống đường băng. Đột nhiên máy bay rung mạnh, chạy băng băng trên đường rồi giảm tốc độ dần. Máy bay Boeing 747 của hãng hàng không British Airway hạ cánh an toàn xuống sân bay Heathrow London vào 6 giờ sáng giờ London ngày 31-1-1980.

Tất cả mọi người xuống, đi theo Mai Anh, làm đầy đủ thủ tục nhập cảnh cho cả đoàn nhanh gọn. Lấy hành lý xong, mọi người ra cửa đã thấy nữ nhân viên trại tỵ nạn đứng đón ở sảnh đường. Mai Anh và người ở trại bắt tay nhau, tự giới thiệu:

- Rất hân hạnh, chào mừng tất cả bà con cô bác anh chị, tôi là Ann nhân viên văn phòng thay mặt Trại tỵ nạn Thorney Island đến đón quý vị.

- Tôi là Mai Anh, thông dịch viên, có nhiệm vụ đưa đoàn 54 người từ Hồng Kông đến trại.

Từ giờ phút này đoàn người đi theo cô nhân viên mới. Đến một đất nước xa lạ, gặp người nói tiếng Việt, ai cũng phấn khởi, tin tưởng, nỗi lo sợ tan biến dần. Tiếng bước chân, tiếng kêu của bánh xe va-li lăn đều đều trên hành lang, mọi người lặng lẽ bước theo hai cô gái. Đường hành lang dài dằng dặc, hết đoạn này đến đoạn khác, nối tiếp nhau mãi chưa đến bãi đậu xe. Sân bay quá rộng, sạch sẽ, đèn điện sáng trưng suốt dọc hành lang, Hiền và mấy đứa trẻ thích thú thi nhau chạy, đuổi theo bóng người in dưới mặt đường. Hiền lúc đầu vui mừng chạy, sau mệt đòi bố cõng, Bình một tay kéo va-li, một tay đỡ mông con phía sau, mấy đứa thấy vậy làm theo, đòi bố mẹ cõng.

Sau 15, 20 phút đến khu vực đậu xe, người tài xế xe coach khi thấy đoàn người vội bước xuống, mở khoang chứa hành lý ngang thân xe. Thu xếp xong hành lý, mọi người lần lượt lên xe theo hướng dẫn của phiên dịch viên Ann. Trước khi xe chuyển bánh, Ann đứng cạnh người lái xe tay cầm micro nói:

- Thưa tất cả quý vị đồng hương, trại Thorney Island nơi đón tiếp chúng ta tọa lạc phía Đông nam nước Anh, xe chạy khoảng trên năm giờ đồng hồ mới tới. Tôi biết quý vị rất mệt mỏi sau chuyến bay dài, nhưng phải cố gắng về trại trước khi trời tối, vì đường xa, dọc đường sẽ dừng lại mọi người ăn uống, nghỉ ngơi, đi vệ sinh. Ai có ý kiến hay thắc mắc gì không?

Biết gì đâu thắc mắc, ai cũng im lặng, mong xe chạy cho nhanh đến nơi, Ann nhắc thêm:

- Yêu cầu quý vị thắt dây an toàn, đường cao tốc rất nhiều xe, chạy với tốc độ nhanh, chúng ta chấp hành luật giao thông cũng là đảm bảo tính mạng của bản thân.

Xe từ từ lăn bánh ra khỏi khu vực đậu xe, qua cổng có máy thu tiền, xe rẽ quành về hướng nam. Đường cao tốc có hai chiều chạy ngược nhau, đi và về. Mỗi tuyến đường có ba làn xe, nhóm người ngồi hàng ghế trước chăm chú nhìn con đường rộng dài thẳng tắp, người ngồi hàng ghế sau dán mắt qua khung cửa sổ, xe chạy trong sương mù lúc ẩn, lúc hiện, nhìn thật thú vị nếu ngắm nhìn từ xa. Buổi sáng vào giờ đi làm hai tuyến đường xe chạy tấp nập, chỉ nghe tiếng gió, tiếng xe vụt qua, tiết trời tháng giêng in đậm nét mùa đông giá lạnh, tuy mặt trời đã lấp ló hé cười, nhưng không xua tan nổi lớp sương mờ vẫn dai dẳng đeo bám lượn lờ phía trước. Hai bên đường sương giá trắng toát phủ kín, những cuốn cỏ khô rất to rải rác trên cánh đồng. Từng đàn cừu thong thả gặm đám cỏ khô. Mọi người chăm chăm ngắm phong cảnh đất nước xa lạ nhưng là nơi sống và làm việc sau này. Miên man trong suy nghĩ, bỗng nhiên chiếc xe coach giảm tốc độ rẽ sang bên trái chạy vòng, một lúc sau nhìn thấy trạm bán xăng dầu và bãi đậu xe, rồi dừng hẳn.

Ann cầm micro nói:

- Thưa bà con cô bác, xe tạm dừng ở đây một giờ giải lao, quý vị tranh thủ đi vệ sinh sau đó tập trung trước hành lang ra vào, tôi đưa quý vị đi ăn trưa, sau đó chúng ta tiếp tục lên đường.

Một bà nhanh nhảu:

- Xin cho tôi hỏi, chúng tôi không có tiền!

Ann trả lời ngay:

- Xin quý vị yên tâm, bữa ăn do quỹ trại đài thọ, tôi chịu trách nhiệm chi trả.

Lời nói của Ann xóa hết mọi băn khoăn tất cả mọi người. Thời gian nghỉ ở đây không nhiều, mọi người bảo nhau tranh thủ cho kịp, theo Ann và Mai Anh qua bãi đậu xe vào bên trong trạm nghỉ dọc đường. Đoàn tỵ nạn như lạc vào một thế giới chưa từng thấy. Trạm dừng chân rộng như một trung tâm buôn bán sầm uất, người đi lại tấp nập, nhiều cửa hàng bán đồ khác nhau, ánh đèn màu nhấp nháy thật cuốn hút. Cửa hàng cà phê, bánh ngọt, đồ ăn nhanh ăn tại chỗ hay đem đi, cửa hàng bán đồ kỷ niệm, quần áo các loại mọi lứa tuổi, sách báo, rất tiện lợi cho mọi người khi cần thiết. Đâu phải chỉ trẻ con tỵ nạn ngơ ngác, người lớn cũng đứng túm lại dán mắt vào các quầy hàng, tủ kính bày bánh ngọt, mùi thơm bay ra hấp dẫn.

Thùy nhận thấy rõ sự khác biệt với Việt Nam, nơi mua bán đông người nhưng không ầm ỹ, nhộn nhạo, bình tĩnh xếp hàng thứ tự, không chen lấn, xô đẩy, người mua người bán đều lịch sự nhẹ nhàng. Gia đình Thùy và tất cả đoàn người tập trung xung quanh khu ăn uống chờ Mai Anh và Ann đưa đến một cửa hàng khá rộng đủ chỗ cho mọi người. Ann đưa bảng thực đơn cho từng bàn lựa chọn. Chỉ là trạm dừng chân nên món ăn thường có bánh mỳ kẹp thịt, bánh ngọt, nước uống gồm cà phê, trà và nước hoa quả đóng chai, nước suối. Sau khi lựa chọn món ăn xong, người phục vụ ghi số lượng món ăn, đồ uống từng bàn chuẩn bị.

Mươi phút sau nhân viên cửa hàng bưng từng khay ly cà-phê, chai nước hoa quả và nhiều loại bánh trong đó có bánh cong cong như sừng bò nhỏ, đặt lên bàn, cười mời mọi người xin tự nhiên. Ann giải thích:

- Xin mời quý vị tự nhiên, tôi đã thanh toán cửa hàng, sau 45 phút nữa chúng ta ra xe, tiếp tục về trại theo kế hoạch.

Một bữa trưa nhẹ theo đúng kiểu phương Tây, khác với món ăn bình dân người Việt, thơm mùi bơ sữa, là lạ nhưng vì đói nên gật gù khen ngon. Lũ trẻ hình như biết điều hơn, ngoan ngoãn ngồi ăn, không mè nheo đòi hỏi gì. Người lớn cũng im lặng ăn uống, có lẽ trong đầu ai cũng ngổn ngang bao ý nghĩ về những gì sắp tới.

Đoàn người ra bãi đậu xe, ổn định chỗ ngồi. Được ăn uống lót dạ, yên tâm tiếp tục chuyến đi. Hiền gối đầu lên đùi Bình ngủ say sưa, Thùy ôm con ngủ gà ngủ gật, thằng bé được bú no ngủ suốt dọc đường không một tiếng khóc. Không khí trên xe thật yên tĩnh, một chút ánh nắng yếu ớt chiếu qua cửa kính làm chói mắt người ngồi gần bên cửa, sương đã tan lộ rõ những cánh đồng mênh mông thẳng tắp.

Khoảng 3 giờ chiều xe rẽ vào con đường nhỏ dẫn đến trại Thorney Island. Năm 1979, chính phủ Anh dưới sự lãnh đạo của Đảng Bảo Thủ do bà Magaret Thatcher làm thủ tướng, chính thức tiếp nhận 19,000 người tỵ nạn Việt Nam trong các trại Hong Kong, Ma Cao, Philippine, Malaysia vào Vương Quốc Anh.

Trại Thorney Island trước đây là doanh trại quân đội. Tháng 8 năm 1979 thành lập trại tỵ nạn, do Hội Đồng Anh bảo trợ quản lý. Năm 1980 phát triển trở thành một trong ba trại tỵ nạn lớn nhất Vương Quốc Anh. Mục đích, trước khi giải quyết tái định cư giúp họ học Anh ngữ, khám sức khỏe, tìm kiếm nhà tái định cư, tìm công ăn việc làm, giúp hòa nhập vào cuộc sống xã hội nơi cư trú.

Từ xa nhìn thấy rõ tòa nhà gạch 4 tầng màu nâu đỏ, sừng sững trên một vùng đất rộng, chiếc coach tắt máy dừng trước sân cửa trại. Trên cao, cửa chính tòa nhà căng một tấm vải rộng 60 cm, dài khoảng 2 mét nằm ngang nổi bật dòng chữ 'Chào mừng các bạn Việt Nam đến trại Thorney Island', một nhóm gồm năm, sáu người tay ôm bó hoa đứng chờ cổng ra vào. Thấy khung cảnh được đón tiếp nồng thắm, Thùy cũng như mọi người trên xe, không ngăn được xúc động, dòng chữ Việt màu trắng nổi bật giữa nền vải đỏ căng chính giữa cổng tòa nhà như được trở về quê hương sau bao ngày xa cách, xúc động lắm, mắt ngấn lệ.

Mọi người lần lượt bước xuống xe, tài xế mở cánh cửa bên dưới cạnh xe cho bà con nhận va-li, túi xách, người nào cũng run run không biết vì lạnh hay hồi hộp, xúc động. Nhóm người ôm hoa đến trao cho Mai Anh và mấy ông bà lớn tuổi. Một ông cao to người Anh hồ hởi bắt tay Mai Anh, đoàn người kéo va-li, đồ đạc đi vào bên trong tòa nhà theo chỉ dẫn vào phòng để đồ đạc, va-li, sau đó tiếp tục đi hơn chục mét đến phòng đón tiếp, xếp mấy dãy bàn ở giữa, hai bên có hai hàng ghế ngồi. Trên bàn đặt bình hoa tươi nhiều màu sắc. Ông người Anh - chắc trong ban quản lý trại - phát biểu, Ann đứng bên phiên dịch. Tiếp theo vài người khác phát biểu, thủ tục tiếp đón diễn ra nhanh gọn trong bầu không khí thân mật, vui vẻ. Sau cùng cô Ann nhắc:

- Bây giờ quý vị nhận chìa khóa, mỗi hộ gia đình một phòng, trong có đầy đủ tiện nghi sinh hoạt. Yêu cầu tất cả mọi người 6 giờ chiều nay có mặt tại nhà ăn tập thể ở tầng 1 dùng bữa tối, sẽ có nhân viên của trại và tổ trưởng các tầng lầu hướng dẫn quý vị nhận phòng ở. Hôm nay và ngày mai, mọi người nghỉ ngơi, thu xếp phòng ở, sau đó sẽ thông báo thời gian kiểm tra sức khỏe.

Thấy mọi người ồn ào, Ann vỗ tay ra hiệu yên lặng, nói thêm:

- Trại cung cấp ngày ba bữa ăn, điểm tâm bắt đầu từ 7.30, bữa trưa từ 12, bữa tối từ 5.30 tại nhà ăn tập thể.

Ai cũng mệt mỏi và nóng lòng được nhận phòng ở nên không chú ý lắng nghe. Từng gia đình nhận giấy ghi số phòng, số tầng lầu, hai chìa khóa. Bình tay kéo va-li, tay xách túi du lịch đi cùng ông tổ trưởng Tiến, mẹ con Hiền theo sau. Phòng gia đình Thùy và hai gia đình nữa ở tầng 2. Ông Tiến làm tổ trưởng tầng 2 có hai mươi hộ, hôm nay đón nhận thêm ba gia đình.

Khi cánh cửa phòng mở ra, trước mắt vợ chồng Thùy, một căn phòng vuông vắn, tường sơn màu trắng. Bên trái kê hai chiếc giường hai tầng, bên phải bàn ăn xinh xinh và bốn chiếc ghế. Đôi diện tường bên có chiếc tủ đứng. Tổ trưởng Tiến chỉ tay về phía trong:

- Bên trong có chỗ đun nấu, buồng tắm, nhà vệ sinh. Trại tuy có nhà ăn tập thể phục vụ ba bữa, nhưng ban quản lý trại không ngăn cấm bà con nấu ăn thêm cải thiện sinh hoạt, vì có thể chưa thích nghi với món ăn trong căng tin.

Thùy hỏi ông Tiến:

- Cho tôi hỏi, nhà ăn thường phục vụ món ăn của Việt Nam hay của phương Tây?

Ông Tiến cười nói:

- Mình đang sống ở Anh Quốc, phải tập thích nghi mọi mặt với xã hội bên này. Trước lạ sau quen, thôi tôi phải đi sang gia đình khác, anh chị tìm hiểu thêm sau.

Ông Tiến chào tạm biệt, Bình để va-li vào tủ đứng, cùng Thùy đến phía trong xem buồng tắm. Hai người sững lại, trước mặt một buồng nhỏ gọn gàng có bồn rửa mặt, bể tắm cùng vòi hoa sen, cầu tiêu sạch sẽ, tủ gương xinh xinh gắn vào tường. Một căn phòng nhỏ đầy đủ tiện nghi, sau những tháng ngày gian nan vất vưởng, đói khổ, vợ chồng nhìn nhau không biết nói gì. Bất ngờ Hiền bên cạnh, tay giật giật áo mẹ:

- Mẹ ơi, bố ơi! Cả nhà mình được ở đây mãi à? Đẹp quá, con thích lắm, không phải khổ như ở bên Hồng Kông nữa.

Tiếng gọi của Hiền đưa Thùy trở về với thực tại. Đúng, đây là sự thật, không phải nằm mơ. Thùy đi lại giường nhìn con, Bắc Hải vẫn ngủ ngon, không để ý đến xung quanh. Thùy tranh thủ sắp xếp quần áo cho vào ngăn kéo tủ, quay ra nói với Bình:

- Anh để ý thằng bé, hai mẹ con em tắm trước, đến 6 giờ có mặt ở nhà ăn tập thể ăn cơm tối.

Thùy lấy quần áo, khăn hai mẹ con vào buồng tắm. Bình ngắm nhìn quanh phòng, con vẫn ngủ say, ngả lưng xuống giường bên cạnh, thật thoải mái sau bao nhiêu ngày chưa được nằm trên giường.

Hiền được mẹ tắm xong, mặc chiếc váy vải thun hoa, khoác cái áo len dài tay bên ngoài, trông khác lúc mới vào, xinh hẳn ra. Tìm thấy con búp bê mặc quần áo màu đỏ Hiền thích lắm, ôm chặt búp bê đi ra giường ngồi gần em đang ngủ. Thùy trong buồng tắm đi ra gọi Bình:

- Anh Bình, vào tắm kẻo muộn, mẹ con em xong rồi.

Tắm xong, thật thoải mái dễ chịu, quên hết mệt mỏi sau chuyến bay dài. Bây giờ Thùy mới có tâm trí quan sát xung quanh gian phòng, từ hôm nay sẽ là căn nhà bé nhỏ của gia đình, không còn những ngày tháng nằm trên nền gạch xi măng cứng như đá. Cuộc đời Thùy và các con bước sang trang mới, hoàn toàn khác. Khi rời

Việt Nam, Thùy đâu dám nghĩ sẽ được bình an và đến một đất nước xa lạ, khác màu da, tiếng nói. Một đất nước chỉ biết qua trang sách, chưa nhìn thấy, ngay tưởng tượng cũng mờ ảo như sương mù, sao không tránh khỏi lo sợ. Chiều nay chứng kiến cảnh đón tiếp thân mật, ấm áp như người thân lâu ngày mới gặp lại, với Thùy, cuộc đời như đảo lộn.

Nơi ta sinh ra
phải rời xa
Nơi ta sợ hãi
lại đón ta nồng ấm...

Thùy đang chìm đắm miên man bao suy nghĩ, tiếng Hiền gọi mẹ:

- Mẹ ơi! Em bé thức dậy rồi.

Thùy giật mình, nhẹ nhàng bế Bắc Hải lên:

- Ôi, con dậy rồi à? Ngủ ngoan quá. Bây giờ mẹ kiểm tra xem có tè ra không nào. Tè ra chị Hiền cười bêu bêu đấy.

Thằng bé đạp đạp chân cười khanh khách, vừa lúc Bình tắm xong bước ra hỏi:

- Con trai của bố dậy rồi à?

Thùy bế con vào buồng tắm rửa cho con, không quên nhắc Bình xem mấy giờ. Còn 20 phút nữa mới đến 6 giờ, bên ngoài trời đã tối mịt, không nhìn thấy gì. Bình vừa lau tóc cho bé Hiền vừa nói:

- Bố con mình sạch sẽ thơm tho, giờ chỉ còn cu tý bẩn thôi, con gái nhỉ?

Hiền cười, khoe với bố:

- Mẹ con cũng đang rửa cho em bé đấy, em ngoan có khóc đâu, mẹ khen em bé.

Bình gật đầu:

- Ừ, cả nhà ta đều ngoan.

Lau rửa cho con xong, Thùy ra ghế ngồi cho con bú. Trong đầu nghĩ mấy việc cần làm:

- Thiếu cái chậu to trong buồng tắm.

- Đã có bình đun nước uống hàng ngày, có nồi cơm điện, bộ ấm chén Thùy mua ở Hồng Kông. Nhưng sẽ cần bát ăn cơm, mấy đôi đũa, thìa, muối, mỡ nấu ăn....

Trước mắt tạm thời mua mấy thứ, tìm hiểu mua các đồ khác sau, Thùy nói với chồng:

- Sau khi ăn tối xong, mình đi vòng quanh trại xem thế nào anh nhé?

Hiền đồng ý ngay:

- Cả nhà mình cùng đi.

Bình gật đầu nhất trí:

- Bố con mình xin tuân lệnh mẹ Thùy. Em này không biết mình có gặp ai ở đây không nhỉ?

- Em không biết, nhưng hy vọng nếu có họ đến trước, chắc thông thạo hơn.

Nghe tiếng bước chân bên ngoài hành lang, dép lê quèn quẹt vì không chịu nhấc chân, âm thanh khó chịu chỉ có ở người Hoa và người Việt, báo hiệu đã đến giờ ăn tối. Bình nhìn đồng hồ, giục mẹ con Thùy nhanh chân đi cùng mọi người. Đường cầu thang từ tầng 2 xuống khoảng hai mươi bậc. Nhà ăn tập thể của trại chạy dài suốt nửa tầng 1, nhà bếp phía trong, ngăn cách một dẫy bàn dài, bên ngoài kê nhiều dẫy bàn, hai hàng ghế dài ngồi đối diện. Mọi người xếp hàng gần nhà bếp, lấy khay gỗ và đĩa to đựng thức ăn để sẵn trong khay, đợi được giao phần ăn theo số phòng, xuất ăn của trẻ em ít hơn người lớn, nhân viên nhà bếp lần lượt đưa ra để trên bàn theo số người trong phòng. Nhìn mọi người đến trước, Bình và Thùy đứng vào hàng làm theo.

Tối nay nhà bếp cho ăn khoai tây rán cắt dài bằng ngón tay, cá tẩm lớp bột mỏng rán ròn, thêm một ít hạt đậu xanh hấp chín. Ba thứ gọn trong đĩa to tiêu chuẩn ăn của một người, gia đình Thùy được hai xuất và một xuất trẻ em. Bắc Hải đang bú sữa được phát sữa tươi và hai lọ thức ăn đầy đủ chất dinh dưỡng dành cho trẻ dưới mười hai tháng. Bữa ăn đầu tiên ở trại, món khoai tây và cá rán ròn nhìn hấp dẫn, bốc hơi nghi ngút, thơm lừng, ngoài sự mong đợi. Nhiều người ăn xong ra về, Thùy lúng túng với lọ thức ăn, chị ngồi bên cạnh thấy vậy, nói:

- Không nhất thiết phải cho ăn ngay ở đây, cô đem về phòng, khi nào cháu đói cho ăn. Chắc gia đình cô mới đến trại phải không?

Thùy ngượng ngùng đáp:

- Vâng, nhà em mới đến chiều nay, cứ thế này cho ăn lạnh hả chị?

- Có trẻ ăn được lạnh, có đứa không, cô ngâm vào nước nóng cho đỡ lạnh, không lo đau bụng. Lọ thức ăn này tốt lắm đấy, đầy đủ các chất bổ.

- Em cảm ơn chị. Đúng thật cái gì cũng lạ, bỡ ngỡ.

- Yên tâm, dần dần sẽ biết, sẽ quen thôi. Thôi, tôi ăn xong rồi, các cháu nhà tôi đã về từ lâu.

- Vâng, cảm ơn chị, gặp nhau sau.

Bình và bé Hiền ăn xong, Bình bế Bắc Hải cho Thùy ăn nốt thức ăn còn trên đĩa. Bé Hiền nhắc mẹ:

- Mẹ ăn hết đi có sữa cho em bú, cá và khoai rán ngon lắm. Con chưa bao giờ được ăn ngon thế này.

Thùy vừa ăn vừa nghĩ, "Thật vậy, bao nhiêu ngày tháng, nay đây mai đó, không nhà ở, đói ăn, thiếu mặc, Hiền đã chịu bao nhiêu cực khổ cùng cha mẹ từ khi mới ba tuổi, nghe con khen ngon, làm mẹ sao không khỏi xót xa". Người ăn xong ra về, tiếp tục người khác đến, nhà ăn mở cửa đến 7.30. Thùy đem lọ thức ăn của Bắc Hải về phòng. Ra bên ngoài hành lang, một số người đang thong thả đi bộ, Hiền đi trước nhìn ngó xung quanh, Bình bế thằng bé lên cao, nó cũng ngó nhìn khắp nơi, thích thú đưa tay đòi đi theo chị. Sang nửa bên kia tầng

1, nhiều người đi về hướng đó, phòng đầu tiên khá rộng thấy hàng chữ "Mini shop", Thùy mừng quá, vào xem, Hiền cũng theo vào. Bình thấy vậy nói với Thùy:

- Bố con anh sang phòng bên cạnh, mẹ con em ngắm xem có gì mình cần.

Cửa hàng bầy bán nhiều thứ, từ xà phòng bánh, đến kim chỉ may vá, đồ dùng trong nhà. Thùy đang nhìn xem có chậu to không, nghe tiếng gọi khẽ ở phía sau:

- Chị Thùy phải không?

Thùy quay lại, nhận ra Minh, người cùng quê với Bình, mừng quá:

- Ôi, Minh đấy à? Gia đình em sang bên này khi nào? Chú ấy đâu?

Minh cũng mừng, tay vỗ vỗ vào vai Hiền nói:

- Em đến trại này được hai tuần rồi. Từ ngày đến Tuen Mun gặp chị, em không biết thêm tin tức gì của anh chị. Anh Bình và thằng cu đâu? Bé Hiền hôm nay trông xinh quá.

- Hai bố con ở quanh đây thôi, tôi vào tìm xem muốn mua vài thứ.

Minh nhìn, thông cảm:

- Mua thứ gì thật cần thôi, trước mắt cần gì em có đưa chị dùng. Mỗi tuần có xe coach đưa người đi trung tâm quận, cửa hàng to nhiều đồ bán, rẻ hơn ở đây.

- Ừ, thế mua cái chậu to và bánh xà phòng trước, bát đũa mua ở đâu?

- Chị không lo, mua dần. Bây giờ em đưa chị đến phòng em ở cho biết, mình nói chuyện nhiều, nhưng chị có tiền bảng Anh chưa?

Thùy chợt nhớ ra, không phải ở Hồng Kông, lắc đầu:

- Chị có ít đô la Hồng Kông thôi.

Minh cười:

- Em mua giúp chị cái chậu và bánh xà phòng, về phòng em, mình tâm sự.

Mua xong, ra cửa thấy bố con Bình đứng đợi bên ngoài, gặp Minh, Bình vui lắm, nói tiếng địa phương với nhau, sau nhớ ra có mẹ con Thùy đứng đó, nên nói tiếng Việt, Minh bảo:

- Đến phòng tụi em, chồng em gặp anh chắc vui lắm đấy. Hai chị em cũng có nhiều chuyện tâm sự.

Tất cả kéo nhau về phòng vợ chồng Minh, vừa đi lên cầu thang Minh vừa nói:

- Nhà em ở tầng 2, phòng cuối cùng của dẫy.

Thùy vui vẻ nói ngay:

- Vậy hai nhà cùng tầng 2, gần nhau rồi.

Như chợt nhớ ra, Thùy quay sang Bình:

- Anh Bình, cầm cái chậu và bánh xà phòng Minh

mua hộ đem về trước, em và con đến phòng Minh, anh đến sau vậy.

Thật may mắn, hai nhà ở gần nhau. Gia đình Minh có ba con, hai gái, con trai lớn trên mười tuổi, con gái bẩy tuổi và đứa út kém Hiền mấy tháng. Đến gần phòng, Minh đi trước mở cửa, người chồng ngồi ghế đang chăm chú xem giấy tờ, vừa bước vào, Minh gọi chồng:

- Anh Hùng ơi, có nhận ra ai đây không?

Hùng hơi ngạc nhiên, vì Hùng chưa gặp Thùy bao giờ. Thùy tự giới thiệu làm quen:

- Tôi là Thùy, vợ anh Bình, người cùng quê với vợ chồng anh.

Quay ra bảo Hiền:

- Con gái quên hay sao?

Hiền khoanh tay chào:

- Cháu chào bác Hùng!

Minh nhanh nhảu nói:

- Cháu cô ngoan quá! Chào chú Hùng. Chị Thùy, chúng em ít tuổi hơn anh Bình.

Hùng vui vẻ mời Thùy ngồi, nhắc Minh đun nước pha trà, thật thà nói với Thùy:

- Gia đình em đến trại được hai tuần, nhưng không gặp người quen nào, nay có gia đình anh chị, chúng em mừng lắm, mình cùng quê dễ hiểu và thông cảm hơn.

Thùy ngồi xuống ghế, Bắc Hải đứng nhảy tâng tâng trên đùi mẹ, cười khanh khách. Thùy gật đầu đồng ý với Hùng:

- Tôi cũng nghĩ vậy.

Có tiếng gõ cửa, Hùng đứng dậy ra mở cửa, thấy Bình, cười mừng rỡ:

- Trời ơi, anh Bình, vào đi.

Hai người bắt tay nhau cùng cười lớn, tranh nhau nói, Bắc Hải không hiểu gì càng nhảy mạnh hơn, Hiền đứng bên cầm tay em lắc lắc. Gian phòng vang tiếng nói cười của hai người đàn ông. Thùy bế con đứng dậy nhường ghế cho Bình. Hùng và Bình ngồi xuống, người nói, người hỏi, bao nhiêu chuyện muốn biết trong thời gian qua. Bây giờ Thùy mới thấy Bình cười nhiều, nói nhiều, tất nhiên bằng thổ ngữ vùng quê nơi họ sinh ra. Thùy ngắm nhìn căn phòng, cũng kê hai giường tầng, cũng tủ đứng giống như phòng Thùy. Bếp và buồng tắm bên trong, Minh đun nước pha trà, Thùy hỏi Minh:

- Mấy cháu nhà Minh đi đâu không thấy?

Minh thản nhiên đáp:

- Mấy anh em chúng nó tối nào ăn xong cũng xin phép ra ngoài chơi, trong phòng không có gì cũng buồn. Hôm nào có phim thì xem, sau về học bài. Hai đứa lớn học lớp khác với con bé út. Cháu Hiền nhà chị năm nay mấy tuổi?

Thùy nói:

- Mấy tuần nữa đầy bốn tuổi, tụi trẻ con đi học thế nào, Minh?

- Vậy Hiền hơn cháu Xuân mấy tháng, học lớp mẫu giáo, sáng có xe đến đón ở sân trước cửa trại, trưa xe đưa về. Hai đứa lớn buổi sáng học hai tiếng rưỡi, chiều hai tiếng rưỡi, ăn sáng, ăn trưa xong đi học. Có thể cháu Hiền sẽ học cùng lớp với cháu Xuân nhà em.

Thùy muốn hỏi nhiều nhưng ngại, Minh chủ động bảo:

- Chị muốn hỏi gì thêm, em biết em giúp, sao chị phải ngại.

Thùy cười ngượng:

- Người lớn như chị em mình học lớp nào? Ông tổ trưởng nói mình có thể được nấu ăn thêm trong nhà, vậy đồ dùng, thức ăn mua ở đâu? Làm gì có tiền, chị muốn biết nhiều thứ quá, thắc mắc trong lòng không yên tâm.

Minh an ủi:

- Chị yên tâm, lúc đầu em cũng lo như chị. Bây giờ quen rồi, sẽ có một buổi tập trung phổ biến quy định trong trại. Nam giới có gia đình cũng như thanh niên học lớp riêng, chị và em có con nhỏ học nửa buổi sáng hoặc chiều. Cuối tuần có xe đến đón, ai muốn đi ra trung tâm thị xã, ở đó có cửa hàng lớn, hai chị em mình cùng đi.

- Nhưng chị phải đổi tiền Anh, còn trả nợ cho em.

Minh cười trêu Thùy:

- Cho chị nợ, em tính lãi cao.

Minh cười nhìn Thùy:

- Chị không lo, mỗi người được 5 đồng một tuần, em quen mồm, bên này họ gọi bảng Anh, chị a. Nhà em năm người tuần lĩnh 25 bảng, nhà chị bốn người, 20 bảng. Ba bữa ăn, sữa cho trẻ con miễn phí.

Thùy phần nào đã dịu bớt lo, nói khẽ với Minh:

- Minh biết không, chị vẫn không tin, hoàn toàn khác với trại tỵ nạn bên Hồng Kông? Người Tây họ có quát mắng mình không em,

Minh giải thích:

- Không có chị ơi. Nhìn người họ to cao, khác màu da, không phải tóc đen như mình, nhưng gần gũi, thân thiện, lúc đầu em sợ không dám đứng gần.

Bên ngoài Bình và Hùng chuyện trò không ngừng. Có tiếng gõ cửa, mấy đứa trẻ về, trông thấy Bình và Thùy, mấy anh em cúi đầu, miệng chào. Hùng nói với Bình:

- Ba cháu nhà em đấy, ăn cơm xong mấy anh em đi chơi xung quanh trại.

Đứa con trai lớn lặng lẽ đến giường ngồi, hai con gái

chạy vào bên trong với mẹ. Xuân cũng chạc tuổi Hiền, hai đứa liếc nhìn nhau thăm dò, Minh vẫy tay gọi Hiền đến, tay đặt lên vai Thu và Xuân, nói với Hiền:

- Hiền làm quen với chị Thu và em Xuân nhé, con gái của cô. Hiền con gái bác Thùy, hơn tuổi Xuân một chút. Từ nay, Thu là chị lớn, hai nhà ở gần nhau nên ba chị em phải thương nhau, giúp đỡ nhau, nghe lời chị Thu, nhớ không?

Ba đứa miệng vâng dạ, chúng nhìn nhau cười. Trẻ con thật hồn nhiên, phút đầu e ngại, sau như quen biết từ lâu, theo nhau ra phía giường chơi.

Bắc Hải không cười như trước nữa, không ai chơi với nên bắt đầu nhăn nhó. Thùy biết tính con, gọi Bình đã đến lúc phải về. Bình đứng dậy bắt tay Hùng:

- Cảm ơn Hùng và Minh nhiều. Tối nay vui quá gặp được đồng hương, hẹn ngày mai gặp lại.

Thùy gọi Hiền, cảm ơn Minh, Hùng:

- Cảm ơn hai người, giờ đã muộn, thằng bé khóc đòi ăn, xin phép cho cháu về, ngày mai đi ăn sáng chắc gặp nhau.

Minh, Hùng và ba đứa trẻ vui vẻ tạm biệt, chúng phải làm bài ngày hôm sau đi học. Hôm nay Hùng và Minh vui lắm, mang tiếng người cùng quê, nhưng Hùng cũng như Bình đều đi làm xa, ít khi gặp. Nay gặp nhau trên đất lạ quê người, sao không vui mừng và xúc động chứ.

Về đến phòng, Thùy giục bé Hiền đi đánh răng, đi ngủ, đặt ấm đun nước sôi ngâm lọ thức ăn cho Bắc Hải ăn thử. Bình tìm trong tủ thấy mấy chăn dạ, đem ra để mỗi giường một cái, nói với Thùy:

- Bên này mùa đông rét, nhưng trong trại, trong phòng ấm. Ở Hồng Kông nóng gay gắt, sang đây ngược lại rét quá, không biết mùa hè thế nào.

Thùy lấy bát to và thìa nhỏ đem từ Hồng Kông, đổ nước sôi vào ngâm lọ thức ăn, chậm rãi hỏi Bình:

- Anh và Hùng lâu ngày mới gặp chắc hôm nay anh vui lắm khi có cô chú ấy ở cùng trại.

- Ừ, đúng vậy! Hùng lái xe vắng nhà suốt, anh về quê ít khi gặp. Vợ chồng chú hiền lành, tốt tính ở quê ai cũng mến.

Thùy vừa cho con ăn vừa nói chuyện, không quên nhắc Hiền đánh răng cẩn thận, rửa tay rửa mặt sạch sẽ. Bình đi vào buồng tắm kiểm tra, thấy Hiền rửa mặt xong, bảo con:

- Con ra ngoài chờ bố vệ sinh, sẽ cho con ngủ.

Thùy cho Bắc Hải ăn, thằng bé há mồm liên tục, không hề từ chối món ăn Tây, nó no bụng, thấy Bình từ buồng tắm đi ra, Thùy đưa con cho Bình:

- Anh trông con, em đánh răng, rửa mặt rồi cho bé ngủ. Ngày mai sau khi ăn sáng, mình đi tham quan xung quanh trại, anh thấy thế nào?

- Bước đầu như vậy, có gì hỏi Hùng, chú ấy bảo anh lúc ngồi nói chuyện.

Thùy trong buồng tắm đi ra, nhìn con ngồi im trong lòng Bình biết nó buồn ngủ. Hiền nằm yên giường bên cạnh bắt đầu thiếp đi, Thùy nói nhỏ:

- Hai mẹ con em ở hai giường bên dưới, anh nằm giường trên. Tối nay được thoải mái sau bao nhiêu ngày ngủ vật vờ. Hiền ngủ say, em lo con ngã xuống sàn nhà, không có thanh gỗ chắn như giường bên trên, hay tối nay anh nằm cạnh với con được không?

Bình gật đầu:

- Anh cũng lo con lăn ra ngoài, thử tối nay, nếu không thoải mái cho con lên giường trên.

Xong mọi việc cũng gần 9 giờ tối, Bình tắt đèn. Phòng có cửa sổ rộng, ánh sáng bên ngoài hắt vào thuận tiện nếu ban đêm thức dậy. Cho Bắc Hải nằm bên cạnh, Thùy yên tâm ngả lưng xuống, ôi, còn gì dễ chịu hơn những ngày tháng nằm co ro trên thuyền, nền đất gồ ghề đá sỏi ở bãi biển Bắc Hải, nhìn lên bầu trời rộng mênh mông, khi xám xịt, khi xanh ngắt với bao ngôi sao nhấp nháy như trêu đùa những kẻ ăn đường nằm đất, không còn tâm trí đâu ngắm trăng, đếm sao. Cái lưng hình như bị chai sạn, cứng rắn để thích hợp với nền nhà xi măng bóng rát của trại tỵ nạn Hồng Kông, chỗ nằm không thoải mái, đầu óc tinh thần luôn căng thẳng, thời tiết thay đổi, lúc nắng lúc mưa, gió bão đe dọa. Bao nhiêu khổ cực, gian nan, thiếu thốn, đói khát. Thùy thầm biết ơn Trời Phật thương tình, phù hộ cho gia đình, giúp Thùy vượt qua tất cả chặng đường trên thuyền không bị nôn mửa, đau ốm như nhiều người khác.

Đêm đầu tiên ở Anh Quốc, nằm trên đệm mềm, êm ấm, lưng được thư giãn, duỗi thẳng người thật thoải mái, còn sung sướng gì hơn. Nhìn lên trần nhà quét sơn trắng tinh, những đoạn phim tái hiện từ từ trong đầu, Thùy vẫn chưa tin đây là sự thực, trần nhà lắc lư, nghiêng ngả như đang nằm trên thuyền giữa biển khơi bập bềnh. Giọt lệ hạnh phúc trào ra rơi xuống gối, Thùy chìm dần vào giấc ngủ ngon.

Đêm qua mọi người ngủ say không biết gì, suốt đêm Bắc Hải không hề ọ ọe. Thùy giật mình bừng tỉnh, nhìn qua cửa sổ bên ngoài vẫn tối đen, tiếng ngáy của Bình kêu rít rít, ù ù như kéo gỗ, Hiền vẫn bình thản ngủ ngon bên cạnh. Thùy nhìn đồng hồ của Bình để đầu giường, gần 6 giờ sáng, nghĩ thức dậy sớm không biết làm gì, những ngày qua ai cũng quá mệt mỏi, để bố con Bình ngủ thêm chút nữa. Rửa mặt đánh răng xong, Thùy bước ra từ buồng tắm thấy Bình đã thức, đứng vươn vai, suýt nữa đập đầu vào thành giường trên, nói:

- Ngủ ở tầng dưới này, chắc có ngày bị sưng trán. Đêm qua mẹ con em ngủ ngon không? Anh ngủ say không biết gì. Lâu lắm mới được một đêm ngủ ngon, thoải mái thật.

- Mẹ con em ngủ một mạch, được nằm giường có đệm êm, không thức dậy lần nào, anh gọi Hiền dậy đi.

Bắc Hải cọ quậy đạp chân, giường bên cạnh Hiền đã ngồi dậy dụi mắt gọi mẹ:

- Mẹ ơi, em bé dậy rồi.

Hai đứa trẻ thức giấc, có tiếng nói, tiếng cười của con trẻ không khí trong phòng vui nhộn hẳn, Thùy làm nóng lọ thức ăn cho con, nhắc Hiền đi rửa mặt đánh răng. Bình thu dọn giường xong đi vào buồng vệ sinh, lúc sau gọi con:

- Hiền vào rửa mặt, đánh răng đi con.

Hiền vâng lời bố đi về buồng vệ sinh. Bình đến ngồi ghế gần Thùy đang cho Bắc Hải ăn. Không biết lọ thức ăn này có những gì mà cu cậu ăn ngon lành, không kịp đưa thìa vào miệng, Bình hỏi Thùy:

- Em này, hôm nay em định lấy tiếp cho con giống như hai lọ này hay thay đổi?

- Em cũng chưa biết, nhưng hỏi họ nếu có loại khác mình cũng thay cho con, em đang tò mò bên trong họ nấu những gì thơm lắm.

Bình không cần suy nghĩ:

- Chắc chắn thức ăn ngon, bổ, em không thấy người Tây họ cao to, khỏe mạnh thế.

Cả hai cùng cười, Thùy vỗ nhẹ vào má con, nựng:

- Con bé nhỏ của mẹ đã chịu thiếu thốn, khổ nhiều rồi phải không? Đến đây mới được nếm món ăn Tây, bù lại những ngày trên thuyền không có sữa cho con bú, nhay nhay, mút mút núm da khô làm mẹ đau xót trong lòng.

Cu cậu cười toe toét đâu có hiểu gì, Hiền đứng bên cạnh trêu em:

- Tưởng mẹ khen nên em cười đấy. Em hư lắm, làm mẹ đau.

Thùy kéo Hiền ôm hai chị em sát vào lòng, nhẹ nhàng nói:

- Mẹ xin lỗi hai con, để các con phải chịu vất vả, tất cả đã qua rồi. Hy vọng từ nay cuộc đời của mẹ con mình sẽ đổi khác.

Bình nhìn đồng hồ, gần 7.30 sáng, mặt trời đã lên, vài tia nắng xuyên qua cửa sổ chiếu xuống nền nhà, giúp không gian trở nên ấm áp hơn, giục vợ con đến giờ ăn sáng. Thùy đứng dậy cùng nhau đi ra, Bình ra sau khóa cửa, vừa lúc gia đình Hùng - Minh và ba đứa trẻ đi đến. Hùng nhanh miệng:

- Em chào anh chị, đang định đi qua gõ cửa mọi người đi ăn cùng nhau cho vui.

Xuống dưới tầng 1, gặp ông Tiến tổ trưởng, ông nói luôn:

- May quá, tôi định tí nữa báo cho anh chị biết. 10 giờ sáng mời gia đình đến phòng họp, nghe ông phụ trách trại nói chuyện, thông báo lịch sinh hoạt.

- Vâng, cảm ơn bác, ta đi ăn sáng một thể.

Ông Tiến cười:

- Vâng, tôi lên gọi bà nhà tôi và các con xuống.

Mọi người cùng nhau cười vui vẻ. Trong nhà ăn nhiều người đến sớm xếp thành một hàng dài, Thùy nhìn góc phía xa bên trong cũng có người xếp hàng, đang chia phát đồ gì, hỏi Minh, được biết trong đó phát cho các bà mẹ có con nhỏ dưới hai tuổi. Minh bảo Thùy ra đó xếp hàng lĩnh phần ăn cho Bắc Hải, Bình và Hiền xếp hàng bên này. Thùy bế con đi về phía trong, đứng vào hàng. Nhà bếp đưa ra nhiều loại lọ thức ăn khác nhau, có cả sữa hộp bằng giấy, những bát súp nữa. Các bà mẹ có quyền lựa chọn món ăn cho con. Đến lượt Thùy, chưa biết rõ có những gì bên trong để chọn, Thùy hỏi cậu thanh niên nhà bếp:

- Chú cho tôi hỏi, những lọ này có khác nhau không?

- Mùi vị khác nhau một chút, lọ thịt gà, lọ thịt bò, lọ cà rốt, khoai tây, chị thích loại nào cũng được. Mỗi bữa được hai lọ, một hộp sữa tươi.

- Con tôi bốn tuổi có được sữa không?

- Dưới năm tuổi mỗi ngày tiêu chuẩn được hai hộp, chị nói số phòng, số tầng để ghi vào danh sách.

Thùy chọn hai lọ khác lần trước cho Bắc Hải tập ăn thay đổi khẩu vị cho quen. Một bữa tiêu chuẩn Bắc Hải được: hai lọ hoặc một bát súp đặc, một hộp sữa tươi. Thùy lĩnh tiêu chuẩn của Hiền được hai hộp sữa vào bữa sáng. Lấy xong vừa lúc bố con Hiền bê khay thức ăn ra bàn. Gia đình Hùng - Minh và mấy con bắt đầu ngồi ăn. Hai gia đình ngồi gần nhau vui vẻ, thỉnh thoảng nhắc đến ngày còn ở quê cùng nhau cười thật sảng khoái. Thùy chợt nhớ đến quần áo hôm qua thay ra, hỏi Minh:

- Minh ơi, gia đình em quần áo giặt và phơi ở đâu?

Minh nói:

- Khu nhà bên kia cách tòa nhà này hai mươi mét bên đó có hai nhà giặt không mất tiền, mỗi nhà có năm, sáu cái máy giặt to lắm, mình cho xà phòng bột vào ngăn, quần áo bỏ vào trong máy, cắm điện, máy tự giặt, xả nước sạch sẽ, sau đó sấy khô, thế là xong, vừa sạch sẽ, vừa khô ráo thơm tho, lấy ra đem về.

- Thật à? Sướng quá nhỉ. Vậy từ hôm qua cứ lo mãi giặt giũ phơi ở đâu?

Hùng cười, nhìn Bình pha trò:

- Anh Bình thấy đấy, các bà hay lo nghĩ xa xôi, không như cánh đàn ông mình.

Thùy không chịu thua:

- Đúng là việc phụ nữ phải lo nghĩ, mong các ông lo nghĩ việc đại sự cánh đàn ông, chị em chúng tôi được nhờ.

Tất cả phá lên cười, Bình đỏ mặt, im lặng từ đó không nói gì nữa.

Ăn xong, mấy người hỏi nhau tí nữa đi đâu, muốn thế nào? Gia đình Thùy mới đến nên chưa biết, Hùng lên tiếng:

- Vợ chồng em phải đi học tiếng Anh, ba cháu cũng đi học sau khi ăn sáng, 8.30 xe đến đón cháu Xuân ở sân trước của trại. Bây giờ chúng em về phòng chuẩn bị, gặp anh chị sau.

Gia đình Thùy đi dọc về phía bên kia tầng 1, cạnh cửa hàng tạp hóa thấy một gian phòng kê hai bàn đánh bóng bàn, kế tiếp một phòng rộng kê nhiều ghế dài có tựa sát liền nhau, Thùy nhớ, thấy giống phòng hôm qua khi mới đến trại ngồi nghe ông Tây phát biểu, có thể 10 giờ họp ở đây. Đối diện dãy bên kia, trong phòng có nhiều ghế ngồi, phía trước một máy vô tuyến truyền hình to để trên bàn, Bình nói với Thùy:

- Hôm qua anh bế con qua phòng này, thấy nhiều người ngồi chăm chú nhìn trên màn hình như đang xem phim.

Đi tiếp thấy nhiều phòng đóng cửa kín mít, bảo nhau quay lại đi ra phía cửa chính, Bình cầm tay Hiền đi trước, hành lang nhiều người đi lại rầm rập. Mọi người ăn sáng xong ra khỏi nhà ăn gần hết, người lớn tay cầm sách vở, từ cầu thang trên tầng lầu lần lượt đi xuống, lớp nhỏ tuổi đi cùng bố mẹ, lớp bẩy, tám tuổi trở lên tay cầm sách vở, người lớn trẻ em đều bận rộn đi về hướng cách xa trại hơn 100 mét. Thùy nhớ lời Hùng nói, nghĩ 'đến giờ mọi người đi học.'

Một xe coach đậu ở giữa sân trại đón trẻ con đi mẫu giáo, ăn trưa ở trường, chiều xe đưa về lúc 3 giờ. Xung quanh tòa nhà đất rộng mênh mông, có nhiều cây to, trụi hết lá. Phía xa hơn vài trăm mét lác đác nhà dân ở, khu vực này như miền quê thanh bình, khác xa thành phố. Nếu không có mấy trăm người tỵ nạn có lẽ vùng này vắng vẻ lắm.

Loanh quanh cũng gần 10 giờ, cả nhà đi vào bên trong đến phòng tập trung theo thông báo. Đã có vài người ngồi đó, Thùy tìm ghế ngồi sát bên dưới. Đúng 10 giờ ông người Anh và cô Ann đi vào. Ann giới thiệu ông trong ban lãnh đạo đến nói chuyện về hoạt động của trại. Sau mỗi phần, cô Ann dịch sang tiếng Việt, mấy chục người mới đến hiểu được tổ chức và hoạt động của trại, điều mọi người quan tâm nhất vẫn là những vấn đề liên quan đến cuộc sống hàng ngày:

- Trại là trung tâm giải quyết vấn đề tái định cư cho người tỵ nạn Việt Nam từ các nước sang.

- Trại bố trí nơi ở tạm thời với đầy đủ tiện nghi sinh hoạt.

- Ngày ba bữa miễn phí tại nhà ăn tập thể, trẻ con dưới năm tuổi có thêm tiêu chuẩn sữa tươi.

- Chương trình giáo dục cho người lớn và trẻ em học Anh ngữ, ngôn ngữ thứ hai để hòa nhập vào cộng đồng trong tương lai.

- Trại có phòng y tế chăm sóc sức khỏe, có cơ sở thể dục thể thao như bóng đá, bóng bàn, cầu lông.

- Tôn trọng tự do tôn giáo, tín ngưỡng.

- Tuyệt đối cấm đánh cãi nhau, gây mất trật tự trong trại, giữ gìn vệ sinh chung.

Nhiều vấn đề nêu ra và giải thích cho mọi người. Bước đầu cũng giải tỏa nỗi lo lắng, thắc mắc phần đông đối với người mới đến. Từ một đất nước nghèo nàn lạc hậu, đời sống sinh hoạt, phong tục tập quán hoàn toàn khác biệt, đồng thời vừa trải qua bao khó khăn, trắc trở, từ các trại tỵ nạn Hồng Kông đâu dễ hòa nhập ngay được. Bao khó khăn, bỡ ngỡ đối với người tỵ nạn, đồng thời đối với Ban quản lý trại, nhân viên, giáo viên đến làm việc.

Cuối buổi nói chuyện, trại nhắc mọi người không được đi ra khỏi trại trong hai tuần đầu tổng kiểm tra sức khỏe, sẽ thông báo từng gia đình lịch trình khám, lấy máu, thử phân, nước tiểu....

Ngày đầu mới đến trại Thorney Island, ai cũng ngạc nhiên, bỡ ngỡ. Trước lạ sau quen, Thùy thích nghi dần với sinh hoạt trong trại. Bình hàng ngày đi học tiếng Anh lớp người lớn, Hiền học lớp mẫu giáo với Xuân, có xe của trại đưa đón. Lớp học dành cho các bà mẹ có con nhỏ không có duyên với Bắc Hải. Nhiều khi trong lớp học đang hăng say chăm chú nghe cô giáo giảng bài, cu cậu khóc ầm lên Thùy phải xin lỗi mọi người đưa con ra ngoài. Lớp luôn có tiếng cười vui, người mẹ vừa bế con vừa viết, chưa nhìn rõ trên bảng viết gì đã bị đứa nhỏ phá, chân đạp đạp vào tay mẹ, người vừa cho con bú vừa đọc theo lời cô giáo như con vẹt. Mang danh đi học, nhưng ra khỏi lớp không còn giữ được chữ nào trong đầu. Thời tiết xứ lạnh không hợp với sức khỏe và thân thể gầy yếu của Thùy, có hôm bị cảm lạnh, hôm Bắc Hải sốt nóng, đau bụng đi ngoài, đôi khi Hiền ốm không đi học, Thùy phải ở nhà trông con. Thỉnh thoảng trại tổ chức nói chuyện cho các bà mẹ đang cho con bú, giải thích, hướng dẫn cách chăm sóc, mặc quần áo, ngay cả việc quấn tã thế nào cho bé.

Chiều chiều Thùy thường cho con ra ngoài, đi bộ dọc hành lang, một hôm Thùy gặp gia đình người quen của Bình, chồng tên Thiện, vợ tên Mai. Họ đến trại này được hai tháng bây giờ mới gặp, sau mới rõ, họ ở khu nhà bên đường, vợ chồng trẻ chưa có con không bận bịu, gò bó. Gặp Thùy, Thiện ngạc nhiên hỏi thăm:

- Chú thím khỏe không? Đến trại khi nào?

Một lúc sau, nhận ra Thiện, Thùy trả lời:

- Khỏe, cả nhà chúng tôi đều khỏe, anh chị đến trại lâu chắc thông thạo và hiểu biết nhiều.

Mai bất ngờ hỏi:

- Chị có nhận được tin tức gia đình ở Việt Nam không? Bây giờ mình sang Anh Quốc, được tự do rồi, chị đã viết thư báo tin cho gia đình biết chưa?

- Viết thư?

Thùy hỏi. Thiện cười:

- Vậy chú thím vẫn chưa liên lạc với gia đình ở Việt

Nam?

- Chưa. Hôm nào hai người đến chơi gặp chú Bình, hai chú cháu nói chuyện. Giờ tôi cho hai em đi lòng vòng, về buồng không có gì chơi chúng buồn.

Thiện, Mai tạm biệt mẹ con Thùy đi về khu nhà của họ. Ba mẹ con Thùy đến phòng giải trí, nhiều người đang ngồi xem truyền hình. Chiều ý con, Thùy dắt Hiền vào xem, ti vi đưa tin tức, có hôm chiếu phim cao bồi, cưỡi ngựa, bắn súng 'pằng pằng' hấp dẫn lắm, nhưng có hiểu gì đâu. Mọi người thích lắm, trẻ con há hốc mồm khi thấy ngựa phi qua đầu. Chăm chú theo dõi đến khi nhìn thấy hai chữ The End, nhiều người kêu..ôi...ôi...tiếc nuối.

Hôm sau, bữa trưa, gặp Thiện và Mai xếp hàng ăn xong cùng vợ chồng Thùy đi lên phòng. Mới quen nên Thùy và Mai không có nhiều chuyện nói, hỏi nhau vài câu xã giao, nhưng Bình và Thiện rôm rả lắm, chuyện đi thuyền, ở Hồng Kông… chán rồi cũng quay trở về hiện tại. Bình hỏi Thiện có tin tức gì của ông cậu chưa? - cậu của Thiện là chồng Đức -. Thùy loáng thoáng biết vậy, không để ý. Thiện nhớ ra hỏi Bình:

- Nghe thím nói chưa viết thư về Việt Nam, vậy sao chú thím không viết, mua tem gửi về, cháu đã gửi và liên lạc được với gia đình ở Trung Quốc.

Bình ái ngại:

- Không biết tình hình có thay đổi không? Trước khi chạy căng lắm.

Thiện cười ra vẻ hiểu biết:

- Bây giờ khác rồi, mình đang ở một nước phương Tây, tự do sợ gì. Lạ lắm, chú biết không, bên này không cần dùng cơm nguội dán tem, dán phong bì nữa. Chú lè lưỡi ra liếm phong bì và tem rồi dán lại, vừa nhanh vừa tiện, lạ không?

Bình, Thùy ngạc nhiên:

- Thật thế à, nhưng chú chưa mua phong bì và tem.

- Ngày mai cháu đưa cho chú tem và phong bì, thím gửi thư về cho gia đình yên tâm.

Mai cũng nói theo:

- Phải đấy, ngày mai có phong bì và tem, anh chị viết thư gửi ngay đi.

Nghe Mai gọi anh chị, chồng Mai gọi chú thím, nhưng Thùy không quan tâm, họ chẳng có họ hàng thân thuộc gì với mình, gọi kiểu gì cũng vậy.

Từ khi Thiện nói gửi thư về Việt Nam, Thùy suy nghĩ nhiều, hồi hộp, lo lắng cho bố ở Việt Nam không biết như thế nào, nhưng chắc chắn phải gửi thư báo tin cho gia đình yên tâm. Đêm hôm đó Thùy trằn trọc khó ngủ. Không phải Thùy không nhớ, không lo, nhưng sợ thư không đến tay hoặc sẽ bị liên lụy, chính quyền địa phương gây khó dễ, nay nghe Thiện nói, giúp Thùy thêm nghị lực, tin tưởng hơn.

Hai tuần sau, gia đình Thùy được lĩnh tiền trợ cấp

sau khi trừ tất cả các khoản chi phí nhà ở, tiền ăn, sách vở, đi học... mỗi người được 5 bảng Anh một tuần. Nhà Thùy bốn người 20 bảng, sau hai tuần được 40 bảng. Có tiền, Thùy trả tiền vay, Minh hỏi luôn:

- Thứ Bẩy này có xe đưa ra thị xã, chị có muốn đi với em không?

Thùy mừng quá:

- Có chứ, đợi khi có tiền đi mua thêm mấy thứ, Minh thường mua gì ở đó?

- Đến nơi chị sẽ biết, toàn bán đồ của Tây. Em đi mua gói mỳ sợi trắng dài, cà chua, mỡ lợn về nấu ăn thay đổi món cho đỡ ngán. Ăn mãi khoai tây chán lắm.

Thùy vui, mong đến ngày mai thứ Bẩy được đi ra thị xã xem thế nào. Hai phụ nữ đi chợ, Hùng và Bình chịu trách nhiệm quản lý đàn con. Ở Hồng Kông không được ra ngoài, sang Anh Quốc, đất nước định cư, Thùy muốn đi, muốn biết về sinh hoạt, cuộc sống của người dân địa phương. Thùy nghĩ đến bố, anh chị em đang ở Việt Nam, tuy đã gửi thư, nhưng không biết khi nào mới nhận được? Chắc bố buồn và lo nghĩ nhiều, nếu nhận được thư mừng lắm, hai đứa em trai chúng có được bình an trở về không? Xa nhà từ khi chưa tròn 16 tuổi, bao nhiêu năm tưởng chai sạn, vậy sao bây giờ Thùy vẫn thấy lạc lõng biết bao. Sang sống một nơi xa ngàn dặm, xứ lạ quê người, Thùy đâu muốn như thế này. Đã làm mẹ, trong hoàn cảnh chiến tranh, trách nhiệm bảo vệ mạng sống các con khiến Thùy không có lựa chọn.

Thùy mong đợi ngày mai theo xe ra thị xã. Bình thấy bình thường, không để ý đến niềm vui của vợ, ra thị xã có gì vui đâu? Lớp học người lớn mấy tiếng một ngày, học trong lớp kết hợp đi ra ngoài thực hành thường xuyên, giáo viên đưa đi thăm nhiều nơi khác nhau như các cửa hàng bán điện tử, đồ dùng gia đình, quần áo, bưu điện, văn phòng tìm kiếm việc làm, nghe giảng về luật pháp, trật tự trị an, chế độ bảo hiểm xã hội, lớp học của Thùy không được như vậy, các bà mẹ có con nhỏ thời gian trên lớp ít ỏi, không trọn vẹn giờ học, không có thực hành đi tham quan.

Sáng hôm sau, 9 giờ Thùy với Minh ra tập trung chờ xe đến đón. Những người ở trại thời gian dài thấy bình thường, Thùy và người mới đến, lần đầu tiên theo xe rất háo hức, dọc đường chăm chú ngắm nhìn qua cửa kính. Vài bà nói chuyện liên miên không chán, ngồi trong xe mong được yên tĩnh cũng khó. Thùy muốn được yên tĩnh, thư giãn tinh thần, ngắm nhìn thiên nhiên, không phải lo toan suy nghĩ quá nhiều khi chỉ có một mình. Minh ngồi bên cạnh thiu thiu ngủ, Thùy không dám hỏi nhiều sợ làm mất giấc ngủ. Thùy kém Minh một tuổi nhưng gọi theo chồng nên Thùy được lên vai 'chị'. Nghe Minh kể, gia đình ở sát biên giới, khi chiến tranh Trung - Việt xảy ra, anh trai Minh bị dân quân địa phương bắn chết mặc dù không có lệnh cấp trên, sợ quá, gia đình buộc phải đưa nhau chạy trốn.

Xe dừng lại nơi quy định, mọi người xuống, tài xế cho biết sau hai tiếng sẽ đón ở bãi đậu xe này. Mỗi người đi một ngả, Minh đi đâu Thùy theo đó. Hôm nay xe đưa đến thị xã Emsworth, quận Havant, tỉnh Hampshire phía Nam nước Anh, nơi đây có khoảng mười ngàn dân. Đường phố Emsworth nhỏ hẹp, hai dẫy nhà bên đường xây giống nhau, gạch màu nâu vững chắc, đường nhỏ tỏa đi các hướng khác nhau, người đi lại mua sắm không tấp nập, vẻ trầm lặng, thanh bình vùng quê. Trung tâm thị xã có nhiều cửa hàng bán nguyên vật liệu, đồ dùng gia đình, sách báo, hiệu thuốc tây, cắt tóc, nhà bảo tàng, nhưng nơi nhiều người ra vào nhiều nhất vẫn là cửa hàng cafe, bán thức ăn nhanh, món ăn phổ biến vùng bờ biển 'cá tẩm bột rán và khoai tây rán', món ăn hàng ngày của trại. Giữa trung tâm một vườn hoa tô điểm cho thị xã, nhưng đang mùa đông rất ít hoa, duy có loài hoa búp nhỏ màu vàng chớm nở cho vườn hoa nhỏ thêm sức sống. Phía Bắc thị xã, xưa kia có làng đánh cá, khu vực đóng sửa thuyền và bến cảng nhỏ.

Thùy theo Minh đến cửa hàng rau-củ-quả, nhiều loại rau xanh giống rau mùa đông bên Việt Nam: bắp cải, xúp lơ trắng, xúp lơ xanh, cà rốt, cà chua, khoai tây, cam, táo, chuối, nho xanh, nho đỏ xếp từng ngăn gọn gàng đẹp mắt. Không có đồ ăn của người Việt, trên giá xếp nhiều chai sữa, sữa hộp, súc xích trông giống lạp xường Việt Nam, rất nhiều loại bánh mỳ, gạo, bột. Minh mua mấy gói mỳ thanh dài mỏng, cân cà chua, mớ hành hoa và gói bọc giấy hình chữ nhật ghi Lard, Minh nói, đây là mỡ lợn để nấu ăn. Thùy mua giống Minh nhưng ít hơn, mua thêm mấy quả táo, chùm nho cải thiện. Vậy không mua được đũa, bát, tuy cửa hàng có bán bát đĩa men sứ đẹp, nhưng rất đắt, tiền Thùy có hạn. Về trại, Minh sẽ đưa cho mấy đôi đũa mang từ Hồng Kông dùng tạm, Thùy hơi thất vọng với chuyến đi hôm nay.

Mua thêm được vài thứ, buổi sáng Thùy bắt đầu nấu mỳ với cà chua, thay đổi khẩu vị cho gia đình. Hầu như ngày nào nhà bếp cũng cho ăn cá rán, ăn nhiều cũng ngán, Thùy đem cá về phòng làm ruốc, ai cũng khen ngon, thấy vậy, Minh cũng làm ruốc cá.

Khi bố con Hiền đi học, Thùy bế Bắc Hải, đem túi quần áo sang bên khu nhà máy giặt, trong chờ đợi, Bắc Hải ngủ, Thùy lấy quyển vở học của Bình ra xem, tranh thủ và tập trung học, ngày qua ngày cũng nhặt được ít chữ. Trong trại có phòng chứa đồ từ thiện, hàng tuần người dân địa phương, nhà thờ mang quần áo, đồ dùng quyên góp phát trong trại, giúp đỡ gia đình túng thiếu, tuy đồ đã qua sử dụng, nhưng còn tốt, sạch sẽ, rất nhiều thứ phù hợp hoàn cảnh nhiều người. Mẹ con Thùy thỉnh thoảng vào xem, chọn được vài đồ chơi cho Bắc Hải, váy, áo len cho Hiền trông mới và đẹp, còn có cả kim đan len. Thùy chọn mấy cuốn len màu xanh lam, ngày ngày đan cho Bắc Hải được hai chiếc quần liền áo thay đổi, vừa đẹp vừa tiết kiệm tiền. Những đôi giầy trẻ con còn mới, có khi còn trong hộp, Hiền nhìn ngắm rất thích đôi giày màu nâu đỏ, Bắc Hải chập chững tập đi, Hiền chọn cho em đôi giầy vải mềm, êm chân. Hai đứa có giày, Hiền khoe ngay với bố. Thùy nhìn con, nghĩ mức sống của người dân Anh thật đầy đủ sung sướng. Đối với Thùy, tuy chỉ một cái váy, một đôi giày, vật nhỏ bé nhưng thể hiện lòng bao dung, nhân từ, chia xẻ giúp đỡ người gặp hoạn nạn, khó khăn. Có người chê đồ cũ không lấy, nhưng Thùy nghĩ khác, hợp với hoàn cảnh của mình, người xưa thường có câu ca: 'Một miếng khi đói, bằng một gói khi no'.

Nhiều chiếc bát to, đĩa tráng men bóng đẹp, trông sáng sủa, chắc của các nhà quyền quý ngày xưa quyên góp, Thùy tìm được hai cái đĩa, hai bát to, nếu đem so với cửa hàng thị xã không thua kém. Vì thế, Thùy không bao giờ quên, luôn nhớ, biết ơn những nhà hảo tâm, Mạnh Thường Quân, mỗi khi đem sử dụng.

Trại vẫn tiếp tục đón nhận thêm người mới từ Hồng Kông sang, đồng thời tìm được nhà ở cho nhiều gia đình ra định cư. Thông thường thời gian ở trại được thu xếp ra định cư là sáu tháng, nhiều trường hợp lâu hơn. Ngày tháng trôi đi, thấm thoát Bắc Hải đã biết đi, bây giờ Hiền ra dáng chị cả, dắt tay em đi trước, không phải bế con, Thùy đỡ mệt, hai cánh tay đỡ đau nhiều.

Đông qua, Xuân hết, Hè sang, trại gần biển khí hậu thoáng mát, không khí trong lành. Trại vẫn chưa tìm được nhà cho gia đình Thùy, một lần văn phòng gọi lên nói tìm được nhà ở Devon, có ba buồng ngủ, nhưng phải ở và làm việc ngay trong trang trại nuôi ngựa của một ông chủ người Trung Quốc. Nghe nói làm thuê cho chủ người Trung Quốc, Bình và Thùy từ chối. Từ sau lần đó, trại chưa tìm được nhà cho gia đình Thùy.

Giáng Sinh đang đến gần, đây là lễ Giáng Sinh đầu

tiên trên quốc đảo Vương Quốc Anh. Người Việt Nam coi trọng tết Nguyên đán, phương Tây lễ Giáng Sinh và tết Dương lịch trang trọng, vui nhất, các công sở, xí nghiệp cơ quan, đoàn thể nghỉ lễ, mọi người sắm tết, hân hoan đón chào Chúa Giáng Sinh và đón năm mới. Trong trại trang trí cây Noel, những giấy trang kim nhiều màu và đèn màu mừng Chúa nhấp nháy ngày đêm, ai cũng phấn khởi, vui mừng hòa chung không khí rộn ràng trên đất lạ xứ người. Đêm Noel, nhà bếp nấu bữa ăn truyền thống đón Giáng Sinh, thịt gà Tây, khoai tây bỏ lò, bắp cải viên tròn nhỏ như quả cau, cà rốt, thịt xông khói, nhiều loại bánh bằng bột mỳ khác nhau. Tết Việt Nam có bánh chưng truyền thống, ở đây có Christmas pudding. Thùy lấy một tí ăn thử, nhưng không quen, Bình và nhiều người ăn cảm thấy ngon lành.

Lễ Giáng Sinh và tết Dương lịch qua đi, Tết cổ truyền của người Việt đến. Trại tổ chức đón Tết Nguyên đán vào đêm giao thừa theo âm lịch, có bánh kẹo, văn nghệ, thanh niên nam nữ đăng ký tham gia, không khí đón Tết đơn sơ nhưng vui, đầm ấm, khiến người tỵ nạn trong trại nhớ người thân còn ở Việt Nam. Tuy không nói ra, nhưng khi những chùm pháo hoa nhiều màu sắc nổ tung trên trời, Thùy không kìm được nước mắt, nỗi nhớ da diết cào xé trong lòng.

Sau những ngày lễ tết vui vẻ đầu tiên ấy, gia đình Thùy được phân căn nhà chung cư, ba buồng ngủ ở London. Sau 11 tháng sống trong trại tỵ nạn, gia đình Minh-Hùng cũng nhận được nhà, nhưng cách nhà Thùy

32 dặm phía Đông Bắc. Hai gia đình bịn rịn chia tay sau những ngày tháng sống chung một trại.

Sáng ngày 5/1/1981, gia đình Thùy chính thức ra định cư.

CHƯƠNG 9

ĐỊNH CƯ

7 giờ sáng 5-1-1981 tiếng loa vang lên thông báo gọi tên ba gia đình xuống tập trung ở sân trại, trong đó có gia đình Thùy. Được báo trước, nên mọi người đã có mặt sẵn sàng hành lý, đồ đạc đưa lên xe, người lớn và trẻ em, mười ba người lần lượt bước lên chiếc xe van to. Cô Ann lên sau cùng gọi tên từng gia đình, kiểm tra trước khi xe chuyển bánh.

7.30 xe từ từ lăn bánh, người trên xe nhìn người đưa tiễn dưới sân lần cuối, nơi mình đã sống và rời xa từ hôm nay, không biết khi nào có dịp trở lại, ai cũng xao xuyến, bùi ngùi nghe những lời nhắn nhủ:

- Đến nơi may mắn nhé!

- Chúc mọi sự tốt lành! Nhớ viết thư về cho chúng tôi…

Nhóm người tiễn đưa gọi, vẫy tay chào tạm biệt.

Quang cảnh đón người mới đến, tiễn người cũ đi định cư diễn ra hàng tuần ở trại.

Gia đình Minh - Hùng, vợ chồng Thiện - Mai đi từ tháng trước. Thùy nhìn những người đứng dưới sân không thân quen, cũng không xa lạ, nhìn khu nhà bốn tầng sống sinh hoạt trong mười một tháng với tâm trạng buồn, vui xen lẫn. Tạm biệt nơi ở đầu tiên, tạm biệt trại Thorney Island!

Xe chạy qua nhiều đường làng nhỏ, rẽ ra con đường cao tốc, hướng phía London. Trên xe không ai nói chuyện, tất cả im lặng, như đang chìm trong suy nghĩ. Đám trẻ phá vỡ không khí trầm tĩnh trước tiên, lúc đầu lên xe chúng liếc nhìn nhau như thăm dò, sau đó tiếng nói, cười bắt đầu. Tuổi thơ hồn nhiên, trong trắng đưa chúng đến gần nhau thật nhanh, ra định cư cùng nhau, đến cùng một địa điểm, chắc sẽ học chung một trường - Thùy nghĩ, khi nhìn bẩy đứa trẻ cười, nói chuyện ríu rít suốt dọc đường.

Đoàn người trên xe như biết được tình hình, do người đi định cư trước truyền kinh nghiệm, gia đình nào cũng chuẩn bị thức ăn đem theo: cơm, bánh mỳ. Người đi hôm nay được nhà bếp cho ăn bữa sáng sớm hơn, nên không thấy đói. Trên đường đi, xe dừng lại ở trạm nghỉ bốn mươi phút cho mọi người đi vệ sinh. Hơn ba giờ sau, xe đi về phía Đông London, cô Ann cầm loa thông báo:

- Mười phút nữa chúng ta sẽ tới nơi ở mới của ba gia

đình. Ở đó có người đón tiếp, đưa quý vị đến nhận nhà, họ sẽ là người bảo trợ, giúp đỡ các vị mọi mặt. Danh sách ba gia đình giao cho người bảo trợ chịu trách nhiệm.

Mọi người nhìn nhau hồi hộp, chờ đợi. Xe dừng lại ở bãi đậu xe, khu nhà chung cư năm tầng hình chữ U sơn màu trắng. Khu chung cư mới, vững chắc, mái bằng, chia thành từng ô nhà có cửa sổ và ban công. Bãi đậu xe có hai người Anh, một nam, một nữ đứng đợi, gia đình Hoàng xuống xe trước. Cô Ann bắt tay hai người bảo trợ, giới thiệu với gia đình Hoàng:

- Đây là ông Ray người bảo trợ gia đình ta. Ông sẽ đưa gia đình đi nhận nhà. Từ bây giờ có thắc mắc, cần giúp đỡ gì anh chị liên lạc với ông Ray.

Cô quay sang Mr Ray, nói tiếng Anh:

- Đây là anh Hoàng, gia đình gồm bốn người, danh sách tên tuổi nằm trong hồ sơ tôi xin giao lại cho ông.

Mr Ray gật đầu chào, dáng người cao to, niềm nở, bắt tay Hoàng, râu dài điểm bạc rung rung theo tiếng cười thân thiện. Đồ đạc cũng không có nhiều khi rời trại nên người lớn và hai trẻ em nhanh chóng tạm biệt đoàn, đi theo Mr Ray về phía bên trái khu nhà.

Ann đến những người còn lại đang đứng đợi cùng bà người Anh, dáng người tương đối to béo, đứng cùng đoàn người Việt, giới thiệu bà với gia đình Thùy và gia đình Phan:

- Bà Hill người bảo trợ cho hai gia đình, chịu trách

nhiệm giúp đỡ mọi mặt cho các anh chị.

Ann giới thiệu từng gia đình với Ms Hill, cô chỉ vào gia đình có năm người, nói tiếng Anh:

- Gia đình Mr Phan gồm năm người.

Quay sang Bình và Thùy:

- Gia đình Mr Trương, có bốn người.

Ms Hill ân cần bắt tay từng người, miệng liên tục:

- Welcome! Welcome!

Ann nhìn tất cả mọi người:

- Bây giờ các anh chị cùng Ms Hill nhận nơi ở mới, tôi phải theo xe trở về trại, xin chào tạm biệt, chúc hai gia đình ổn định cuộc sống mới, mọi sự tốt lành.

Đi đến chỗ xe đậu, trước khi bước lên xe, Ann vẫy tay chào tạm biệt mọi người lần cuối.

Bà Hill đi giữa mấy đứa trẻ, tay đẩy chiếc va-li nhỏ, chậm rãi bước và bắt chuyện với chúng, nói và nghe chưa thạo, nhưng bước đầu bà đã lấy được cảm tình lũ trẻ. Hiền cầm tay em chậm chạp bước phía sau, người lớn vừa đẩy va-li, vai đeo, tay xách túi đi sau cùng. May mắn khu nhà có thang máy, gia đình Thùy, bà Hill lên trước.

Mọi người bước vào trong thang máy, bà bấm số 5 và nói:

- Chúng ta lên tầng số 5.

Sau vài giây, thang máy dừng ở tầng 5 cùng với tiếng kêu 'tinh.'

- Đến nơi rồi.

Ms Hill nói, tay để chiếc va-li chặn cửa thang máy không cho đóng lại, gọi tất cả bước ra. Hiền dắt tay em ra trước, Bình và Thùy đem đồ đạc ra sau. Đi khoảng hơn hai mươi mét, dừng lại trước nhà số 156 cánh cửa màu nâu nhạt. Bà nhìn Bình, Thùy vui vẻ nói:

- Đây là căn nhà của gia đình.

Bà lấy chùm chìa khóa, mở cửa, bật đèn, một tay giữ cánh cửa, tay kia đưa ngang mời tất cả vào trong nhà, miệng nói:

- Please! Xin mời mọi người vào nhà....

Rồi đưa tay đón Bắc Hải, Hiền vào trong, Thùy, Bình chuyển đồ đạc vào. Một khoảng trống hai mét vuông sau khi cửa đóng lại, tiếp theo có mười bậc cầu thang đi xuống bên dưới. Như vậy cửa trước vào nhà nằm ở tầng năm, gia đình ở tầng bốn. Đi theo sau Ms Hill, cảm giác đầu tiên thấy sao nhiều phòng, rộng thế? Đến gian phòng ở giữa vuông vắn rộng rãi, bà đưa chùm chìa khóa cho Bình, nói:

- Mọi người xem xét, tôi xuống dưới đón gia đình ông bà Phan, cũng ở tầng 5, nhưng dãy nhà xa hơn.

Bình đi cùng bà lên trên gác, chào chia tay, hẹn sẽ quay lại. Bình chuyển đồ đạc từ trên xuống, Bắc Hải lũn cũn đi theo chị nhìn ngó khắp nơi, miệng Hiền không ngớt:

- Mẹ ơi, nhiều phòng thế mẹ, nhà mình được ở đây sao mẹ?

Đúng, nhiều phòng thật. Từ ngạc nhiên này đến ngạc nhiên khác, Thùy không tin vào mắt mình. Hai buồng ngủ nhỏ, bên trong có một chiếc giường đơn và một tủ ba ngăn kéo, rộng 70 cm, cao 80 cm. Phòng tiếp bên rộng rãi, một miếng đệm to hơn giường đơn nằm trên nền nhà đã trải thảm màu nâu. Bên trong tường chiếc tủ gỗ cũ, có ngăn kéo nhỏ và nơi treo quần áo. Ba phòng ngủ nằm sát bên nhau theo chiều dài căn nhà, rẽ ngang như một góc vuông buồng nhỏ có bồn tắm, bồn rửa mặt, kế tiếp nhà vệ sinh. Ôi! Phía xa bên ngoài kia ban công, Thùy mừng quá, chắn ngang ra ban công là nhà bếp. Vừa lúc tiếng Bình ở phía sau:

- Em này, anh không tưởng tượng đây là nhà của mình.

Bình hỏi con gái:

- Con thấy thế nào?

Hiền nhanh nhảu:

- Bố mẹ ơi! Con thích nhà này nhất.

Thùy nhìn con run run:

- Mẹ cũng thích lắm. Mình được đối xử tốt quá, không như năm xưa ở Việt Nam, nghĩ đến, còn sợ.

Nhà bếp rộng rãi, nếu bốn hay năm người cùng đứng nấu vẫn thoải mái. Trong bếp có tủ lạnh cao khoảng một mét, tuy không mới nhưng sạch sẽ, bên trong có hai hộp trứng gà, chai sữa tươi, mấy chai nước uống. Trên mặt bàn có ấm đun nước, máy nướng bánh mỳ, một bếp điện rộng 65 cm. Góc trên bàn một lọ muối, chai dầu nấu ăn, bên dưới có nhiều ngăn, Thùy ngạc nhiên thấy phía trong có mấy cái nồi, xoong, mấy đĩa to, bát to. Trong ngăn kéo bếp có đủ dao, dĩa, thìa… trời ơi! Hội bảo trợ chuẩn bị chu đáo quá. Thùy nghĩ, khi ra định cư được một mái nhà để ở đã may mắn lắm, đâu dám mong ước gì hơn. Vậy nào ai ngờ! Đã thế khi đi ra phòng giữa, một chiếc ghế dài bọc vải màu ghi, bên cạnh chiếc ghế một cũng bọc vải. Thùy nghĩ đây chắc là phòng khách - như trong sách cô giáo dạy. Phòng khách và ba phòng ngủ đều trải thảm, đi rất êm và ấm. Thùy và Bình ngồi xuống ghế, chị em Hiền chạy đến bên mẹ, Bắc Hải trèo lên ghế bên cạnh gọi chị:

- Chị Hiền lại đây ngồi, êm lắm.

Đang vui mừng tận hưởng phút giây hạnh phúc như trong mơ, có tiếng gõ cửa, Bình vội đi lên trên gác, bà bảo trợ đứng bên ngoài cười. Bình mời bà vào, Hiền nghe tiếng liền chạy ra cầm tay Ms Hill vào phòng khách. Bà nói nhiều, rất chậm vừa nói vừa dùng cử chỉ động tác, Thùy hiểu được vài từ. Nhìn sang Bình, mặt ngây ra, muốn nói mà không phát âm thành lời, u ơ trong họng. Thùy hỏi chồng:

- Anh có hiểu bà nói gì không?

Bình ngượng ngùng:

- Nghe câu được câu không.

- Vậy sao không bảo bà nói chậm thôi. Giời ạ, anh đi học suốt ngày không nghe được một tí gì sao?

Vợ chồng đang hỏi nhau, Hiền lắng nghe Ms Hill nói, sau đó giải thích lại cho bố mẹ:

- Bà ấy nói bây giờ mọi người nghỉ ngơi, ngày mai đến, cần gì bà giúp.

Ms Hill nhìn có ý hỏi, Thùy vội nói:

- Yes, yes, thank you! Tomorrow...

Bà nhìn mọi người, gật đầu chào ra về. Hiền theo mẹ đi cùng Ms Hill lên trên gác, trước khi mở cửa, không biết ngượng nữa, Thùy mạnh dạn nói từng câu:

- Thank you very much! See you tomorrow.

Nghe Thùy nói, bà vui lắm, quàng tay ôm Thùy, rồi cúi xuống ôm hôn Hiền, cử chỉ gần gũi, thân mật biết bao.

- Bye, bye, my dear!

Bà nói tạm biệt, bước ra ngoài. Bóng người bà xa dần gần đến thang máy, Hiền vẫn còn ngó đầu nhìn theo, miệng nói to:

- Bye bye…

Thùy bắt tay vào lau chùi, sắp xếp đồ đạc, tay làm

nhưng trong đầu vẫn lâng lâng, không tin đang ở trong nhà của mình. Bé Hiền vui ra mặt, nhìn, ngắm khắp nơi không biết chán. Riêng hai nam giới trong nhà bình thản không tỏ thái độ, Bắc Hải bé chưa biết gì, nhưng Bình thì sao? Vượt qua bao nhiêu khó khăn, không sợ chết, nay đến được đây bình an, Bình đang nghĩ gì nhỉ? Bao năm qua quen rồi, Thùy tập trung vào lo mọi việc, người ta thường nói 'việc của đàn bà.' Bình và hai con ra ngoài ban công, ngắm nhìn, chỉ chỏ xung quanh. Bên ngoài trời tối dần, tụi trẻ kêu đói, đã chuẩn bị đem theo cơm, bánh mỳ từ trại, trong gian bếp vuông vắn, hai đứa nhỏ ngồi ghế, Bình và Thùy đứng bên quanh cái bàn nhỏ ở góc gian bếp, một bữa ăn đơn giản đầu tiên ở nhà mới, nhưng ấm cúng, ríu rít tiếng cười, nói. Thùy nhìn con vừa ăn vừa nghĩ "bắt đầu từ hôm nay, cuộc đời mẹ con mình thật sự bước sang trang mới."

Đêm hôm đó, bốn người ngủ trong buồng to. Bắc Hải chưa bao giờ xa mẹ, Hiền kêu nhà lạ, rộng lắm sợ ma, cũng chưa bao giờ ngủ không có mẹ bên cạnh. Vậy quyết định tất cả một phòng. Chiều con ngày đầu thôi, sau này không được, phải vào nề nếp, Thùy tự nhủ.

Đến một nơi hoàn toàn xa lạ, nhìn đâu cũng người Anh. Lạ đất, lạ người, tất cả đều nhờ người bảo trợ giúp đỡ. Ba người đàn ông của ba gia đình tiếng Anh đều quá kém. Hai người bảo trợ sống đơn thân, thường xuyên đến thăm, hỏi han, nói chuyện. Nghe câu được câu không, giao tiếp qua cử chỉ, động tác minh họa, chậm rãi, nhẹ nhàng, bình tĩnh giải thích. Ở trong trại Bình và Hiền đi học nhiều, nhưng tính chậm chạp, ít nói, ít giao tiếp, tiếng Anh của Bình không giúp được gì. Hiền nghe hiểu và nói được hơn bố, Thùy nghĩ "phải nhờ Ms Hill tìm ngay trường học cho Hiền", nhưng đang tháng Giêng, Hiền vào lớp học nào cũng không hợp. Trước tiên, thời gian đầu gia đình cũng cần tìm hiểu, thích nghi dần với môi trường sống mới. Có hôm ông bà bảo trợ đem đến mấy cái ghế, cái bàn, xoong, vài chai nước rửa bát, lau chùi bếp, quần áo, chăn len, có cả máy hút bụi, chổi quét nhà, đang lo chưa biết mua ở đâu nay họ mang đến cho. Ở hoàn cảnh hiện tại, bất cứ vật gì, to nhỏ đối với Thùy thật quý. Được biết sẽ có ba gia đình tỵ nạn vượt biển từ Việt Nam, 'Boat people', đến định cư trong vùng. Mr Ray và Ms Hill đứng lên kêu gọi hội viên trong nhà thờ, quyên góp, tùy thuộc khả năng từng người, những gì có thể để giúp đỡ ba gia đình tỵ nạn Việt Nam. Mấy tháng đầu, Chủ nhật nào cũng đến đón mọi người đi nhà thờ, gia đình Thùy cũng như hai nhà kia, không biết gì nên theo họ.

Ở Việt Nam chưa bao giờ đi nhà thờ, không hiểu gì về đạo, về Chúa. Mấy buổi đầu, khi mọi người trong nhà thờ đứng lên, cũng đứng lên, cầm cuốn bible đọc, không biết họ đọc gì, trang nào, chỉ nghe rầm rầm rì rì, đều đều như hát đồng ca. Họ phát cho mỗi người một chén nước gì đó, sau hỏi ra, nước thánh, Bắc Hải không hiểu cho lên mồm húp luôn một hơi hết. Sau này mỗi khi nhắc lại cùng nhau cười mãi. Nhiều tuần sau không ai muốn đến nhà thờ, không hiểu, không biết nói chuyện, mình như những kẻ ngốc ngớ ngẩn, đáng thương trước mắt mọi người. Hai người bảo trợ có lẽ cũng thông cảm, không ép buộc, không đến đón đi nữa. Có lần gặp nhau Hoàng nói:

- Mấy gia đình mình thôi không đi nhà thờ, cũng thấy có lỗi, khó nghĩ thật.

Bình đáp lời:

- Vì vậy khi họ đến thăm, tụi tôi cũng ngại, có phần xấu hổ.

Phan phụ họa thêm:

- Đến đó có hiểu gì đâu, mấy đứa trẻ không chịu ngồi yên, chúng muốn chạy nhảy.

Sau một hai tuần làm quen nơi ở mới, họ giúp làm giấy tờ, đưa đi đến các văn phòng chính quyền địa phương, nơi tìm việc, ký trợ cấp xã hội, đăng ký trường học cho bọn trẻ, bác sĩ gia đình. Hiền và mấy đứa lớn được bố trí sắp xếp vào lớp học theo tuổi. Bắc Hải mười chín tháng ở nhà với Thùy. Ba người đàn ông ba gia đình khó tìm được việc, khi không hiểu tiếng làm sao có thể đi xin việc làm. Người nào cũng gầy gò, yếu ớt, không ông chủ nào muốn nhận. Phải đi học tiếng Anh! Tìm được lớp học cho những người nước ngoài, từ đó Bình, Hoàng và Phan theo học lớp tiếng Anh miễn phí, tuần ba buổi sáng, mỗi buổi hai tiếng.

Còn lại mấy bà công việc nội trợ, nhà có con nhỏ dưới ba tuổi, quanh quẩn bên mẹ. Xung quanh nơi Thùy ở không có cửa hàng châu Á, không thể ăn bánh mỳ mãi, Thùy và hai người bạn rủ nhau đi tìm. Trước đó, nhà thờ cho mỗi gia đình một chiếc xe đẩy con, mỗi người đẩy một xe đi dọc theo đường phố tìm kiếm, hơn một cây số vẫn không có, mệt mỏi, không biết hỏi ai, nhìn xa xa thấy cái biển to ghi chữ ngoằn ngoèo như con giun, ba người đi thật nhanh đến. Trời, may quá, một hiệu người Ấn Độ, nhìn thấy túi gạo long grain, ai cũng mừng, mua bao 5 kg, cộng thêm mấy túi tép khô. Một chuyến đi thành công của ba phụ nữ, Thùy yên tâm hơn từ khi biết cửa hàng bán gạo.

Ngày ngày bốn lần đưa đón Hiền đi học, Bắc Hải ngồi trên xe đẩy theo mẹ. Trường học của Hiền cách nhà ở khoảng hai trăm mét, giúp Thùy đi bộ tập thể dục đều đặn. Ms Hill giới thiệu Thùy lớp học tiếng Anh được đem theo trẻ nhỏ, mừng quá gọi hai người bạn đi học cùng. Vợ Phan -tên Yến- cùng tầng 5, cách chục căn nhà, hơn Thùy một tuổi. Có con gái út gần ba tuổi, đến học cùng lớp, không hiểu sao, đi được hai, ba buổi không đi nữa, nói bận việc, học không vào. Thùy không ép, biết ở Việt nam mới học hết lớp hai, bố mẹ không cho đi học, con gái không cần học, lớn lên lấy chồng, có chồng lo, chị người Việt theo chồng và gia đình chồng người Hoa. Cuối cùng có Thùy theo học lớp tiếng Anh giành cho phụ nữ nước ngoài. Zếnh, vợ Hoàng, từ chối ngay từ đầu. Thùy hiểu và thông cảm suy nghĩ của cô ta, kém Thùy hai tuổi, nhưng sống trong gia đình được nuông chiều, không phải làm gì, không học tiếng Việt, không học chữ Trung. Ở Việt Nam là người mù chữ, sống dựa bố mẹ, lấy chồng phụ thuộc chồng, người như vậy không hợp, không thể kết bạn.

Tuần Thùy học hai buổi sáng, đưa Hiền đến trường, hai mẹ con đi học. Nơi học là trung tâm văn hóa xã hội có nhiều hoạt động, bể bơi, bóng bàn, phòng trà cho người già họp mặt, một gian nhỏ cho trẻ dưới ba tuổi tự do thoải mái, có nhiều đồ chơi, rất phù hợp với Thùy, Bắc Hải chơi ngay phòng bên cạnh, yên tâm trong gần hai tiếng trên lớp.

Lớp học không có nhiều người như Thùy nghĩ, đông nhất mười một hay mười hai người, không đi với nhiều lý do của phụ nữ. Học viên trên hai mươi tuổi trở lên, từ nhiều nước khác nhau: Ấn Độ, Pakistan, Nhật Bản, Thái Lan.

Những đứa trẻ tạo cơ hội cho các bà mẹ làm quen, cởi mở với nhau. Ngày đầu bằng thái độ, cử chỉ, vài câu ngắn gọn, Thùy không hiểu họ nói gì, có cô giáo giúp đỡ, kết hợp với tính chăm chỉ, khiêm tốn học hỏi, vốn Anh ngữ của Thùy tăng dần, tự tin hơn. Tuy một tuần học bốn giờ cũng giúp Thùy về giao tiếp trong cộng đồng, không còn căng thẳng, lo lắng, nhiều áp lực như thời gian đầu.

Ms Hill thường đến thăm mẹ con Thùy, bà không lập gia đình, ở với em gái, mẹ già, Chủ nhật hàng tuần đi lễ, trước khi về đến thăm mẹ con Thùy. Thời gian là sợi dây kết nối tình thân giữa người bảo trợ với gia đình Thùy, cũng như gia đình Hoàng và Phan. Có lần Yến, vợ Phan tâm sự:

- Thùy thấy thế nào? Tôi thấy ngại, mỗi khi bà Hill đến nhà, chồng tôi không muốn họ đến.

Thùy giải thich:

- Người ta tốt nên đến thăm hỏi, cũng là trách nhiệm của người bảo trợ.

Vợ chồng Phan nói thêm:

- Thời gian đầu chưa biết gì, nay đâu có cần.

Thùy ngạc nhiên khi nghe họ thốt ra, sao có thể vô tình, vô ơn như thế. Thùy bắt đầu suy nghĩ, điểm lại tất cả. Những tưởng xa quê, xa gia đình tìm được người đồng hương để gần gũi, an ủi động viên nhau về tinh thần. Các cụ có câu: "Bệnh từ miệng mà vào. Họa từ miệng mà ra." Nghe vợ chồng họ nói vậy, Thùy nghĩ, cũng nên chú ý giữ gìn hơn, không thể tin tưởng loại người này được.

Mãi không nhận được tin tức của bố và gia đình ở Việt Nam, Thùy mong, hy vọng. Gần một năm sau, nhận được thư, phong bì có những đường kẻ trắng đỏ viền xung quanh, dán rất nhiều tem -thư Việt Nam-. Tay run run mở, hai trang giấy màu trắng đục, giấy vở học sinh, nét chữ vẫn đẹp như xưa, nhưng đôi dòng chữ bị ướt nhòa. Thùy nghĩ "chắc bố vừa viết vừa khóc." Đọc mấy chữ đầu: "Gửi Thùy, con gái của bố…"

Nghẹn ngào, Thùy không đọc nổi nữa, đưa cho Bình đọc tiếp. Hai trang giấy, tóm tắt ngắn gọn tất cả tin tức của anh chị em trong gia đình. Thùy xa Việt nam đã hơn hai năm, tháng ngày trôi qua bặt tăm tin tức, dù mong manh nhưng ai cũng hy vọng. Hai em trai vẫn ở trong quân ngũ, em gái đã lấy chồng, mọi người vẫn bình an, khỏe mạnh. Thùy ngầm hiểu, bố đâu dám viết sự thật, nhưng duy có một câu: "sau khi con đi, họ đưa bố đến tập trung một nơi… nhưng con yên tâm," bố đã gián tiếp báo cho Thùy có sự kiểm soát nghiêm ngặt. Thư gửi đi, thư trả lời kéo dài quá lâu, nhưng tình cảm con người không biên giới, không gì ngăn cách được. Thùy tin như vậy. Hy vọng quan hệ giữa hai nước Việt Nam và Anh Quốc ngày càng tiến triển tốt đẹp hơn.

Quan hệ giữa người bảo trợ và hai gia đình Hoàng-Phan nhạt dần. Thùy biết nhưng không tham gia ý kiến, quyền tự do của họ. Thùy suy nghĩ và hành động khác, vẫn điện hỏi thăm, liên lạc với hai người bảo trợ, trước sau không thay đổi. Hai tuần Ms Hill không đến, Hiền hỏi luôn miệng, Thùy nghe nhiều người nói phụ nữ nhiều tuổi không chồng khó tính, hay cáu gắt, thấy không đúng với Ms Hill. Gần gũi, tiếp xúc luôn nhận được tình cảm chân thật, ấm áp, thân thiện từ ánh mắt đến thái độ. Đã hứa là làm, không bao giờ thất hứa, nhiệt tình và chu đáo đối với bất cứ người nào cần bà giúp đỡ. Ngày sinh nhật của Hiền, Bắc Hải, Thùy mời ông bà bảo trợ đến chia vui cùng gia đình, thưởng thức món ăn Việt Nam trong điều kiện hoàn cảnh còn nhiều thiếu thốn.

Thỉnh thoảng Ms Hill lái xe đón gia đình Thùy đến

nhà chơi. Được đi chơi, chị em Hiền thích lắm, thấp thỏm mong từ hôm trước. Ba người phụ nữ sống trong ngôi nhà rộng thênh thang bốn, năm phòng ngủ to, phòng khách bằng căn nhà Thùy ở. Chị em Hiền thích nhất được chạy nhảy, đùa vui ngoài vườn, xung quanh trồng nhiều loại hoa không biết tên, sau vườn trồng cây táo, cây lê. Mùa Xuân hoa nở trắng, gió thổi hoa rơi lất phất như bông tuyết bay bay. Mọi người ngồi quây quần ngoài vườn trên miếng vải dưới ánh nắng mặt trời, tiếng cười đùa của hai đứa trẻ tạo nên khung cảnh gia đình thật ấm cúng, uống trà, ăn bánh quy bơ. Mẹ và em gái Ms Hill như vui hơn, bà mẹ già yếu, người em bệnh tật ngồi trên xe lăn theo dõi lũ trẻ, cười không ngớt. Thùy thật sự cảm nhận được tình cảm của gia đình Ms Hill, thứ tình cảm ấm áp chạm đến nỗi nhớ xa vời bấy lâu nay giấu kín.

Thùy rất muốn đi làm, không muốn suốt ngày bù đầu với con, công việc nội trợ. Một lần vợ chồng Thùy đến thăm gia đình người cùng quê với Bình - Bảo và Bé, bất ngờ gặp Minh. Ba chị em ngồi tâm sự, kể cho nhau nghe về nơi ở mới. Nhiều chuyện không nói hết, Bé nói suy nghĩ:

- Chị em mình không thạo tiếng Anh, bận con nhỏ, muốn có thêm tiền mua sắm. Mùa Đông bên này rét ghê, quần áo mùa đông chưa có, các chị có cách gì không?

Mấy người nhìn nhau, chưa biết tính thế nào. Mong muốn của người mẹ nào cũng giống nhau, chị Bé nhiều tuổi nhất, to khỏe, nhanh nhẹn mạnh mẽ như nam giới,

Thùy và Minh nhìn Bé chờ đợi. Bé nói:

- Mình tính rồi, xin làm ở các cửa hàng hay làm bất cứ đâu sáng sớm đi, tối mới về, bỏ tụi nhỏ cho ai? Có người mách làm thợ may, kết hợp việc nhà và chăm lo cho tụi nhỏ. Nhưng ba chị em mình không ai biết may, vậy bây giờ mình đi học trước, sau truyền dạy lại cho hai người.

Thùy thắc mắc:

- Em và Minh ở xa, chị tính thế nào cho hợp, chúng em nghe theo.

Sau ngày đó, Bé hỏi người quen, mách bảo, chị đi học may. Mấy tuần sau, nhắn tin gọi Thùy và Minh đến. Thấy Bé đã biết may áo sơ mi, Thùy và Minh mong ước được như thế, hai người quyết định đến nhà Bé học. Một máy may ba người, vì thế thay phiên nhau ngồi tập may. Từ dễ đến khó, chắp nối thân đến những đường cong lượn vào nách, cổ áo, suốt ngày chị em vui vẻ giúp nhau. Một tuần sau ai cũng vui, tự mình hoàn thành một sản phẩm, đùa nhau, "vậy chị em mình đã tốt nghiệp." Niềm vui khôn tả, ai cũng biết may, nhưng phải có máy, phải tìm được xưởng lấy hàng về, Thùy buồn lắm vì không có tiền. Chồng của Minh đi làm thêm nên có hy vọng hơn Thùy. Mẹ chồng chị Bé nghe tin mấy chị em học may, động viên, an ủi:

- Mấy chị em con yên tâm, mẹ có mấy cái nhẫn vàng, bán lấy tiền cho các con mượn trước, kiếm được tiền trả sau.

Thùy mừng rơn, nhưng lo không biết có làm được để trả nợ. Nhưng nghĩ đến kiếm thêm vài đồng lo cho con, Thùy tin sẽ làm được. Thùy mượn tiền cùng Bé đi mua chiếc máy may sử dụng trong gia đình. Có máy, nghĩ cách tìm nơi lấy hàng. Không phải thợ giỏi, chưa có kinh nghiệm, ông chủ nào giao hàng cho đem về, số lượng ít lại giữ một tuần mới giao trả. Không thành thạo còn giao kèo theo ý mình, nhưng liều cũng được việc. Gặp ông chủ người Hồng Kông, sang đây lập nghiệp từ khi còn trẻ, thông cảm cùng người Á, Minh và Bé biết tiếng Quảng, vì thế ông đồng ý giao hàng cho ba người. Thùy nhận trước một bó nhỏ may thử, ông kiểm tra mới cho lấy hàng. Thùy bực mình nhưng không biết tiếng để cãi lại, người ta là chủ, có quyền.

Đem về, tính chịu khó, khéo tay, sáng dạ, Thùy may xong trả trước hạn chủ giao. Thùy đem hàng đến, ông ta kiểm tra kỹ lắm, như cố tình bắt lỗi, xem rất kỹ rồi gật gù cười. Thùy không biết tiếng Quảng, nghe ông nói một câu:

- Hẩu, hẩu leng a! Nỉ chầu hầu leng. (tốt, đẹp lắm! Cô làm đẹp lắm.)

"Xem còn chê được nữa không, ông già!" Thùy nghĩ. Ông ta giao cho Thùy mấy bó, giơ hai ngón tay ra hẹn hai tuần đem đến trả, về nhà chị Bé, kể chuyện lại, mọi người cười.

Thấm thoát thoi đưa, bận rộn không nghĩ đến thời gian nữa. Vừa chăm con, đưa Hiền đi học, tuần hai buổi học Anh ngữ, Thùy vẫn lấy và trả hàng cùng chị Bé. Không còn nợ, lại dành được tiền mua quần áo mùa đông cho ba mẹ con.

Niềm vui chưa được bao lâu, Thùy ngã do đi lấy hàng. Mùa đông năm ấy tuyết nhiều, đêm lạnh, tuyết đóng thành băng đá, đường trơn như đổ mỡ, Thùy trượt chân, ngã ngồi bệt, đập mông xuống mặt đường, đau chết điếng, không đứng dậy được, Bé và Minh phải dìu về nhà. Sau khi xảy ra chuyện không may, tạm thời nghỉ, hạn chế đi lại, Thùy đi GP khám, uống thuốc theo đơn bác sĩ, hai tuần sau trở lại bình thường. Tuổi trẻ hồi phục nhanh, nhưng đâu có ngờ, cú ngã gây tổn thương vùng xương chậu, phần sống lưng dưới, ảnh hưởng đến sau này.

Mùa đông năm 1983, tuyết rơi liên tục suốt hai ngày đêm, xung quanh phủ một màu trắng xóa, chỉ còn mờ mờ hai vết bánh xe ô tô chạy trên đường, trường học tạm thời đóng cửa, người đi làm gặp nhiều trở ngại do tàu, xe chậm trễ. Ngồi trong nhà nhìn ra, những bông tuyết trắng xóa như hoa đua nhau nhảy múa theo chiều gió. Tuyết đọng lại trên cành cây, tạo thành cây hoa tuyết, bông này rụng xuống vì gió, bông khác lại ló ra.

Thùy nhớ lại khi còn ở Việt Nam, xem phim Liên Xô cảnh mùa đông, thanh niên nam nữ lấy tuyết ném nhau cười đùa vui vẻ, thật lãng mạn, đẹp biết bao. Ai cũng thích và mong nhìn thấy tuyết, được vui chơi dưới tuyết. Vậy nay lại mong tuyết ngừng rơi, mong nắng ấm tan chảy những đống tuyết kia, mọi sinh hoạt trở lại bình thường. Lòng người khó chiều, khó hiểu. Trẻ con ngược lại, chúng vui thích đưa tay hứng tuyết, thi nhau đắp ông già tuyết có mũi dài cắm bằng củ cà rốt, kéo nhau trượt trên tuyết. Thùy nhớ mãi, 1982, năm đầu tiên chứng kiến cái lạnh London, Hiền và mấy đứa trẻ hàng xóm xin phép ra ngoài sân. Người lớn thấy lạnh, run người, nhưng lũ trẻ không biết lạnh, ham chơi gọi không chịu về.

Vậy trong giá lạnh mùa đông năm đó, Mr Ray trong đêm mưa tuyết ấy, lái xe đem chiếc ti-vi đen trắng cho gia đình Thùy. Nghe tiếng gõ, mở cửa thấy Mr Ray hai tay khệ nệ bê chiếc ti-vi, quần áo dính đầy tuyết, cười đôn hậu:

- Hello! May I come in?

- Good everning, Mr Ray, come in, come in, please!

Bình đóng cửa, vội đỡ chiếc ti-vi 22inch từ tay Mr Ray. Ông treo áo lên mắc, chùi giày vào miếng thảm nhỏ. Hai người cẩn thận đi xuống nhà, Thùy và trẻ con đứng chờ dưới hành lang, ngạc nhiên trong niềm vui không ngờ, tiếng Bắc Hải ríu rít:

- Ông Mục sư, ông mục sư đến!

Mr Ray cúi xuống xoa đầu hai chị em:

- Hello! Hello!

Hai đứa nhỏ cầm tay ông đi vào phòng khách. Ông ngồi xuống chiếc ghế đơn, miệng thổi hơi ấm vào hai bàn tay xoa xoa. Thùy nhìn Mr Ray, hỏi:

- Would you like a cup of tea or coffee?

- Yes, white tea, one sugar, please!

Thùy đi vào bếp. Bình đặt ti vi xuống, bối rối nhìn Mr Ray, ông cười:

- Có người đi nhà thờ, cho gia đình ta chiếc ti-vi cũ, hẹn tối nay đến lấy.

Hiền nghe nói nhảy lên, reo to:

- Vậy ti vi của nhà mình rồi. Mẹ ơi!

Thùy đem cốc trà ra, nhắc:

- Cẩn thận, hai con đứng yên, nước nóng, nước nóng. Mẹ nghe thấy rồi, để yên cho ông uống trà.

Thùy đặt cốc trà và bánh quy bơ lên chiếc bàn nhỏ cạnh ghế Mr Ray ngồi. Bắc Hải đang ngồi trong lòng ông, tay sờ sờ gạt bông tuyết còn bám trên râu, nhìn hai người cười, vui thân mật như hai ông cháu, Thùy nghĩ đến bố ở Việt Nam, "Bố mình vẫn chưa biết mặt thằng cháu ngoại." Thùy bảo con:

- Con không được quấy ông nữa, ra cho ông uống nước.

Chiếc ti-vi đặt lên bàn gỗ nhỏ bạc màu, nhưng chắc chắn. Chị em Hiền chưa chịu rời xa, thích thú ngắm nhìn. Thùy nhắc Bình cắm điện, Mr Ray lắp ăng-ten, bật công tắc, mọi người hồi hộp chờ đợi. Màn hình sáng lên, âm thanh phát ra, gian phòng sôi động, màu trắng đen giống ti-vi trong trại tỵ nạn, chị em Hiền reo lên:

- Có rồi, có hình rồi…

Mr Ray uống ngụm trà, cười ra tiếng:

- Good! That's good!

Kỷ niệm đẹp mùa đông năm ấy, hiện rõ như mới ngày hôm qua.

Mùa đông năm nay tuyết rơi nhiều hơn, không gian lạnh buốt giá băng, dãy nhà đối diện đứng lặng im như cái hộp. Chỉ nghe tiếng gió thổi ào ào bên ngoài lùa qua khe cửa sổ, Thùy bắt đầu sợ mùa đông, sợ cái lạnh miền hàn đới đem đến cho Thùy những cơn đau vùng thắt lưng, từ sau khi bị ngã.

Việt Nam qua Tết Nguyên đán rục rịch vào Xuân. England khí hậu hàn đới, tháng ba, tháng tư trời vẫn mưa, gió lạnh, nhưng đã thấy những nụ mầm non xanh nhu nhú trên cây. Mùa đông gió rét qua đi, mọi người thoải mái dễ chịu hơn. Ngày Chủ nhật đưa con đi chợ trời, nơi bán đủ các loại mặt hàng, chủ yếu ngắm, thay đổi không khí, bao năm qua không gặp người nào quen, thấy vài người Việt nhưng không biết. Đi giữa nơi ồn ào nhộn nhịp đông người mà thấy mình lạc lõng, cô đơn. Đi chợ trời vui nhất vẫn là hai đứa trẻ, chúng như con chim được bay ra khỏi lồng, tự do đi lại, nhìn ngó bao nhiêu thứ khác nhau. Chị em Hiền rất ngoan, nghe lời không bao giờ đòi hỏi, vòi vĩnh mua gì. Trước khi đi Thùy dặn:

- Mẹ cho đi chợ nhưng phải ngoan, nghe lời, cần mua gì cho việc học ở trường mới được, mẹ không có tiền tiêu vào những thứ vô ích.

Từ nhà đi mười bến xe buýt đến chợ nên thỉnh thoảng mới đưa con đi, gần như phần thưởng đối với hai đứa. Bắc Hải năm tuổi, Thùy đăng ký học đầu tháng Chín, hai chị em đi học từ 8.45 sáng đến 3.30 chiều, Thùy xin việc nhiều nơi, đâu cũng trả lời ngắn gọn: cần người có kinh nghiệm, có bằng cấp. Nhớ lại nhiều người nói chuyện về xin việc làm ở bên này, lứa tuổi 'nửa chừng xuân', không có bằng cấp ở Anh Quốc, không có kinh nghiệm tay nghề, người châu Á da vàng khó được nhận. Đã có lần mấy đứa trẻ địa phương nhìn mẹ con Thùy nói:

- Go back to your country!

Vẫn biết chỉ là trẻ con, nhưng cũng khiến Thùy chạnh lòng chua xót, đâu có muốn bỏ quê hương, đến nơi xa xôi, xứ lạ quê người. Số người thất nghiệp mỗi năm một tăng, tìm việc làm, một vấn đề thật nan giải. Người tỵ nạn biết tiếng Quảng xin làm bất cứ việc gì do người Hồng Kông lập nghiệp, làm trong nhà hàng, tuy vất vả nhưng kiếm tiền nhanh nhất. Một số làm công việc khác nhau phụ thuộc vào nghề cũ có trong tay. Phan, người hàng xóm, ở Việt Nam làm thợ mộc, giờ đây nhà nào cần đóng bàn ghế, đồ dùng bằng gỗ, gọi Phan có mặt ngay, tiền tươi thóc thật, đút túi nhanh gọn.

Thùy không đi lấy hàng may cùng chị Bé từ khi bị tai nạn, ông chủ tốt bụng giới thiệu mấy xưởng may gần nhà, không phải đi xa. Hoàn cảnh không cho phép Thùy đi làm vắng nhà từ sáng đến tối. Hai con còn nhỏ, chưa tự chăm sóc bản thân.

Hơn một năm nay, sức khỏe của Bình giảm sút, thường xuyên đi khám bệnh, bác sĩ cho xét nghiệm máu, phân, nước tiểu, chụp X-ray nhiều lần, chưa tìm ra bệnh. Người yếu dần, mọi việc trong nhà trông vào Thùy, vốn dĩ như một thư sinh chậm chạp, ít năng động, nay sức khỏe như thế, chưa đến năm mươi tuổi, ai gặp cũng nghĩ gần sáu mươi. Thùy không biết trông cậy, dựa vào ai, suy nghĩ lo lắng cho sức khỏe chồng, chăm sóc hai con nhỏ thật quá vất vả. Họ hàng anh em bên chồng có cũng như không, đâu quan tâm, giúp đỡ, Thùy biết điều này từ khi còn ở Việt Nam, bao nhiêu năm nay. Vì chồng, vì gia đình nhà chồng, vì con, Thùy phải ra đi khi chiến tranh xảy ra. Thùy tự nhủ, không được yếu lòng, phải kiên cường, lo cho gia đình, cho con nên người. Sang đất nước tự do, không bị chèn ép, gây áp lực như Việt Nam, tương lai các con không bị cản trở. Phải chăng số phận đã an bài, người đời nói 'phụ nữ nhờ chồng', Thùy thì không! Ông Trời luôn luôn thử thách, bắt Thùy phải suy nghĩ, lo lắng, vất vả hơn bao người phụ nữ khác, họ may mắn lấy được người chồng làm điểm tựa.

Sau khi hết giờ lớp tiếng Anh buổi sáng, Emmy-người Nhật, cùng lớp - rủ Thùy đến cửa hàng Nhật mới mở tháng trước, cách xa sáu bến xe buýt. Cửa hàng buôn bán nhỏ, gần bến tàu xe, thuận tiện về thời gian cho người đi làm, có nhiều thức ăn, đồ dùng của Nhật, Thùy say sưa ngắm nhìn vì khác lạ. Vô tình gặp Liên, người cùng thuyền từ Hải Phòng, lâu lắm không gặp. Trên thuyền như người xa lạ, nhưng ở đây, người cùng quê hương, cảm giác mừng thật sự:

- Chị Thùy phải không? Lâu lắm không gặp. Em Liên đây, chị có nhận ra không?

- Có, có chứ, đi cùng thuyền mà. Thế nào? Gia đình mọi người khỏe không?

Bao nhiêu câu hỏi, thắc mắc không ai kịp trả lời. Biết Liên sinh đứa con thứ ba, gia đình chồng nhiều anh em chung nhau mở cửa hàng bán thức ăn nhanh và xưởng may quần áo. Hai người cho nhau địa chỉ, hẹn sẽ liên lạc. Thùy mừng cho Liên, cũng người Việt, chồng người Hoa, nhưng an nhàn, không phải lo lắng, vất vả. Từ sau lần gặp ấy, hai người điện thoại tâm sự nhiều. Gia đình Liên có xe ô tô nên đến nhà Thùy chơi. Vợ chồng Liên ít tuổi, vui tính, dễ gần. Chồng và bố chồng khi ở Việt Nam trong ban lãnh đạo Đảng, Đoàn địa phương. Lý do phải ra đi giống hoàn cảnh Thùy, con của Liên chạc tuổi Hiền, vào đến nhà bám nhau quấn quýt như thân thiết từ lâu. Công việc làm ăn của chồng Liên thuận lợi, tiến triển tốt, phần đông người tỵ nạn đến xin việc được nhận vào làm, có lẽ do sự đồng cảm cùng dân tỵ nạn.

Đã nhiều lần Liên bảo Thùy đến xưởng làm, hoàn cảnh Thùy hiện nay rất khó khăn, Bình ốm yếu, không kiếm ra tiền, hai đứa con đang đi học. Chồng Liên-Nguyên-, chứng kiến thực tế, gợi ý Thùy đi làm, tốt nhất làm may ở xưởng, chỗ hai gia đình quen biết, công việc, thời gian sẽ sắp xếp phù hợp với hoàn cảnh. Liên tán thành với gợi ý của Nguyên, khuyên:

- Chị đồng ý đi, nhìn cảnh của chị, em lo, thương chị và mấy đứa nhỏ. Cùng người Việt đem con đi theo chồng, sao số chị khổ vậy?

Thùy nghĩ cũng đúng, xin việc làm nhiều nơi không được, nay vợ chồng Nguyên – Liên thật tình quan tâm, Thùy đồng ý đến xưởng làm trong thời gian con đi học. Từ nhà đến xưởng mấy bến xe buýt, đưa con đến trường, Thùy đi làm vẫn thoải mái. Đền đáp lòng tốt, Thùy làm việc cần cù, có trách nhiệm, may đẹp, cẩn thận, trên công ty xuống kiểm tra khen, tin tưởng giao Thùy may hàng mẫu khi có kiểu mới, hàng mới về. Anh chị em công nhân trong xưởng ai cũng quý mến, thay đổi môi trường, được làm việc, biết thêm nhiều người, thêm thu nhập, Thùy cảm thấy tinh thần thoải mái hơn trước. Đôi khi do thời tiết xấu, ảnh hưởng đến giao thông, buổi chiều tan học, Thùy chưa về kịp Bình đi đón con. Thùy vẫn luôn cố gắng sắp xếp thời gian, việc nhà và đi làm, chăm sóc chồng con chu đáo. Ông trời như thấu hiểu cho hoàn cảnh đã giúp Thùy có sức khỏe dẻo dai đảm nhiệm mọi việc. May hàng mẫu, tiền công cao, khiến Thùy tham công tiếc việc, đem hàng mẫu về may buổi tối trong khi Bình giúp con làm bài tập.

Thùy bận nhiều việc, thời gian bên con cũng ít hơn,

may mắn chị em Hiền khỏe mạnh, cuối năm kết quả học của Hiền xếp loại khá, được thầy cô quý mến, trường gửi giấy khen. Trước kia Thùy luôn ở nhà, gần gũi bên con, từ khi đi làm, Bắc Hải vâng lời bố ngoan ngoãn nghe lời chị Hiền, đi học về hai chị em quấn quýt, hòa thuận bên nhau, Hiền ra dáng chị, nhường nhịn em. Ngày ngày đi làm về Thùy hay hỏi con:

- Hôm nay hai chị em có ngoan không? Có nghe lời mẹ để bố Bình nghỉ không?

Bắc Hải nhanh nhảu khoe:

- Con ngoan lắm mẹ, hôm nay con được cô giáo khen. Tối nay chị Hiền làm bài tập xong, mẹ cho con và chị Hiền xem Cartoon trước khi đi ngủ, được không mẹ?

Hiền nhìn mẹ khoe:

- Mẹ ơi, tuần sau nghỉ học kỳ, bác Phan đưa cả nhà đi biển chơi.

Thùy ôm Bắc Hải vào lòng:

- Bắc Hải ngoan, thương bố, thương mẹ nhiều phải không? Con và chị Hiền ngoan học giỏi, giúp mẹ yên tâm đi làm, bố Bình đau bệnh không đưa hai con đi chơi như các bạn. Mẹ con mình không thể đi chơi để bố ở nhà một mình. Khi nào bố khỏe, cả nhà ta đi chơi vui vẻ. Đồng ý không nào?

Hiền đến gần ngồi bên cạnh:

- Mẹ yên tâm, con lớn rồi. Từ ngày mai con giúp mẹ

nấu cơm.

Thùy ôm hai con, cười nói:

- Ôi! Hai con của mẹ ngoan nhất. Phụ giúp mẹ việc trong bếp mình được ăn cơm sớm. Con gái mẹ lớn thật rồi.

Hiền nhìn Bình hỏi:

- Con ngoan phải không bố? Vậy bố uống thuốc cho nhanh khỏe, cả nhà cùng vui bố nhé. Bố hứa đi?

Bình gật đầu:

- Bố hứa, bố hứa…

Nhìn chồng, nhìn hai con quên hết mệt mỏi trong ngày, những buổi tối ấm cúng trong căn nhà nhỏ của gia đình xa quê hương, xa người thân ruột thịt, vợ chồng con cái quây quần bên nhau, giản dị nhưng thật hạnh phúc đối với Thùy, mong sao tìm ra căn bệnh của Bình.

Thành ngữ có câu: 'Có bệnh vái tứ phương,' ai mách bảo tìm thầy chạy chữa Thùy lắng nghe, mong sao Bình khỏi. Ngày mai về sớm, Thùy đưa Bình đi đến cửa hàng thuốc Bắc ở trung tâm London, China town, có thầy Tàu Hồng Kông nổi tiếng, xem thế nào.

Đón hai con học về, Thùy lo lắng hỏi:

- Hôm nay anh có nhớ uống thuốc em sắc để trong ấm chưa? Sau mấy ngày uống, thấy thế nào?

Bình nhìn vợ, nét mặt có phần tươi tỉnh:

- Anh đã uống, người có vẻ khá hơn.

- Thuốc đắng, khó uống nhưng anh phải cố gắng em mới yên tâm.

Thùy nhắc Hiền, Bắc Hải đi rửa tay sạch sẽ, chơi ngoan ở ngoài phòng khách:

- Hai chị em nhớ không được bày bừa, giữ phòng khách gọn gàng là giúp mẹ đấy. Bây giờ mẹ đi sắc thuốc cho bố, tí nữa Hiền vào bếp giúp mẹ nấu cơm, Bắc Hải chơi ngoan với bố Bình.

Hiền thích lắm:

- Dạ vâng mẹ!

Như một cái máy sau khi đi làm về, thu dọn, hút bụi, cho quần áo vào máy giặt, vào bếp đặt siêu sắc thuốc Bắc cho Bình ngày mai. Sau khi uống được sáu, bẩy thang thuốc, nét mặt Bình tươi tỉnh, không kêu đau nhiều, Thùy hy vọng.

Làm việc ở xưởng nghe được nhiều chuyện, mỗi người một hoàn cảnh khác nhau, không ai giống ai. Bà Loan thường ngày hay nói chuyện vui vẻ, hôm nay ngồi may im lặng, nét mặt buồn buồn. Bà hay khoe chồng làm ở cửa hàng ăn ngoài trung tâm kiếm nhiều tiền lắm, có tiền bà mua quần áo hàng hiệu, đeo vàng đầy người, nhìn mọi người vẻ coi thường. Thùy không quan tâm vẫn chào hỏi bình thường, vì ít tuổi hơn, hôm nay thái độ của bà khiến mấy thanh niên trêu chọc, dò hỏi, trưa ăn cơm, sụt sùi kể:

- Tôi ở nhà buồn, ham tiền đi làm, lão ta đi suốt từ trưa đến gần sáng mới về. Tưởng cửa hàng đông khách nên về khuya.

Mấy cô gái trẻ trêu:

- Thế mới có nhiều tiền, bà giàu nhất xưởng đấy.

Bà nức nở:

- Một tháng nay đâu có đưa đồng nào. Lão ta đánh bạc hết sạch, đã thế còn vay nợ của bọn đầu gấu nữa.

Bà sụt sùi, người thương hại, kẻ trêu chọc làm trò cười, Thùy ngồi ăn không tham gia. Ngẫm nghĩ cuộc đời kẻ xa xứ, khi thiếu thốn khó khăn bên nhau, sang bên này thay đổi một chút đã sinh tật xấu, vợ chồng không hòa thuận, đánh chửi nhau, ham mê cờ bạc, thiếu quan tâm học hành của con, ham làm giàu quên trách nhiệm, tình thương yêu với con cái. Người giàu, có nỗi khổ riêng, người nghèo sống chật vật, nhưng chắc gì ai sướng hơn ai?

Bỏ mặc những gì xảy ra, Thùy trở về với cuộc sống bình dị như mọi ngày. Uống thuốc Bắc mấy tuần, trông có thịt, có da, nét mặt hồng hào, ai cũng ngạc nhiên, mừng cho Bình. Thùy vui, yên tâm hơn, buổi tối tiếng nói cười vui nhộn luôn có trong gian nhà nhỏ bé.

Thùy học lái xe ô tô triển vọng tốt, thi xong phần

lý thuyết, còn phần thực hành, quyết tâm thi lấy bằng lái xe, có nó sẽ giúp nhiều trong cuộc sống hiện tại cũng như sau này. Sức khỏe của Bình ngày một khá lên, Thùy yên tâm đi làm, việc đưa đón con đi học có Bình, không phải tất bật về sớm. Hiền đã biết nấu cơm, mấy món ăn đơn giản, ăn cơm xong còn xung phong rửa bát, không cho bố mẹ làm. Nhà trường tổ chức buổi dã ngoại hoặc cắm trại, Thùy vui vẻ, yên tâm cho Hiền tham gia. Thùy nghĩ, con phải được rèn luyện thực tế, tiếp xúc với thiên nhiên, với xã hội không thể sống gò bó trong nhà, không vấp ngã, không bao giờ trưởng thành. Bắc Hải theo gương chị, nghe lời Hiền, cố gắng của Thùy có kết quả, vượt qua phần thi thực hành ngay lần thi đầu tiên, vui lắm, không phải kéo dài thời gian học lái xe, tốn tiền và thời gian như nhiều người khác.

Có bằng lái xe, Thùy mua chiếc xe ô tô cũ của người làm trong xưởng, đang cần tiền với giá tương đối rẻ. Chị em Hiền vui lắm, chúng nhảy lên khi thấy mẹ lái chiếc xe ô tô đi làm về, chúng lên xe ngồi, Thùy lái xe vòng quanh mấy phố, hai chị em nắm tay nhau ngồi im ngắm nhìn ra hai bên đường với vẻ mặt hớn hở thích thú. Thùy nhìn con không ngăn được giọt lệ, mấy đứa nhỏ hàng xóm bố mẹ chúng có xe từ lâu, biết hai con mình thèm được ngồi xe đi chơi như các bạn, nhưng vì hiểu và thương bố mẹ nên Hiền không bao giờ so bì hay đòi hỏi. Biết tính con từ khi ở Việt Nam nên càng yêu quý, thương nhiều hơn. Trong bữa cơm chiều, Thùy hứa Chủ nhật sẽ đưa cả nhà ra bờ biển. Những ngày sau đó, hai chị em Hiền tự giác giúp bố mẹ không cần nhắc nhở như trước. Thùy nói với Bình:

- Anh thấy không, từ khi em hứa cho đi chơi biển các con ngoan ra. Đúng là trẻ con!

Cả hai cười, nhìn con trong niềm vui đơn sơ, hạnh phúc. Thùy liên lạc được với bố và gia đình bên Việt Nam, tuy thư từ rất chậm, nhưng biết tin tức. Bố Thùy mừng lắm khi biết tin gia đình con cháu, ông khoe khắp phố. Nhưng buồn, lo cho bố nhiều hơn, những năm sau khi Thùy ra đi, thời kỳ bao cấp khó khăn thiếu thốn, khổ sở nhất về vật chất ở Việt Nam, không những thế còn bị kiểm soát về tinh thần. Thư từ nước ngoài gửi về đều bị bóc, kiểm tra trước khi đưa người nhận, cho nên chỉ dám viết thăm hỏi sức khỏe, con cháu học hành, không dám nói chính trị xã hội. Thùy hỏi cách đóng thùng hàng gửi về cho bố và anh em. Người ở Hà Nội, thành phố lớn dễ dàng, nhận nhanh hơn. Bố Thùy ở tỉnh lẻ, thư còn bị kiểm tra, chậm trễ, nói chi đến thùng hàng. Vì thế gửi về ba thùng, mất một. Không dám gửi đồ quý hiếm, mua ít vải tơ, lụa đẹp ấy thế mấy tháng mới đến tay, không những thế phải lo lót, biếu xén, nộp thuế mới được nhận. Thấy phiền phức, tốn kém, tiền thùng quá tiền bò, bố Thùy không cho gửi nữa. Những năm sau, Thùy gửi tiền nhờ người quen về Việt Nam đem đến, vừa yên tâm lại chắc chắn.

Gia đình Thùy và Nguyên - Liên thường xuyên đến chơi, năm đứa trẻ hai nhà suýt soát tuổi nhau nên hợp tính, thân thiết. Mùa hè rủ thêm gia đình anh Bao chị Bé đi biển, cộng thêm hai con chị Bé, bẩy đứa cùng nhau vào funfair tham gia các trò chơi. Người lớn đi câu cá, nhặt sò, con hào làm BBQ trên bờ biển. Những ngày hè thật vui, gắn bó, năm tháng trôi qua, mọi người quen dần, hòa nhập cuộc sống nơi đất khách quê người, nhưng nỗi nhớ quê nhà, mong muốn được về thăm cha mẹ, người thân ở Việt Nam vẫn âm ỷ day dứt, canh cánh trong lòng người phụ nữ Việt, lấy chồng người Hoa như Bé, Liên và Thùy.

Cuộc sống đâu phải luôn luôn bình yên, phẳng lặng như dòng sông êm đềm không gợn sóng. Hai tuần nay Bình bắt đầu đau, mệt mỏi, ăn uống tuy vẫn bình thường, nhưng gầy đi trông thấy. Bình tiếp tục gặp bác sĩ, xét nghiệm, tất cả lại như trước. Tuy chưa có câu trả lời rõ ràng, nhưng hành động, cử chỉ trong sinh hoạt hằng ngày của Bình thay đổi khác lạ, lúc nhớ, lúc quên, có khi ngồi im lặng, hàng giờ, hỏi không trả lời, Thùy linh cảm có điều gì không tốt sắp sảy ra. Một hôm, đi làm về, Hiền mách:

- Mẹ ơi, chiều nay bố bảo buồn ngủ muốn đi vào phòng ngủ, vậy bố lại vào nhà bếp ngồi ở ghế ngủ, rồi bố đi vào phòng của em Bắc Hải.

Sau hai tuần, sút cân rất nhanh, linh tính báo cho Thùy một điều xấu sẽ đến, những biểu hiện lạ thường rõ rệt hơn, đưa Bình đi khám bác sĩ. Thùy bất bình và không tin tưởng bác sĩ phòng khám gia đình, đề nghị gửi lên bệnh viện. Mấy ngày đầu, bệnh viện lại kiểm tra xét nghiệm, Bình như một bộ xương với nhiều dây ống tiêm chằng chịt gắn vào. Bệnh viện yêu cầu Thùy ký giấy cam đoan đồng ý cho họ rút nước tủy, rút những gì nữa không hiểu, nhưng bắt buộc phải ký. Gần một tháng sau, có kết quả xét nghiệm, Bình bị ung thư xương!

Lời tuyên bố kết quả xét nghiệm, ba mẹ con nghe như tiếng sét đánh thẳng xuống đầu. Thùy lặng người, tim như ngừng đập, không tin vào tai mình. Sao lại thế? Tại sao? Làm thế nào bây giờ? Hoang mang, lo lắng, hy vọng, nhưng từ bao lâu nay khi đã bị ung thư, mấy ai thoát khỏi bàn tay tử thần! Tất cả chỉ biết trông chờ, hy vọng vào bệnh viện! Thời gian đầu Bình ăn được ít soup, nghe hiểu và trả lời vài câu ngắn gọn. Sau không nói gì nữa, nằm trên giường nhăn nhó vì cơn đau hành hạ. Bác sĩ nói thuốc hết tác dụng với Bình, ung thư đã lan sang các bộ phận khác trong cơ thể. Hàng ngày vào thăm, lau rửa cho Bình trên giường bệnh, chỉ còn da bọc xương, không nhận ra vợ con, không biết gì xung quanh. Bạn học, người quen từ xa về thăm, nói chuyện với một thân thể nằm yên bất động, không cảm xúc. Thùy đau lòng, thương nhiều, chắc chắn Bình nghe thấy, nhận ra giọng nói của vợ, của con, nhưng không thể trả lời. Nhìn thấy giọt lệ lăn từ hai khóe mắt của Bình, mừng quá, Thùy gọi bác sĩ, nhưng ông bình tĩnh nói:

- Đó là tín hiệu cuối cùng, không còn hy vọng. Ung thư lan đến não, phổi và nội tạng khác. Chúng tôi không thể nói chính xác khi nào, nhưng gia đình cũng nên chuẩn bị và báo tin cho người thân đến gặp lần cuối.

Bệnh viện, bác sĩ bó tay. Thùy ôm hai con, đau nghẹn nuốt nước mắt vào tận trong lòng, nhìn chồng thấy mình bất lực. Bình vẫn nằm đó, chưa ra đi, nhưng đã rời xa mẹ con Thùy từ khi mang căn bệnh quái ác này.

Được báo trước, vẫn biết sẽ phải đón nhận sự thật, nhưng là người, đâu phải thánh thần, sức chịu đựng có hạn, năm tháng trời, không dài, cũng không ngắn đối với Thùy, chặng đường vật lộn, đau đớn về thể xác lẫn tinh thần, tư tưởng của người bệnh và vợ con người bệnh. Hai tuần sau Bình ra đi mãi mãi, đất khách quê người, không anh em họ hàng thân thích, hai con chưa trưởng thành. Người đi trước yên phận, nhưng bao nỗi lo, trách nhiệm nặng nề dành cho kẻ ở lại. Bình ra đi, một cú sốc tinh thần thật sự đối với Thùy!

Ms Hill thường xuyên đến thăm, bạn bè luôn bên cạnh động viên an ủi, giúp đỡ, ai cũng ái ngại khi nhìn Thùy gầy yếu, sụt cân từ khi chồng đau ốm. Tất cả luôn bên cạnh, giúp Thùy lo việc mai táng chu đáo, Bình ra đi trong một ngày nắng đẹp của miền hàn đới. Nơi đây, một năm hiếm hoi có ngày nắng đẹp, người dân vui mừng đón nhận cái nắng ấm áp, nhưng với Thùy hôm ấy đã khác, không còn cảm xúc đó, dù ông mặt trời rạng rỡ cười, ánh nắng chiếu vào khuôn mặt cũng không xua tan nổi mưa bão trong lòng, những giọt lệ không còn long lanh dưới ánh nắng, hiện rõ hơn vẻ mặt thẫn thờ, hốc hác, như cái xác không hồn, lững thững đi trong đoàn người tiễn đưa Bình đến nơi an nghỉ cuối cùng ngày hôm ấy.

Những ngày tiếp sau trôi đi chậm chạp, dài vô cùng đối với mẹ con Thùy. Còn đâu buổi tối vợ chồng và hai con quây quần bên nhau, rộn vang tiếng cười, tiếng nói của con trẻ. Chị em Hiền ít nói cười hơn, Thùy và con cố tình gượng cười nói chuyện, hạn chế nhắc tên Bình, che giấu nỗi buồn, nhớ thương thầm kín. Thùy suy nghĩ nhiều về cuộc sống hiện tại và tương lai hai con, không cho phép gục ngã, yếu lòng. Hiền bước sang tuổi lớn không còn trẻ con, nhưng chưa phải đã trưởng thành thật sự, Thùy phải quan tâm nhiều hơn, chỗ dựa duy nhất cho con với trách nhiệm nặng nề, vừa làm mẹ vừa làm cha. Nhớ chồng, nhưng phải giấu kín trong lòng, đêm đêm ngắm nhìn Hiền và Bắc Hải ngủ say, Thùy tự nhủ. cũng như nói với Bình.

"Em không thể theo anh như mười năm trước,
Theo anh rồi, hai con sẽ ra sao?
Đành đến với anh trong giấc chiêm bao,
Khi tỉnh giấc, lệ ướt trào bên gối..."

Thời gian là liều thuốc tốt nhất giúp con người hàn gắn mọi vết thương lòng, không thể chìm đắm mãi trong quá khứ, phải trở về với hiện tại. Bố Thùy, anh em, bạn bè ở Việt Nam gửi thư động viên nhiều, Thùy tiếp tục đi làm, sau khi lo chu đáo hậu sự cho Bình. Chuyện buồn, vui có suy nghĩ gì Thùy tâm sự với Ms Hill, bà như người chị, người bạn thân thiết, ân cần quan tâm khuyên bảo, chỗ dựa tinh thần, luôn luôn có mặt xẻ chia buồn vui, trắc trở trong cuộc sống. Hiền ngày một hiểu, quan tâm, chăm sóc lo cho em, giúp Thùy yên tâm đi làm. Không tất bật như trước, chiều tối đi làm về, chị em Hiền lo cơm nước sẵn sàng chờ đón, bữa cơm tối xum họp tràn đầy tình thương ấm áp. Thời gian để trao đổi, hỏi những việc trong ngày, góp ý, rút kinh nghiệm cho nhau. Một hôm trong bữa ăn Hiền hỏi mẹ:

- Mẹ cho phép con đi làm thêm được không?

Thùy nhìn con gái:

- Con đi làm việc gì? Ở đâu? Cho mẹ biết, mẹ sẽ quyết định. Thực lòng mẹ mong hai chị em con tập trung học thật giỏi, không bao giờ được bỏ học đi làm như người khác.

Hiền cười, an ủi mẹ:

- Con không nghỉ học. Mấy bạn lớp con xin việc làm ở cửa hàng ngoài trung tâm bán cà phê, làm ngoài giờ thôi, hai tiếng một ngày.

Thùy nhắc nhở:

- Biết con thương mẹ, muốn giúp đỡ, nhưng không vì muốn kiếm tiền sao lãng việc học. Là chị phải làm gương, chỗ dựa cho em, mẹ nói ít nhưng con hiểu ý mẹ nhiều phải không, Hiền?

Hiền nhìn mẹ quả quyết:

- Bạn con đã hỏi xin việc cho con. Mẹ đồng ý, ngày mai con đến báo với ông chủ làm vào cuối tuần, thứ Bẩy và Chủ nhật, làm hai tiếng buổi sáng. Mẹ biết không, có năm người xin việc, ông chủ nhận mình con đấy. Con hứa mọi việc trong nhà con chịu trách nhiệm.

- Mẹ đồng ý, tạm thời như vậy, nhưng phải về đúng

giờ, không theo bạn bè đi chơi, con phải luôn luôn cẩn thận. Nghỉ hè mẹ sẽ cho phép con đi làm nhiều giờ hơn.

- Vâng, con cảm ơn mẹ!

Sau bữa ăn, Bắc Hải xung phong rửa bát:

- Tối nay con rửa bát, mẹ và chị Hiền ra phòng khách nghỉ ngơi trước đi.

Cuộc sống bình dị của mẹ con Thùy như dòng sông êm đềm, nhẹ nhàng trôi theo thời gian, con người cũng cuốn theo dòng chảy của cuộc đời. Hiền thi A level chuẩn bị vào Đại học. Bắc Hải học trường Nam sinh cấp II. Hai chị em đạt kết quả tốt trong học tập, chịu khó đi làm thêm vào cuối tuần, nghỉ hè phụ giúp mẹ nhiều. Thùy yên tâm, tự hào về các con trong khi có nhiều gia đình buồn lòng vì những con hư hỏng, ham chơi nghiện ngập, không chịu học hành, quan hệ nam nữ vướng vào cuộc sống vợ chồng quá sớm, khi chưa nuôi nổi bản thân. Ms Hill nghỉ hưu có nhiều thời gian chăm sóc mẹ già, thỉnh thoảng mẹ con Thùy đến thăm.

Thùy thầm mong ước sẽ có dịp đưa hai con về Việt Nam thăm ông ngoại và toàn gia đình. Nhưng ước muốn chưa thực hiện được, càng đau buồn hơn khi nhận được điện thoại em trai báo tin bố bệnh nặng khó qua khỏi. Cách xa ngàn dặm, hoàn cảnh không cho phép Thùy về nhìn mặt bố lần cuối, buồn lắm, hai bậc sinh thành ra đi không về được, mẹ mất đang đi học xa, nay bố qua đời ở một đất nước khác. Xa nhà từ tuổi còn non dại, bố mẹ sẽ hiểu và thông cảm cho hoàn cảnh, nhưng Thùy luôn áy náy, trách mình chưa tròn chữ hiếu với cha mẹ.

*

* *

Sáu năm sau.

Hôm nay ngày Bắc Hải nhận bằng tốt nghiệp đại học, Thùy và Hiền đến dự, nhắc con nhớ đem theo máy ảnh. Hiền vô tình nói:

- Mẹ yên tâm, con kiểm tra máy cẩn thận rồi, ngày con tốt nghiệp chỉ có ba mẹ con, nếu bố Bình còn sống...

Biết lỡ lời, Hiền nhìn mẹ, ngưng lại. Suy nghĩ của Thùy hôm nay cũng giống như Hiền, nhìn hai con trong ngày vui, thầm ước "giá như có Bình sẽ vui và hạnh phúc biết mấy." Thùy cố gạt đi ý nghĩ đó, không muốn hai con buồn, vậy mà... chúng cùng suy nghĩ như mẹ. Bắc Hải nhìn mẹ và chị, nói nhanh:

- Nhà trường có thợ chụp ảnh chuyên nghiệp, ảnh đẹp nhưng đắt lắm, mẹ định mấy kiểu?

Thùy cười:

- Mẹ định hai, ba kiểu là đủ, biết con lo mẹ không biết chụp, lấy ảnh họ chụp cho chắc chắn, sau dùng máy của mình.

Ba mẹ con cười vui vẻ xuống car park chuẩn bị lái xe đi, sợ giờ cao điểm có thể trễ giờ khai mạc.

Ngoài bốn mươi tuổi đã thành quả phụ, tuổi đẹp

nhất của đời người phụ nữ. Đối với Thùy đây là thời điểm cuộc đời sang một ngã rẽ khác không lường trước. Đứt gánh giữa đường, hạnh phúc tình cảm không tròn vẹn, lạc lõng nơi đất khách quê người, không họ hàng anh em thân thích. Hai con còn non dại, trách nhiệm thêm nặng nề dồn lên đôi vai nhỏ bé, gầy yếu như Thùy, vừa làm mẹ, vừa làm cha tiếp tục nuôi dạy hai con. Tình thương yêu của người mẹ đã giúp Thùy đủ nghị lực đứng vững, vượt qua tất cả, hy sinh cho các con. Ông trời không lấy đi tất cả, cũng không cho ai tất cả, hai con của Thùy lớn lên, trưởng thành trong tình thương yêu, dạy dỗ của mẹ. Hiền và Bắc Hải tốt nghiệp đại học, có việc làm tốt, ổn định, chúng lập gia đình, sống hạnh phúc với gia đình nhỏ ấm cúng của chúng.

Thùy nghỉ hưu, không muốn phụ thuộc và ảnh hưởng đến cuộc sống riêng của các con, chọn cách sống riêng, độc lập, như vậy các con đều thoải mái, tự do. Thùy tham gia câu lạc bộ Dưỡng sinh, Hội người già, một tuần ba buổi tập Tai Chi, Line dance, thỉnh thoảng du lịch với bạn bè cùng trang lứa, tự chăm sóc bản thân, giữ gìn sức khỏe, không muốn các con phải lo lắng. Thùy nghĩ đó là cách tốt nhất giúp đỡ các con và tự giúp mình. Không giống như nếp sống ngày xưa ở Việt Nam, sống chung cùng con cháu, chúng phải có trách nhiệm nuôi, chăm sóc khi cha già mẹ yếu.

Ngày nay cuộc sống thay đổi, hai thế hệ già, trẻ sống chung dễ xảy ra bất hòa, không hợp. Sáng nay Thùy nhận được tin nhắn của con gái:

- Mẹ! Mẹ đang tập Tai Chi phải không? Hết giờ đến nhà con có việc mẹ nhé.

- Mấy giờ?

- Khoảng sau 2 giờ chiều được không, mẹ?

- Được, mẹ sẽ đến.

Thùy nghĩ chắc có chuyện gì nên Hiền hẹn đến nhà, hy vọng không có chuyện gì nghiêm trọng. Tập xong gần 1 giờ, về nhà tắm xong, đến nhà Hiền, sau mười lăm phút lái xe.

Nghe tiếng gõ cửa, lũ trẻ ríu rít tranh nhau ra mở, vừa bước chân vào, chúng lao đến sà vào lòng Thùy. Trong nhà nhộn nhịp tiếng nói cười, hương vị thức ăn thơm lừng quyến rũ, tỏa ra từ bếp. Chiếc bàn to tròn giữa phòng ăn bày nhiều món màu sắc khác nhau, gia đình Bắc Hải đến từ sớm. Thùy nhìn xung quanh thấy các con cháu đều có mặt, biết các con rất bận, ít khi xum họp đầy đủ. Bây giờ chợt nhớ ra "hôm nay ngày sinh nhật của mình", thế mà quên. Các con tổ chức sinh nhật bất ngờ cho mẹ, Thùy mỉm cười hạnh phúc.

Cốc ...cốc ...cốc

- Nhà mình có khách, có khách bố mẹ !

Lan Anh, con gái 5 tuổi của Hiền reo lên mừng rỡ. Bắc Hải ra mở cửa.

- Hello! Am I in time?

Tiếng Ms Hill hỏi Bắc Hải.

- Hi, Ms Hill, Please! come in, come in…

Mọi người ngưng tay nhìn ra, nét mặt rạng rỡ. Hiền đưa Thùy bước đi về phía cửa đón Ms Hill. Như hai chị em lâu ngày gặp mặt, bà Hill giang hai tay ôm hôn, miệng nói:

- Happy birthday Thùy, my dear friend!

Bà trao túi quà, cười vui vẻ, bất ngờ thấy bà Hill đến, Thùy xúc động:

- Thank you, thank you…

Tối qua nhận được birthday card của bà, Thùy không ngờ hôm nay bà đến. Ms Hill vẫn lái xe tuy tuổi đã cao - 85 - trông vẫn khỏe mạnh, nhanh nhẹn. Người lớn bắt tay, chào hỏi, trẻ con vây xung quanh, bà đến đem theo luồng không khí ấm áp, tươi vui. Mấy chục năm trôi qua, bà luôn luôn đến khi gia đình Thùy có chuyện vui buồn, Hiền lấy chồng sinh con, Bắc Hải lấy vợ, có mấy nhóc Ms Hill không bao giờ vắng, bất cứ sự kiện lớn hay nhỏ.

Bữa cơm xum họp đông đủ thật ấm cúng tràn đầy tình thương yêu và lòng biết ơn của con cháu đối với Thùy. Đèn phòng khách tắt, Hiền tay bưng chiếc bánh từ trong bếp đi ra, cây nến nhỏ xinh ở giữa rung rinh nhấp nhánh theo bước chân Hiền:

"Happy birthday to you!
Happy birthday to you!

Happy birthday to mum..."

Căn phòng vang lên, tất cả đồng thanh hát chúc mừng sinh nhật 70 tuổi. Thùy nhìn chiếc bánh hiện rõ con số 70, bẩy mươi năm của một đời người, bao nhiêu biến cố xảy ra, buồn, vui xen lẫn, gập ghềnh, bấp bênh theo thời cuộc.

Thùy ngồi đây, bên cạnh có Ms Hill, xung quanh con gái, con trai, dâu rể, bốn đứa cháu nội ngoại. Thùy cảm động, nghẹn lời không nói, giọt lệ sung sướng và hạnh phúc lăn trên má, mỉm cười mãn nguyện, đã làm tròn trách nhiệm của người mẹ, người cha đối với đàn con.

Hết

MỤC LỤC

Cùng một tác giả

CHU MINH HẠNH

1- Hoàng Hôn (thơ – viết chung với Lâm Hoàng Mạnh
Nhà xuất bản Nhân Ảnh 2023)

2- Bình Minh (thơ – Viết chung với Lâm Hoàng Mạnh
Nhà xuất bản Nhân Ảnh 2024)

Cùng một tác giả

LÂM HOÀNG MẠNH

1- Buồn Vui Đời Thuyền Nhân (hồi ký
Nhà xuất bản Tiếng Quê Hương 2011)

2- Sổ Tay Thành Ngữ Tục Ngữ Anh -Việt Việt – Anh
(Biên khảo Nhà xuất bản Nhân Ảnh 2012)

3- Đời Tư Mao Trạc Đông của Lý Chí Thỏa
(dich chung với Nguyễn Học, nxb Nhân Ảnh 2013)

4- Hồ Chí Minh – Chân Dung Một Cuộc Đời của
William J. Duiker (dịch chung với Nguyễn Học
Nhà xuất bản Nhân Ảnh 2014)

5- Những Lựa Chọn Khó Khăn của Hillary Clinton
(dịch thuật nxb Nhân Ảnh 2016)

6- Còi Không Hụ Du Ký
(Tùy bút du lịch nxb Nhân Ảnh 2018)

7- The Sorrow and Happiness of The Boad People
(Nhà xuất bản Nhân Ảnh 2022)

8- Hoàng Hôn (thơ, viết chung với Chu Minh Hạnh)
Nhà xuất bản Nhân Ảnh 2023)

9- Bình Minh (thơ, viết chung với Chu Minh Hạnh
Nhà xuất bản Nhân Ảnh 2024)

Nhân Ảnh
2025

Liên lạc tác giả
Chu Minh Hạnh:
hanh1950@hotmail.com
Lâm Hoàng Mạnh:
m_v_lam@hotmail.com

Liên lạc Nhà xuất bản
han.le3359@gmail.com
(408) 722-5626

www.ingramcontent.com/pod-product-compliance
Lightning Source LLC
LaVergne TN
LVHW100844071026
849525LV00024B/117
* 9 7 9 8 3 4 9 3 1 9 6 4 8 *